लोककथा'७८
आणि त्याविषयी सर्वकाही

पॉप्युलर प्रकाशन, मुंबई

लोककथा'७८

रत्नाकर मतकरी

▲

आणि त्याविषयी सर्वकाही

▼

संपादक
प्रतिभा मतकरी

लोककथा'७८
आणि त्याविषयी सर्वकाही
(म–१२९८)
पॉप्युलर प्रकाशन
ISBN 978-81-7991-967-5

LOKAKATHA' 78 AANI
TYAVISHAYEE SARVAKAHI
(Marathi : Critisism)
Ed. Pratibha Matkari

© २०२१, प्रतिभा रत्नाकर मतकरी

पहिली आवृत्ती : २०२१/१९४३

मुखपृष्ठ आणि मांडणी : सतीश भावसार
मुखपृष्ठावरील छायाचित्र : अरुण खोपकर

प्रकाशक
हर्ष भटकळ
पॉप्युलर प्रकाशन प्रा. लि.
३०१, महालक्ष्मी चेंबर्स
२२, भुलाभाई देसाई रोड
मुंबई ४०० ०२६

अक्षरजुळणी
संतोष गायकवाड
पिंपळे गुरव
पुणे ४११ ०२७

गेले पाव शतक, वंचितांसाठी, ठाण्यात
समता विचार प्रसारक संस्था चालवणारे
डॉ. संजय मंगला गोपाळ व
लतिका सुप्रभा मोतीराम
आणि त्यांचे कर्तव्यतत्पर सहकारी
यांना सादर सप्रेम

प्रकाशकाचे दोन शब्द

'लोककथा'७८' हे नाटक प्रथम रंगभूमीवर आले, त्याला चाळीसहून अधिक वर्षे झाली. त्या वेळी हे नाटक राज्य नाट्यस्पर्धेत पहिल्या पारितोषिकाचे मानकरी ठरले. परंतु एवढ्याच कारणासाठी त्याचा गाजावाजा झाला, असे नाही. त्याचा मनाला भिडणारा सामाजिक आशय आणि रंगमंचीय सादरीकरणाची आगळी वेगळी पद्धत, यांमुळेच खरे तर 'लोककथा'७८'ने रंगकर्मींचे, समीक्षकांचे, सर्वसामान्य प्रेक्षकांचे आणि विशेषत: सामाजिक कार्यकर्त्यांचे लक्ष वेधून घेतले. हे नाटक इतर भाषांमध्ये सादर झाले आणि दूरदर्शनवरूनही दाखवले गेले. पुढे विद्यापीठाने मराठीच्या अभ्यासक्रमातही समाविष्ट केले. गेल्या चार दशकांत रत्नाकर मतकरींच्या ग्रुपनेच ते तीन वेळा (१९७८, १९९८ व २००३) वेगवेगळ्या कलावंतांसह सादर केले. दुर्दैवाने, या नाटकातला भेदक सामाजिक आशय — पद-दलितांवरील अन्याय — हा आजही तसाच, किंबहुना अधिकच भीषण झालेला असल्यामुळे हे नाटक आजही तितकेच सुसंगत राहिले आहे.

म्हणूनच पॉप्युलर प्रकाशनाने या नाटकाच्या पुस्तकाचा एक नवीन अवतार प्रकाशित केला आहे. यात संहिता आहे, ती मूळ संहितेपेक्षा थोडी वाढवलेली आहे. नाटक प्रथम रंगभूमीवर आले, तेव्हा त्याच्या मूळ घटनेच्या संदर्भात कोर्ट केस चालू होती (जरी तिचा निकाल हा आधीच वर्तवण्यासारखा होता). ती पूर्ण होताना काय काय झाले, हे मतकरींनी या वाढीव भागात लिहिले आहे. त्या दृष्टीने प्रस्तुत संहिता अधिक परिपूर्ण आहे.

मध्यंतरीच्या काळात, 'लोककथा'७८' विषयी अनेकानेकांनी लिहिले, मनापासून — अगदी न राहवून लिहिले. त्यांमध्ये जसे माधव मनोहर, कमलाकर नाडकर्णी यांच्यासारखे ज्येष्ठ समीक्षक होते, मंगेश तेंडुलकर आणि शिरीष सहस्रबुद्धे यांच्यासारखे अनुभवी पत्रकार होते, विनोद भट, मिलिंद कोकजे यांच्यासारखे नाटकात प्रत्यक्ष भूमिका करणारेही होते. मधु दंडवते, वसंत बापट यांच्यासारख्या समाजवादी कार्यकर्त्यांनी नेत्यांनीही या नाटकाविषयी ठिकठिकाणी लिहिले. बाबा आढाव, विजय परळकर, आदी पटेल यांनाही या नाटकाविषयी बरेच काही सांगायचे होते, हे त्यांच्या वेळोवेळीच्या कृतींवरून आणि उक्तींवरून लक्षात आले. या साऱ्यांच्या या नाटकाविषयीच्या प्रतिक्रिया अत्यंत बोलक्या आणि समाज व रंगभूमी या दोन्हीसाठी अतिशय उपयुक्त होत्या. त्या मुळात जरी विविध वृत्तपत्रांतून विखुरलेल्या होत्या, तरी महत्त्वाच्या असल्यामुळे, पुस्तकरूपाने एकत्रित करणे आवश्यक वाटले. दस्तावेजीकरणाच्या दृष्टीने तर ते एक कर्तव्यच ठरले, कारण त्यात पुढच्या पिढ्यांना शिकण्यासारखे बरेच काही आहे. या नाटकाचे लेखक आणि दिग्दर्शक असलेल्या खुद्द रत्नाकर मतकरी यांनी स्वतःच नोंदून ठेवलेले, हे नाटक कसे आकाराला आले, या संबंधीचे विश्लेषण आणि ते आकाराला येताना वेळच्या मिलिंद कोकजे या अभिनेत्या-पत्रकाराने ठेवलेल्या नोंदीही या दृष्टीने महत्त्वाच्या आहेत. राजीव नाईक या ज्येष्ठ लेखकाने घेतलेली रत्नाकर मतकरी यांची या सर्जनाविषयीची मुलाखतही प्रकाशित झालेली होती. याशिवाय या नाटकाची महत्त्वाची परीक्षणेही आमच्या हाताशी होती. मराठीप्रमाणे हिंदी, इंग्रजी व गुजराती या भाषांतील वृत्तपत्रांनीही या नाटकाची दखल घेतली होती. त्याची केवळ चुणूक म्हणून त्यांपैकी दोन इथे अंतर्भूत केली आहेत. एवढेच नाही, तर या नाटकाच्या प्रसाराला आधारभूत ठरलेले पत्रक (हॅंडबिल) आणि प्रसिद्धीची साधने हीदेखील काळजीपूर्वक जपून ठेवलेली होती. त्या सर्वांचा लाभ वाचकांना देण्यासाठी 'लोककथा'७८ आणि त्याविषयी सर्व काही' या पुस्तकाची आम्ही सिद्धता केली.

प्रश्न होता तो हे सारे, विविध प्रकारचे साहित्य एकाच पुस्तकात एकत्रितपणे मांडावे कसे, हा. तर त्यासाठी एक सर्वसाधारण शिस्त आम्ही पाळली. परंतु ती अधिक काटेकोरपणे राबवणे कठीण होते. कारण हे लिखाण मुद्दाम लिहून घेतलेले नाही. ते ठिकठिकाणी, उत्स्फूर्तपणे प्रकट झालेले आहे. तेव्हा त्याच्यातून एक शिस्तबद्ध आकृती तयार करण्यापेक्षा तिचा 'कोलाज'

प्रकारातला मुक्तपणा राहू दिला. त्यात पुनरुक्तीचा दोष काही प्रमाणात आला. नाट्यप्रयोगाविषयी अनेकांनी जवळ जवळ एकसारखेच लिहिले. तसेच त्यानंतर आलेली, आपण या सामजिक अन्यायाविरुद्ध काहीही करू शकत नाही, ही असहायतेची भावनाही सर्वत्र सारखीच होती. परंतु, एक विशिष्ट संहिता तिचा प्रयोग आणि त्यावरच्या अनेकांच्या प्रतिक्रिया, असेच या पुस्तकाचे स्वरूप असल्यामुळे पुनरुक्तीचा दोष क्षम्य ठरावा.

मराठी रंगभूमी ही गुणसंपन्न आहे, तसेच साहित्याधारित आणि विचाराधिष्ठितही आहे. तिच्यात प्रत्यही निरनिराळे प्रयोग होत असतात. 'लोककथा '७८' हा साहित्यिक आणि रंगमंचीयदृष्ट्याही एक मोठाच, वैशिष्ट्यपूर्ण, नवी दिशा दाखवणारा प्रयोग होता. हे लक्षात घेऊन या नाटकाच्या पहिल्या प्रयोगाला चार दशकांहून अधिक वर्षे पूर्ण झाल्यानिमित्ताने आम्ही हे पुस्तक प्रकाशित करीत आहोत. अत्यंत समृद्ध असूनही, केवळ दस्तावेजीकरणाचे वावडे असल्यामुळे भूतकाळाचा सतत विसर पडणाऱ्या मराठी रंगभूमीवर, अशा तऱ्हेच्या, एका नाटकाविषयी 'सारे काही' मांडू पाहणाऱ्या पुस्तकाचे महत्त्व विशेष आहे. कारण अगदी क्वचितच अशा एखाद्या नाटकावरील सर्वांगीण प्रतिक्रिया एकत्रितपणे पाहायला मिळतात. या प्रकारची पुस्तके या पूर्वी फारशी झाली नसली तरी ती भविष्यात यावीत; त्या दृष्टीने या पुस्तकाने एक पायंडा पाडावा! हे पुस्तक परिपूर्ण व्हावे यासाठी ज्यांनी ज्यांनी साहित्य जमा करून दिले, त्यांचे मन:पूर्वक आभार. यातील सर्वच लेखांच्या मूळ प्रसिद्धिस्थानाचे नाव आणि दिनांक, ही सापडू शकली नाहीत, त्यासाठी क्षमस्व.

दि. १ जानेवारी २०२१ **– हर्ष भटकळ**
मुंबई

चाळीस वर्षांनंतर

नाटक लिहिण्याच्या आधी बराच काळ, रत्नाकर त्या नाटकाच्या विचारात बुडालेला असायचा. म्हणजे एकाच नाटकाच्या असंही नाही, तर एकाच वेळी दोन-तीन प्रकारच्या नाटकांच्या. त्यातही, काहींचा आशय त्याच्या डोक्यात घोळत असे, तर काहींचा 'फॉर्म'-आकार. 'लोककथा'७८' चा नेमका फॉर्म त्याला बरेच दिवस सापडत नव्हता — तरीही त्यातून रंगभूमीवर नवीन काय काय करून पाहता येईल, याच्या शक्यता तो चाचपून पाहतच होता. त्यातून डोक्यात असलेल्या फॉर्ममध्ये कुठला आशय चपखलपणे बसेल, याचाही विचार चालूच होता. नाटक लिहिण्याची नेहमीची पद्धत बाजूला ठेवून त्याने एखाद्या चित्रपटाच्या 'वन लाइन सितारिओ'सारखा आराखडादेखील तयार केला. तालमीतही अनेक प्रकारचे प्रयोग झाले आणि अखेरीस 'लोककथा'७८' हे नाटक रंगमंचावर आकाराला आले, (दि. २४ नोव्हेंबर १९७८) त्याला आता चाळीस वर्षे होऊन गेली. या नाटकाचे राज्य नाट्यस्पर्धेच्या प्राथमिक आणि अंतिम फेरीतील दोन्ही प्रयोग इतके सुरेख झाले की मुंबई दूरदर्शनचे नाट्यनिर्माते विनायक चासकर यांनी ताबडतोब त्याचे दूरदर्शनसाठी चित्रीकरण केले. इतक्या तातडीने, की दूरदर्शनवर, स्पर्धेच्या निकालामध्ये या नाटकाला पहिले पारितोषिक मिळाल्याची बातमी आली, तेव्हा त्याबरोबरच नाटकातील दृश्येही दाखवता आली. लगोलग आम्हाला काही सामाजिक संस्थांकडून प्रयोगाची आमंत्रणे आली. नाटकाच्या यशस्वितेची हवा सर्वत्र इतक्या मोठ्या प्रमाणात पसरली की हे यश सहन न होऊनच कदाचित, पण मुंबई दूरदर्शनकडे

असलेले या नाटकाचे रेकॉर्डिंग कोणीतरी तात्काळ पुसून टाकले आणि पुन्हा कधीच ते दूरदर्शनवर न दिसण्याची सोय केली. आम्ही प्रयोग मात्र चालूच ठेवले. काही वर्षांनी नव्या नटसंचातही त्याचे पुनरुज्जीवन केले. मध्यंतरी इप्टा, रंगकर्मी-कलकत्ता, भारत भवन-इंदूर वगैरे संस्थांनी त्याचे हिंदीतही प्रयोग केले. नंतर काही वर्षांनी (२००३) मुंबई दूरदर्शननेच 'कमिशन्ड प्रोग्रॅम'मध्ये ते परत सादर करण्याची विनंती केली. मूळ नाटक जिथे थांबले होते (म्हणजे पाटलाविरुद्धचा खरोखरीचा दावा न्यायालयात असताना) त्यानंतर जे काही घडलं तेही रत्नाकरने लिहून काढले व या भागासहित आम्ही दूरदर्शनवर नवीन सादरीकरण केले (या पुस्तकात हा जोडलेला भाग आवर्जून दिलेला आहे). आता या नाटकाचा प्रयोग सादर करावयाचा झाल्यास, तो या जोडलेल्या भागासकट करावा. कारण अशा तऱ्हेने प्रथम यशस्वी असतानाही त्याच लेखकाने नंतर अधिकचे लिहिलेले असे नाटक क्वचितच असेल. दूरदर्शनवरही हे परिपूर्ण नाटक पुन:पुन्हा दाखवल्यामुळे एका प्रकारे त्यावर आधी झालेल्या अन्यायाची परतफेड झाली. ('सावित्री'वरचा अन्यायही अधिक तपशिलात दिसला.)

१९७४ मध्ये 'आरण्यक' नाटकातली मी, दिलीप प्रभावळकर, रवी पटवर्धन इत्यादी मंडळी 'लोककथा'७८' मध्ये रंगरूपाने बसत नसल्यामुळे रत्नाकरने आम्हाला बाजूला ठेवून, बहुतेक सर्वच नवीन नट शोधले, ते कामगारवर्गातले आणि 'महादेव कोळी' शोभतील असे. वसंत सोमण हा एकच नट आधी 'आरण्यक'मध्ये होता. मी मात्र नाटकात भूमिका करीत नसतानाही नाटकाच्या निर्मितीशी जोडली गेली. मी सतत 'लोककथा'वासीच होते. वेशभूषेची, सामानाची, कधी कधी नटमंडळींची — बॅक स्टेज वर्कर्सची जमवाजमव करण्यापासून, ते प्रत्यक्ष प्रयोगाला हजर राहून तो निर्वेधपणे पार पाडतो ना, हे पाहण्यापर्यंत, पडेल ती कामे मला करावी लागत. मूळचे प्रायोगिक असलेले हे नाटक, चांगले चालल्यामुळे अकल्पितपणे, सर्वसाधारण प्रायोगिकांवर नसलेल्या जबाबदाऱ्याही इथे माझ्यावर येऊन पडल्या आणि त्यांना तोंड देणे ओघानेच आले. अर्थात त्यात आनंदही होता. विशेषत: प्रयोग संपल्यानंतर प्रेक्षकांच्या ज्या प्रतिक्रिया मिळत, त्यामुळे नाटकाचे सामाजिक व रंगकर्मीय असे दोन्ही उद्देश सफल झाल्याचे समाधान लाभत असे.

या नाटकाविषयी अनेक वृत्तपत्रांतून मोठ्या प्रमाणावर लिहिले गेले. अनेक नामवंत व्यक्तींनीही, एखाद्या सामाजिक कार्याविषयी लिहावे, तशा भावनेतून

या नाटकाविषयी लिहिले. प्रतिकूल टीका फारशी झालीच नाही. मात्र नाटकाची प्रशंसा करतानाही त्याबद्दल वेगवेगळ्या दृष्टिकोनातून लिहिले गेले. ही सारी लिखित समीक्षा आम्ही वर्षांनुवर्षे जपून ठेवली. 'लोककथा'७८'च्या प्रयोगाला चाळीस वर्षे पूर्ण झाल्याच्या निमित्ताने या साऱ्या समीक्षेसकटच, 'लोककथा'७८'ची संहिता वाचकांसमोर यावी असे पॉप्युलर प्रकाशनाने मनावर घेतले, त्यामुळे हे 'थोरांचे बोल' वाचकांपर्यंत पोहोचत आहेत.

या पुस्तकाचा आणखी एक महत्त्वाचा विभाग आहे, तो म्हणजे हे नाटक रंगमंचावर कसे आले, या विषयीची तपशीलवार माहिती. पत्रकार मिलिंद कोकजे यांनी नाटकांत भूमिका करत असताना नोंदी ठेवून लिहिलेली डायरी, रंगभूमीच्या अभ्यासकांना नक्कीच उपयोगी पडेल. टर् डी होम्स या संस्थेने व युक्रांदने मिळून आयोजित केलेल्या, मराठवाडा दौऱ्यातले अनुभवही नाटकाकडे पाहण्याची वेगळी जाणीव देणारे आहेत. आमच्या नटांनी कार्यकर्त्यांची भूमिका स्वीकारून प्रयोग, दौरे इत्यादी सारे काही कसे पार पाडले याचा वृत्तान्त, रंगभूमीच्या संदर्भात लक्षणीय ठरणारा आहे. याशिवाय, नाटकाचे लेखक आणि दिग्दर्शक रत्नाकर मतकरी यांनी सांगितलेले अनुभव आणि व्यक्त केलेले विचार, हे देखील उद्‌बोधक ठरतील.

'लोककथा'७८' विषयीची भाषणे, आकाशवाणी, दूरदर्शन व अन्यत्र झालेल्या मुलाखती हा दस्तावेज आमच्या हातात नाही. परंतु छापील स्वरूपात जे जे मिळाले, ते ते इथे एकत्र करण्याचा प्रयत्न केलेला आहे. मधु दंडवते, वसंत बापट, कमलाकर नाडकर्णी, राजीव नाईक आणि इतर अनेकांचे साहित्य आम्ही त्यांच्या औपचारिक अनुमतीशिवाय, पण प्रेमाच्या हक्काने इथे एकत्रित केले आहे. यापूर्वी दोन आवृत्त्या काढलेल्या असतानाही, 'लोककथा'७८' वरच्या नुसत्या प्रेमळ आस्थेनेच नव्हे, तर एका वेगळ्या आशय-आकाराच्या नाटकाचा गौरव आणि पुढच्या पिढ्यांना त्याचे महत्त्व पटवून देण्याच्या दृष्टीने त्याचे दस्तावेजीकरण करावयाचे मनावर घेऊन पॉप्युलर प्रकाशनच्या रामदास भटकळ यांनी रंगभूमीविषयीची आपली निष्ठा पुन्हा एकदा सिद्ध केली आहे. एखाद्या नाटकाची संपूर्ण संहिता; ती बरोबरच, नाटक कसे आकारले गेले याचे विवेचन आणि त्यावरील विचारवंतांच्या प्रतिक्रिया काय होत्या यांचे सचित्र पुस्तक आजवर रंगभूमीच्या आणि प्रकाशनाच्याही इतिहासांत बहुधा प्रथमच प्रकाशित होत असेल. या अजोड पुस्तकाची वेगळी अपारंपरिक संकल्पना आकाराला आणण्याचे श्रेय पॉप्युलर प्रकाशनाच्या कार्यकर्त्या, अस्मिता मोहिते

आणि मेघा भगत, तसेच पुस्काची कल्पक रचना करणारे चित्रकार सतीश भावसार व पहिल्या आवृत्तीचे मुखपृष्ठ रचनाकार वसंत सरवटे यांचे आहे. छायाचित्रे नामवंत लेखक-चित्रदिग्दर्शक अरुण खोपकर, ज्येष्ठ छायाचित्रकार राजदत्त व इतर अनेक छायाचित्रकारांनी काढलेली आहेत. या सर्वांचे आणि इतर अनेक ज्यांची नावे घेतलेली नाहीत अशा अनेक सहायकांचेही आम्ही ऋणी आहोत. या पुस्तकाने नाट्यवाङ्मयात एक नवा पायंडा पडेल, अशी खात्री आहे.

दि. १ जानेवारी २०२० **– प्रतिभा मतकरी**
मुंबई

अनुक्रमणिका

रत्नाकर मतकरी

लोककथा '७८

वर्गीकृतांकडे दुर्लक्ष
न करण्याचा इशारा

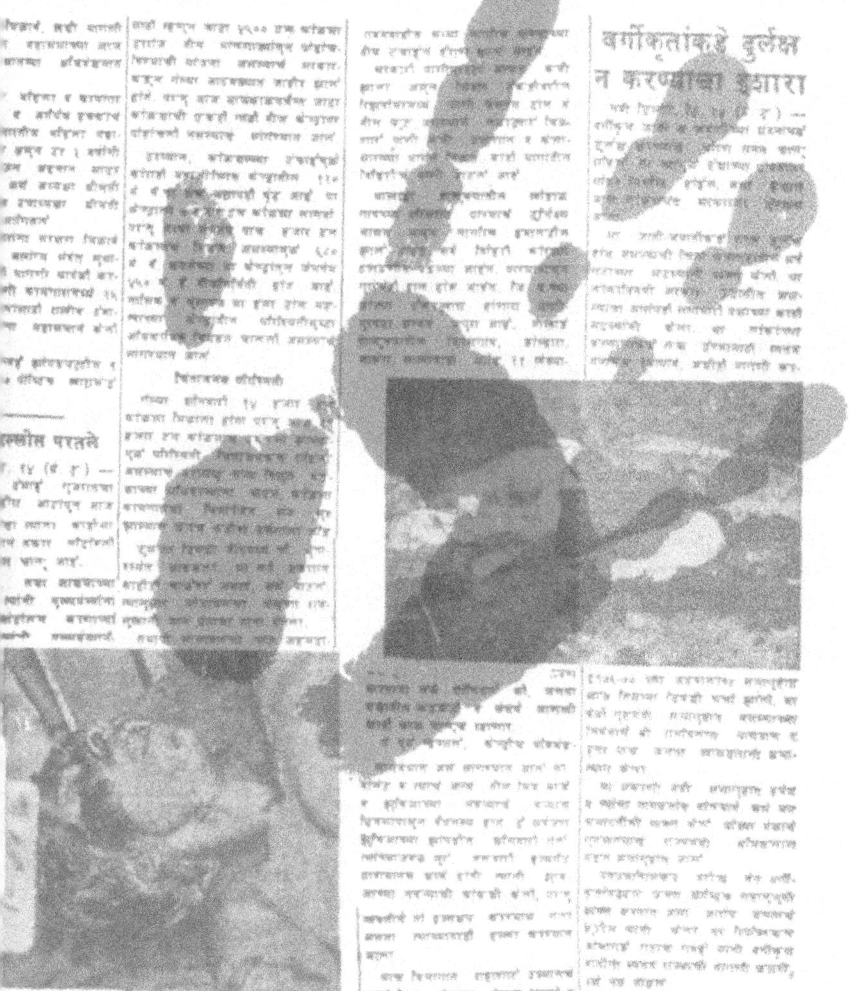

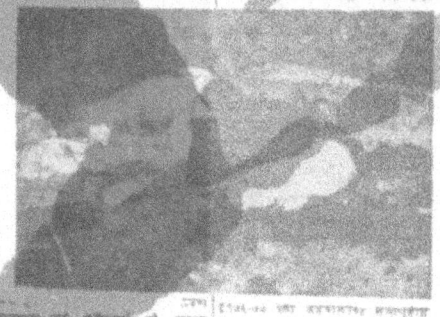

लोककथा : एकोणीसशे अठ्ठ्याहत्तरची.
सांगणार आहे आज. बसा सावधान.
लोककथा असते ओबडधोबड.
तिला नसतो शेंडाबुडखा, ना आखीवरेखीव तात्पर्य.
सांगणार आहे तीही अशीच - आहे एक अस्सल कहाणी.
कदाचित न रुचणारी - अस्सल असल्यामुळेच.
हवी असेल चवदार व्हायला, तर लागेल तिच्यात मिळवायला
तुटपुंज्या कल्पनेचं हिणकस.
ही लोककथा आहे अगदी कालच घडलेली.
किंवा आजही घडत असलेली कुठेकुठे.
आणि उद्याही घडू शकेल-जर वेळीच केला नाही काही बंदोबस्त-तर!
या कहाणीला नाही राजेराण्यांचा डौल. नाही भव्यदिव्य इतिहास.
असलाच तर आहे केवळ इथल्याच, तुमच्या-आमच्या मातीचा वास.
तिला नाही सांगण्यासारखा शेवट, आहे ती तशी थोडी वेडीवाकडी.
पण म्हटलं तरीही सांगावी, पाहावं सुटतात का,
माणसानं माणसाला घातलेली कोडी.
आणि समजा, असली ही कथा अगदीच खुळीबागडी,
तरी आहे नाइलाज, कारण मी आहे फक्त
ती सांगणारा, न सजवता, न बिघडवता
सांगावी म्हणणारा. ही कथा
अगदी जशी घडली तशी - किंवा
आजही घडते आहे कुठे कुठे तशीच.
ती अशीच का? तशी का नाही?
याचा विचार करायचा आहे ती ऐकणाऱ्यानं.
मी फक्त सांगेन जे घडलं ते
क्रमाक्रमानं.

: १ :

[रंगमंच संपूर्ण मोकळा. मग काळोखलेल्या प्रेक्षागृहातून जोरजोरात डबडं बडवीत एक माणूस येतो. काळा कुळकुळीत आणि हडकुळा. उंचीनं मध्यम. दाढी खरखरीत. हा माणूस आल्या आल्या प्रेक्षकांना फैलावर घेतो. बोलताना शब्दांना डबड्याची साथ देतो.]

म्होरक्या : (डबडं जोरजोरात बडवून झाल्यावर, मग) काय झालं का नाय समदं जागं? का इक्तं म्या बडीव बडीव बडीवलं तरी अजूनसुदीक झोपूनच ऱ्हायलं? अवं मी कशापायी वाजिवतुया? सोताचे हात शेकावेत म्हून न्हाई, तर तुमच्या डोल्यावयली नीज उडावी, म्हून. (पुन्हा जोरजोरात वाजवून) अरं मी म्हनतु तुमच्या जिवाला कसं काइच वाटंना - थितं खेड्यापाड्यामंदी तुमच्या आयाभैनींची दिवसाउजेडी अब्रू घेत्यात, गोरगरिबांना कीडमुंगीवानी पायाखाली चिरडत्यात, आन तुमी इकडं आरामात नाटक बगाया येऊन बसले? रोज सकाळी उठून चायबिस्कुट खाताना तोंडाफुडं प्येपर धरत्या, त्या प्येपरात असलं काय छापून येतच न्हाई, का येतं, पर तुमीच त्ये वाचीत न्हाई? का वाचता, पर त्ये ध्येनात ऱ्हात न्हाई? का ध्येनात ठेवायचं न्हाई, असं धरून खुश्शाल इसरुनशान जाता? आन् मंग ध्येनात काय ठिवता का कुठल्या थेटरात कुठला सिनिमा लागला, का कुटं कसल्या नाटकाचा खेळ लावला? चला रं -

[त्यानं अशी हळी देताच त्याच्यासारखीच आणखी पंधरा-वीस काळी मळकी माणसं प्रेक्षागृहातल्या दारातून आत येतात. त्यांत काही बायकादेखील. शिवाय थोडाफार स्वच्छ दिसणारा एकजण. हा मास्तर. ही मंडळी म्होरक्याने बोलावताच रंगमंचावर चढून जातात.]

अवं आमच्या खेड्यावर मानूस मानसाला खातं. थितं आजच्या घडीला बी कुनाचं डोलं काडत्यात, तं कुनाचं हात तोडत्यात, तं आनिक कुनाला जिवं मारत्यात. आता आमी गरिबानं फिर्याद कुनाकडं न्यावी? पोट जाळाया दमडी न्हाई म्हणून टाचा घासून मरनाऱ्यांनी, कोरटकचेऱ्या

करन्यापायी पैका कुठनं आनावा? म्हून म्हनलं तुमाकडंच तक्रार मांडावी. तुमीच इच्यार करा न तुमीच न्याय द्यावा. तसं तुमीबी काई कमी न्हाई. लई थोर-शिकल्या सवरल्यालं, पगारदार, मालदार. तुमचं डोचकं लई तल्लख-अख्ख्या जगाचा इच्यार तुमास्नी करता येतो. जगात कुनाचं बरुबर,कुनाचं चूक, ह्ये समदं साट्साट् सांगाया येतं. मंग आपल्याच गावाकडं असं कायबाय घडतं ह्ये तुमास्नी कसं परवडंल वं? न्हाई-कंदीबी न्हाई सहन व्हनार. समदं सांगितलं तर तुमचं बी रगात एकदम उकळून निगंल चुलान्यावर ठेवल्यावानी. पर आजवर तुमच्या फुडं कुनी असली फिर्याद आनलीच नसंल, आन् खेड्यावर काय काय घडतं हे तुमास्नी ठावंच नसंल. म्हून तर तुमी असं बर्फावानी थंड. तवा तुमाफुडं करूनच दावावी म्हनलं एकदा समदी रामकहानी, म्हंजी तुमचं डोळं लक्कन् उघडत्याल. (मंडळींना) काय, दावशाल का न्हाई करून? (ते आपसांत चर्चा करून त्याला सांगतात.) हां - दावत्याल म्हनत्यात. म्हंजी यांच्यातलंच कुनीबी पाटील व्हईल न कुनीबी फौजदार व्हईल. आन् येळ पडली तं कुनीकुनी दोनी दोनी चारी चारी मानसांची कामंबी करत्याल. बगू कसं काय जमतं त्ये. लेकरांचं काय चुकलं माकलं तर माफ करायचं. चला रं - रिंगन धरा. [ती सगळी माणसं रिंगण धरून बसतात. हा त्यांनी स्वतः तयार केलेला रंगमंच.] आन् मास्तर, ही समदी, तयारी करत्याल तंवर तुमी जरा गानंबिनं म्हनून दावा. या लोकानला आपल्या गावाची म्हायती द्यावा.

मास्तर : बरं. तुम्ही पण म्हणा रे माझ्याबरोबर.

[मास्तर हातातली ताटली डफासारखी वाजवीत गाणं म्हणतात. म्होरक्या व इतर दोघे ताल धरतात. बाकीची मंडळी नाटक करून दाखवायची तयारी करू लागतात. दिवे लावणे, कपड्यांची वाटणी करणे, सामान तयार करणे वगैरे.]

डोंगरमाथ्याला आमचा गाव
कुनी मरावं कुनी फुगावं
डोंगरतळाशी झुळझुळ वढा
गाव केवढा नखाएवढा
वस्ती सात साडेसात शेकडा

जातीपातीचा तरी बखेडा
हरेक जातीत चोर नि साव
डोंगरमाथ्याला आमचा गाव
मिशीला तूप न् अंगात जोर
शाण्णव कुळी ही मंडळी थोर
गावाचं राजं ह्ये जमीनदार
न्हाई दयामाया लई माजुर
आन् काय सांगावं -
म्हारवाड्यात गावाभाईर
पाचपन्नास मांगमहारं
ऱ्हात्यात धरून मुठीत जीव
डोंगरमाथ्याला आमचा गाव
मूठभर घरं अंगचोरटी
म्हादेव कोळ्यांची तीच वसती
हात रिकामं पोटं खपाटी
जमिनी कसती परक्यांच्यासाठी
जगत्यात घेऊन द्येवाचं नाव
डोंगरमाथ्याला आमचा गाव

[जगन्या येऊन गाणाऱ्यांना थांबवतो. जगन्या हा तिशीचा जोमदार तरुण. त्याचा डाव हात खांद्यापासून तुटलेला.]

जगन्या : (चिडलेला) काय रं, काय म्हनता रं? म्हादेव कोळी जात काय द्येवाचं नाव घिऊन जगते? आरं एऽ, काय तुझ्या दारावर भीक मागाया येतो काय रं आमी? पुन्ना नाव घ्येतलंस तर बघ कोळ्याच्या जातीचं —

गाणारे : हा जगन्या झिलू कोळी.
झिलू कोळ्याच्या मागं वंशाला
एकुलता योक ल्योक ऱ्हायला
मिलिट्रीत व्हता थितं हाताला
गोळी लागली हात तोडला
गडी माघारी परतून आला
बायकू न् तान्हं प्वार घरला

बारा गावाचं पानी प्यालेला
कुनाच्या बी आयकंना बापाला
वाकावं कुटं ह्ये त्येला ना ठावं
डोंगरमाथ्याला आमचा गाव

: २ :

[मंडळी एकत्र येतात. जगन्या भाषण देऊ लागतो.]

जगन्या : आरं, स्वातंत्र्य मिळून तीस वरसं जाली. पर या तीस वरसांत तुमच्या हातांत काय पडलं? तर ह्ये डोंगर खबदाडीतलं उंदरा-घुशीवानी जिनं. आरं कुनाच्या जमिनी कसतायसा तुमी? त्या जमीनदारांच्या. त्यांनी त्या कशा मिळवल्या? तर तुमच्या आमच्यासारख्याच कुना अडल्यापिडल्यांना नाडून. त्या जमिनीवर सालभर घाम गाळून तुम्हांस्नी काय मिळतं? तर ज्वारीचं येक पोतं न्हाईतर बाजरीची गोण. त्येबी द्येत्याल त्ये उपकार केल्यावाणी. थुत् ही काय जिंदगी हाय आपली? ह्येच्यापेक्षा आपल्या पाटलाचं कुतरं बी ज्यास्ती मस्तीत ऱ्हातं. पर तुमी असली अन्नाडी मानसं का जे व्हईल त्ये सहन करनार. आर, खबदाडीतला खेकडा बी चिरडला का नांगी मारतुया. आन् तुमी गुमान तुडवलं जानार? नाय माज्या भाईबंदांनो, एक डाव तुमीबी धडा शिकवा साल्या पाटलाला - गावच्या सरपंचाला आन् पाटलाचा जावई त्यो गावच्या कॉप्रेटिव सोसायटीचा सेक्रेटरी हाय त्येला. सगळे साले एका पार्टीचे. सगळा गाव गांडीखाली घालून बसलेत. दुकानं, गिरण्या, सोसायटी, हातमाग-च्या मायला, गावातली देवळं आन् हिरीबी ह्येंच्या बापाच्या. पर तुमचं हात बी एकदम रिकामंच हायती असं नगा समजू. तुमच्या हातांत एक हाय गड्यांनो-तुमचा मतदानाचा हक्क. येत्या विलिक्शनमधी कुनीबी नगा त्येंच्या पार्टीला मत देऊ. एक डाव करा धीर आन् उलथून टाका ह्ये भाडखाव लोकांचं राज्य. गेल्या तीस वरसांत या पार्टीवर सूर्य मावळला न्हाई. पर आता थितं अंदारत चाललंय. आता सूर्य उजाडनार हाये त्यो आपल्यावर. जमीनदारांवर न्हाई, आपल्यावर. बोला — मग कुनाला मतं द्येनार?

सगळे : आपल्या पक्षाला.

जगन्या : गावात ताठ मानेनं जगनार का न्हाई?

सगळे : जगनार.

जगन्या : भाडखाव लोकान्ला धडा शिकवनार का न्हाई?

सगळे : शिकवनार?

जगन्या : मग म्हना – आपल्या पक्षाचा –

सगळे : इजय असो.

[जगन्याचा मित्र लहानू काठीवर टांगलेला सदरा घेऊन जगन्याजवळ उभा राहतो. हे जसं जमीनदाराचं भावलं. सभा चालूच राहते. पण दुसऱ्या बाजूला पाटील, सरपंच, ग्रामसेवक, सोसायटीचा सेक्रेटरी यांचे दृश्य दिसू लागते. हे दृश्य आणि सभेचे दृश्य दोन्ही एकाच वेळी चालू राहतात. कधी या तर कधी त्या दृश्यातले संवाद ऐकू येतात.]

[पाटील, सरपंच, सोसायटीचा सेक्रेटरी, ग्रामसेवक वगैरे मंडळी गप्पा मारीत बसलेली. ग्रामसेवक व्हिस्कीचा ग्लास भरून पाटलांच्या पुढे करतो.]

ग्रामसेवक : घ्या पाटीलबुवा.

पाटील : नाही चालायचं. आपण कधीच पीत नाही.

जगन्या : (सदरा दाखवून, सभेला) हा काय पितो?

लहानू : हा आपलं रगात पितो.

पाटील : गांधीजयंतीला आम्ही स्वतःच शपथ घेतली. म्हटलं, आपण या गावाला वळण लावायचं – म्हंजे आपण सोता साफ ऱ्हायला हवं. खान्यापिन्यामंदी धरबंद हवा.

जगन्या : हा काय खातो?

लहानू : हा आपलं काळीज कुरतडून खातो.

सरपंच : पाटील कसं दारू पिनार? गाव पाटलांना देव मानतो.

जगन्या : हा कोन हाय?

लहानू : हा राकसस हाय!

ग्रामसेवक : पण मग आम्ही घ्यायची म्हंजे –

सरपंच : छे, छे, गावाला वळण लावण्याशी तुमचा संबंध काय? तुम्ही ग्रामसेवक–गावाच्या बाहेरून आलेले.

पाटील : शिवाय तुम्ही तरुण आहात. आमची तत्त्वं वेगळी. आणि आमच्यानंतरच्या पिढ्यांची वेगळी. काय जावईबापू?

सेक्रेटरी : (दचकून) अं–? हो ना.

जगन्या : मग यंदाच्या निवडणुकीत याचं काय करणार?

सगळे : याला खलास करणार!

सेक्रेटरी : आणि शिवाय साहेबांच्या वाड्यावर रोज इतक्या बाटल्या भेट म्हणून येतात. त्यांचं काय करणार?

जगन्या : मग आता याचं काय करणार?

सगळे : याला जाळून टाकनार! याला न्हाइसा करनार!

सरपंच : साहेब, इलेक्शनची काय हवा आहे?

पाटील : हॅ. इलेक्शनमधी नवीन काय? जे इतकी वर्षं जालं, तेच यंदा. आपल्या पार्टीला अमरपट्टा हाय देशात.

सेक्रेटरी : आमच्या सोसायटीतले लोक म्हणतात, का आणीबाणी आपल्याविरुद्ध जाईल.

पाटील : कोण म्हन्तं विरुद्ध जाईल? अहो, उलट हाय. मी तर म्हणतो, आणीबाणीमुळे आपला अधिकच जम बसला. विरोधी पक्ष एकदम बरबाद.

जगन्या : (घोषणा देत) झिंदाबाद, झिंदाबाद! आपला पक्ष झिंदाबाद!

पाटील : आता हे किडे वळवळताहेत. पण कितीबी केलं तरी निवडून येणार परत आपणच.

जगन्या : (घोषणा देत) झिंदाबाद, झिंदाबाद! आपला पक्ष झिंदाबाद!

ग्रामसेवक : परवा म्हणे त्या जगन्यानं सभा घेतली सगळ्या म्हादेव कोळ्यांची.

जगन्या : (घोषणा देत) आपल्या पक्षाचा - विजय असो!

पाटील : आलंय् आमच्या कानांवर. हा झिलू कोळ्याचा पोरगा हल्ली फार टिवटिव करतो हां.

ग्रामसेवक : सभेमध्ये जमीनदारांना शिव्या देत होता. म्हणे आजवर त्यांनी तुम्हांला दडपून ठेवलं - आता तुम्ही बंड करा.

जगन्या : झिंदाबाद झिंदाबाद - आपला पक्ष झिंदाबाद!

सरपंच : असे चिक्कार आले बंडवाले. करीत नाहीत झाटसुद्धा. - नुसती बडबड ऐकून घ्या.

पाटील : पण सरपंच, कधीकधी यांची बडबड वेळीच थांबवाय लागते. नायतर सगळा गाव नासवतात हे लोक.

सगळे : झिंदाबाद झिंदाबाद - आपला पक्ष झिंदाबाद!

[वरील संवाद चालू असताना जगन्या सदऱ्याला मशाल लावतो. सदरा

भुरूभुरू जळू लागतो. जळता सदरा घेऊन मंडळी घोषणा देत मिरवणूक काढतात.]

जगन्या : (घोषणा देत) जळून गेला, जळून गेला –

सगळे : जमीनदार जळून गेला!

ग्रामसेवक : सभेमध्ये, म्हणतात, जमीनदाराचं बावलं करून जाळलं.

पाटील : काय म्हणता?

ग्रामसेवक : खरं सांगतो. म्हंजे त्या जगन्याची मजल कुठवर गेलीय ते बघा.

सेक्रेटरी : जमीनदाराचं बावलं जाळायचं म्हंजे झालं काय?

पाटील : अशानं म्हणावं एक दिवस सोता जिता जाळला जाशील.

म्होरक्या : पाटलाला भलं वाटत व्हतं का आपली पार्टी अमरपट्टा घिऊन आलिया. पर विलेक्शनचा निकाल लागला, आन् जिथं थितं आमचीच पार्टी निवडून आली. आमच्या जिल्ह्यात बी त्येच जालं. आमच्या पार्टीला मतं दिल्यालं समदं म्हादेव कोळी लुई खुशीत आलं.

[सगळे एक मिरवणूक काढतात. ''आपल्या पक्षाचा विजय असो'' अशा घोषणा देत. जगन्याला लोकांनी उचलून घेतलेलं. गुलाल उधळीत, ढोलकी बडवीत, घोषणा देत, नाचत नाचत मिरवणूक जाते.]

: ३ :

[सगळे भाजीबाजार मांडून बसल्यासारखे बसतात. पाटलांची गाडी येऊन थांबल्याचा आवाज. पाटील उतरून येतात. बघत बघत चालतात. त्यांच्यासोबत पिशवी धरलेला झंप्या. पाटील भाजी विकणाऱ्या नाम्याच्या टोपलीतली भाजी झंप्याकडच्या पिशवीत टाकतात व पुढे जाऊ लागतात.]

नाम्या : साहेब, पैसं.

पाटील : (चकित होऊन) पैसे हवेत? (त्याला अधेली देतात.)

झंप्या : नाम्या, भाजीचं पैसं मागतुयास? खुद्द पाटलांकडं? काय नशा करून आला का काय तू?

नाम्या : मग काय करावं झंप्या? दीस असं आलं. फुकट जुडी द्याया परवडंना.

झंप्या : म्हून भोसडीच्या पाटलाकडनं पैका घेशील? लई माजुरी जालं रं तुम्ही अलीकडं.

नाम्या : आता भाजीचं पैसे मागितलं तर त्यात काय माजुरीपणा केला रं?
[एव्हाना त्यांच्याभोवती लोक गोळा झालेले, त्यांच्यात जगन्यादेखील.]

पाटील : पैसे मागितलेस–बरोबर केलंस. पण नाम्या, ही तुझी अक्कल नाय बरं. हे – हे आजकाल कुणीतरी शिकवलंय तुम्हां लोकांना. गावातल्या वरच्या लोकांचा पाणउतारा करायचा – त्यांना उलटून बोलायचं...

झंप्या : कोणी शिकवलंय् त्येबी ठावं हाय. – त्यो कोळ्याचा जगन्या – त्यो सबा भरिवतो आन् ह्या लोकांची डोसकी बिगडवतो.

जगन्या : (पुढे होऊन) कुनी घेतलं रं माजं नाव? ए झंप्या, पुन्ना नाव घेतलंस तर एका मुस्काटाची दोन मुस्काटं व्हतील. सांगुन ठिवतो.

पाटील : जगन्या, हितं बाजारात दादागिरी नको तुजी.

जगन्या : का वं, का नगं? तुमी भरबाजारात दादागिरी करूनच त्येची भाजी फुकटात लाटीत व्हता का न्हाई?

झंप्या : (धक्का बसून) जगन्या —

पाटील : जगन्या, कुनाला काय बोलतोयस् काय समजतं का?

जगन्या : आरं थुत् तिच्या — (थुंकतो) असलं मशालजी रग्गड पाह्यल्यात – आपुन नाय कुनाची पर्वा करीत.

पाटील : अस्सं? पर्वा नाही करीत? इन्शुरन उतरवून ठेवला म्हणायचा.

झंप्या : बगा तरी. हातमोडकं ते हातमोडकं आन् रुबाब बगा केवढा.

जगन्या : ए, मला हातमोडकं म्हनतूस? तुला काय जीव नकोसा झाला का काय रं सुक्काळिच्या?

पाटील : हां–शिव्या द्यायचं काम नाय जगन्या. तुझे सगळे उद्योग आम्हांला ठाऊक झालेत. सभा घ्यायच्या न् आमच्याबद्दल, सरपंचांबद्दल, आपल्या सोसायटीबद्दल — सगळ्या सगळ्यांबद्दल पब्लिकच्या डोक्यात विष भरवायचं हे तुझं काम!

झंप्या : त्येला वाटतं का आपुन मिलिस्टर व्हनार हाये!

पाटील : कधीपासून म्हणतो तुला एकदा सांगून ठेवावं. गावातली म्हादेव कोळी, चांभार, म्हार, मांग – ही सगळी माणसं अडाणी खरी – पण ती आजवर आमचं सांगनं मानत आली. आम्ही पण त्यांच्यावर लेकरावाणी माया केली. कुठल्याच जातीचा आम्हांला दुस्वास नाही. आपण जातिभेद मानत नाही. सगळी एकाच देवाची लेकरं म्हणतो. पण तुज्यावाणी आगाव लोक या अडाणी जन्तेला आमच्या विरुद्ध

चिथावतात, आन् हितं नसलेले भेद तयार करतात.

जगन्या : पाटील – ह्ये तुमचं गांधी जयंतीचं भाशान ऱ्हाऊ द्या तुमच्यापाशी. असल्या गोड बोलन्यानंच आजवर या भुकेल्या लोकांची पोटं भरीत आलायसा तुमी.

पाटील : जगन – पुन्हा सांगतो. आमचा स्वभाव पयल्यापासून थंड – विनाकारणी चिडाचीड आपल्याला आवडत नाही. पण तू उगाच आम्हांला भडकवायला बघतोयूस. अरे, तुझ्यावरदेखील एवढा असल्यापासून माया केलीय् आम्ही. आज झिलू असता तर त्यानं सांगितलं असतं तुला. गेला बिचारा. पण झिलूलादेखील काय कमी मदत नाय केली आम्ही. तू मिलिट्रीत गेलास तेव्हा आम्हांला केवढा अभिमान वाटला. आमच्या गावच्या कोळ्याचा मुलगा जवान हाय, असं आम्ही मुंबईपर्यंत सगळ्यांना सांगितलं – आजदेखील आम्ही आमच्या जावयांना सांगून तुला सोसायटीत वॉचमनची नोकरी –

जगन्या : (चिडून) मुततो मी तुमच्या वॉचमनच्या नोकरीवर. तुम्हांस्नी काय वाटलं, असला गूळ दाखिवला म्हंजी मी चूप बसेन? मी वॉचमन हाये त्यो गावाचा, सोसायटीचा न्हाई. उलटं सोसायटी गावाला कशी लुबाडते ह्येच दावनार हाये मी समद्यांना. खूप मजा मारलीत पयल्या राजवटीत. आता लोकाचं राज्य हाय. लोकान्ला न्याव व्हायाच पायजे. एकेकाची लबाडी जन्तेच्या चव्हाट्यावर यायलाच पायजे.

पाटील : (मोठमोठ्याने हसत) खुळा हायेस जगन्या तू... अगदी साफ खुळा! अरे, इलेक्शननं का कुठं कधी गाव बदलतो? राज्य लोकांचं असो का आणखी कुनाचं, गाव चालायचा तसाच चालणार.

जगन्या : बगतो ना आता गाव कसा चालतो ते.

पाटील : अरे, तू काय बघणार? लहान आहेस बेट्या तू – आत्ता अंड्यातनं बाहेर पडतोयूस. अजून तरी शहाणा बन आणि हे असले गाव पेटवायचे उद्योग सोडून दे. ध्यानात ठेव. गावगाड्याच्या चाकावर मच्छरं बसली तरी गाडा थांबत नाही. उलट मच्छरंच चिरडून जातात.

[पाटील जातात. त्यांच्याबरोबर झंप्या. ते गेले त्या दिशेकडे पाहत जगन उभा. तोंडातल्या तोंडात शिव्या पुटपुटत. मोटारचा हॉर्न वाजतो. ती सुरू झाल्याचा आवाज. लोक जगनभोवती जमतात.]

नाम्या : धर ही अघेली. जल्मात पयल्यांदाच पाटलाकडं भाजीचं पैसं मागितलं आन् इक्ता राडा जाला. तू सांगितलंस म्हून पैसं घ्येतलं, नायतर आजवर कंदी असं जालं न्हवतं.

जगन्या : तुमाला अन्नाड्यांनो ह्येच समजत न्हाई. सवाल अधेलीचा नाय बाबांनो, तुमच्या जिंदगीचा हाय. त्या मानसानं तुम्हांस्नी इकत घेतलंया – आन् तुमी झालाय्सा गुलाम. तुमी सुकत चाललाय्सा आन् तुमचं रगात पिऊन त्यो तट्ट फुगतोय जळूवाणी.

गर्दीतला एकजण : आता कशाला तोंडची वाफ दवडतुयास? मगा पाटलानं लेक्चर दिलं त्ये कसं गुमान ऐकूनशान घ्येतलं?

दुसरा : अरं काय बी जालं तरी पाटील त्यो पाटील. त्यो उज्जू पाईंटशीर बोलनार.

तिसरा : खरं हाय बाबा. पाटील लई थोर मानूस.

चौथा : वागणं बी अक्षी गांधीबाबावाणी. जातपात मानत न्हाई म्हनतो.

पहिला : आन् ह्येच्या नादानं आपुन त्येला वाईट वंगाळ म्हंतो.

जगन्या : (भयंकर पेटून) जा – जा सोताला घासा त्येच्या पायावर. आन् जा झिजून झिजून त्येच्या जोड्याखालच्या धुळीत मिळून. गांडू साले – मुतरे. तुमीच साल्यांनो हिजडे निपजलात तर त्यो नाय माजून ऱ्हानार? त्यो पाटील तुमचा वैरी न्हाई — ह्यो — ह्यो गांडूपनाच तुमचा वैरी हाय. (जाऊ लागतो. मग आठवण होऊन वळतो. नाम्याला) ही धर तुजी अधेली – (अधेली त्याच्या अंगावर फेकतो) आन् परत कर पाटलाला – म्होरल्या टायमाला त्येचं पाय चाटाया वाड्यावर जाशील तवा. (जातो.)

: ४ :

[सगळे रिंगणात जाऊन बसतात. म्होरक्या पुढं होतो.]

म्होरक्या : जन्तेचं असो का आनिक कुनाचं. पर गावात राज्य व्हतं अजून गावगुंडांचंच. शिरीमंत जमीनदार दिसन्‌दीस माजत व्हतं. पर गरिबगुरिबांना मातुर रस्त्यातनं एकलंदुकलं चालायचं म्हंजी बी धोक्याचं जालं व्हतं. (जातो.)

[एक दहा–बारा वर्षांची मुलगी वाटेवरून चालत येते. तिच्यामागून एकजण येऊ लागतो. ती घाबरते. दुसरा एकजण समोरून येतो. तिच्याशी

गलिच्छपणे हसतो, ती अधिकच घाबरून पळू लागते. एवढ्यात समोरूनच येणाऱ्या तिसऱ्या माणसावर ती आपटते. तो तिला धरून ठेवतो. ती ओरडू लागते. दुसरा तिचे तोंड दाबून धरतो. ती सुटकेचा प्रयत्न करते. तिघेही तिला उचलतात. ती लाथा झाडते. ते अधिकच पेटल्यासारखे हसत राहतात. तिला आत घेऊन जातात. दोनचार क्षणांतच तिचा परकर, पोलकं, चड्डी बाहेर टाकली जातात. तिघांचं हसणं, अर्वाच्च बडबड ऐकू येत राहते. हे चालू असताना तिघेचौघे गावकरी पुढे येतात. पलीकडे चालू असलेल्या प्रकाराकडे सुरक्षित अंतरावरून पाहत राहतात. आतून भेदरलेले.]

गावकरी : (आपापसांत बोलत) ती बसंती, संतूबाई चांभारणीची पोरगी. आन् ते तिघेजण. एक पाटलाचा पुतण्या. आन् दुसरा त्येचा मित्र. शेरातनं हितं मजा कराय आलेला. आन् त्यो-त्यो तिसरा मिशीवाला - त्यो सरपंचाचा पोरगाच. म्हंजी तिगंबी तालेवारांची प्वारं. पर यांचं धंदं बगाल, तर लई हलकटपनाचं - तिगंबी एक नंबरची बेशरम. शेतामंदी दडून ऱ्हात्याल - आन् सापडंल त्या बाईला धरत्याल. मग ती कशीबी असू द्या. कुनीबी असू द्या. मोळ्यावाली असू द्या का मास्तरीण. ल्हान ल्हान कोवळ्या न्हाण बी न आलेल्या पोरींची तर रांडेच्यांना लई चटक. असली ही इपरीत मानसं — पर ह्यांच्याफुडं बोलंल कोन? कुनी तक्रार केली तर त्येचं घर आन् त्येचा कुटुंबकबिला पार मानसांतनं नाय उठनार?

[लांबून एक किंकाळी ऐकू येते; मग सारं शांत होतं. मुलगी बहुधा आटपली, याचा अंदाज येतो. पण कोणी पुढे होत नाही. अधिकच घाबरून चौघे चार दिशांना गुपचूप निघून जातात. पहिल्या तिघांपैकी एकजण बाहेर येतो. भलताच टरकलेला. दबकत त्याच्यामागून दुसरे दोघेही येतात. एकमेकांची नजर टाळू लागतात. मग हळूहळू खालच्या आवाजात बोलू लागतात. तिघेही घाबरलेले. पण त्यातल्या त्यात दोन नंबरचा - म्हणजे शहरी मित्र अधिकच घाबरून गेलेला.]

मित्र : खरंच मेली असेल काय रे?

पुतण्या : काय म्हाईत? पण अंग थंड लागलं खरं.

मित्र : अगदी अचानक मान टाकली.

मुलगा : तरी सांगत असतो मी का लई कोवळ्या पोरी नकोत. तर म्हणतो मजा येते. आता मजा पडली का भायेर? कधीतरी असं होणारच होतं.

मित्र : पण आता करायचं काय?

पुतण्या : काय नाही. सूममध्ये घरी जायचं.

मित्र : अन् कुणी बघितलं असलं मग?

पुतण्या : काय नाय होत. तू टरकू नको खालीपिली.

मित्र : परत जाऊन बघूया का? एखाद वेळी जिवंत असेल.

मुलगा : काय वेडा झाला का? आता तिकडं जायचंच नाही. सरळ घरी चला. नायतर तालुक्याला येताय्? पिक्चर टाकूया सांजचं.

पुतण्या : नको. घरीच जाऊया.

मित्र : मला भीती वाटते रे. गावभर बोंब होईल.

पुतण्या : झाली तर झाली. काका निपटवतील सगळं. घरात चार शिस्या खाव्या लागतील एवढंच.

मुलगा : तुम्ही दोघं कुठं बोलू नका. म्हंजे काय नाय कुणाला कळत.

पुतण्या : मी म्हणतो — कळलं. गाव काय आमचं झाट वाकडं करणार नाय. अधिक तर संतूला धापाच रुपय दिले म्हंजे ती बी खूष.

मित्र : ते खरं. पण ती मुलगी मेली म्हणून जरा वाटतं रे...

पुतण्या : आयला मेली तर मेली. तिचा वेळ भरला - मरून गेली. (सरपंचाच्या मुलाला) काय?

मुलगा : तुमचा शेरातला नाजूकपणा हितं चालायचा नाय मिस्टर. हे खेडं हाये. हितं येवढ्यातेवढ्याचं वाटून घिऊन कसं चालेल?

पुतण्या : त्यातनं ती व्हती चांभाराची पोरगी. तिचं काय येवढं?

[तिघे जातात. आतून एकदम गडबड. दोघंतिघं बसंतीचा पांढऱ्या चादरीनं झाकलेला देह घेऊन बाहेर येतात. दुसऱ्या बाजूनं संतूबाई येऊन डोकं आपटून रडते. ओरडते. दोनतीन पोलीस येतात, आणि प्रेताचा पंचनामा करतात. म्होरक्या पुढे होतो.]

: ५ :

म्होरक्या : पोलीस पंचनामा करत्यात. लोक कुजबूज करत्यात. पर कायबी व्हत न्हाई. पोरगी गेली तिचा परान तर परत येत न्हाईच, पर कुनाला सादी अटकसुदिक व्हत न्हाई. गावात ह्ये सदाचंच झालंया. लोक आपसांत कितीबी बोलू द्यात, पर उघडपणी पाटलाच्या पुतण्याचं नाव घ्यायची हाये कुनाची शामत? लोक काय निसते कुजबुजत ऱ्हात्यात.

कुजबुजतच ऱ्हात्यात. (जातो.)

[रिंगणात बसलेली मंडळी एखादा मंत्र म्हणावा तसे पुढील ओळी म्हणत राहतात. पुढील संपूर्ण दृश्यभर त्यांचे हे पुटपुटणे चालूच राहते.]

मंडळी : चांभाराच्या पोरीवर रेप जाला
चांभाराच्या पोरीचा परान ग्येला - १
परान घेतला त्यो सरपंचाच्या पोरान्
सरपंचाच्या पोरान् आन् पाटलाच्या पुतण्यान् - २
पाटलाच्या पुतण्यान् खून क्येला
पाटलाच्या पुतण्यान् खून क्येला - ३
खुनाची चौकशी व्हाया होवी
पुतन्याला फाशी व्हाया होवी - ४

[पाटील येरझारा घालीत बोलत आहेत. पुढ्यात त्यांचा पुतण्या मान खाली घालून बसलेला.]

पाटील : काय, आम्ही ऐकतोय ते खरं हाये ना? गावात लोक कुजबुजतात — ते खरं हाय का नाही? बोला - आता का नाही बोलत? (ओरडून) खरं हाय ना?

पुतण्या : खरं हाय.

पाटील : मग आता बोलायला कशाला लाजताय्? करताना लाज नाय वाटली? तेव्हा आम्हांला विचारायला आला नाहीत. नाही ना? मग आता कशाला विचारताय् काय करू म्हणून? सवयच पडलेली - तुम्ही करायचं आन् आम्ही निस्तरायचं. शी शी शी शी! अरे काय रे हे? तुम्हांला अगदीच राहवलं नाही तर गुलाल आळीत रांडा नव्हत्या पडल्या? काय मजा आली त्या पाजव्याएवढ्या पोरीचा जीव घेताना? भलतीकडे उडता - तुम्हांला साल्यांनो बैलासारखं ठेचून टाकायला हवं. आता जा - मरा - केलीत ना मजा? मग जा फौजदाराकडं — कबूल करून टाका गुन्हा — आणि जा फासावर.

पुतण्या : नको काका - मी तुमचे पाय धरतो. सांगाल ते ऐकतो. पण मला यातून सोडवा.

पाटील : पुरे. नाटकं नकोत पश्चात्तापाची. आम्हांला ठाऊकेय्, तुम्हांला बिलकूल पश्चात्ताप झालेला नाही. कणभर बी वाईट वाटलेलं नाही. नुसती घाई झालीय् - यातनं सुटायची. म्हणून रडून दाखवताय्. कशाला? काय

गरज नाही. माहीत हाय तुम्हांला, तुमच्यासाठी नाही, आम्ही आमच्याच अब्रूसाठी सगळी खटपट करणार. तुम्ही सुटून जाल यातनं – पण आम्ही केवढ्या संकटात येऊ ते माहीत हाय?

पुतण्या : तुम्ही?

पाटील : हो हो – आम्ही. आमची वाट लावलीत पुरती. तो जगन्या – त्याला एवढंच निमित्त पुरे. आता करतो का नाही बघा तो बोंबलायला सुरुवात. आणि एकदा का तो बोंबलाय लागला म्हंजे आवरताना पुरेवाट. जड जाणार हाय भलतंच. काका यातून सोडवा, म्हंतो. मेला तुझा काका. या सगळ्यातनं अब्रूनिशी सुटलो म्हंजे नशीब! पण सुटायचं म्हंजे तोंड बंद ठेवावं लागेल – त्या म्हशासुराचं

पुतण्या : चिकार पैसा लागेल?

पाटील : पैसा? पैसा देऊन तोंड बंद करायचं काम नाही जगन्या म्हंजे.

पुतण्या: मग –?

पाटील : वेगळंच कायतरी कराया लागेल. ते करायचं नाही म्हणत होतो इतके दिवस. पण आता – भडव्या, भलताच प्रसंग आणलास, आता ते टळत नाही. ते करायलाच लागेल. काय वाटेल ते करून जगन्याचं बोंबलणं बंद ठेवायलाच लागेल.

: ६ :

[मंडळी एकत्र होतात. ''खुनाची चौकशी व्हाया हवी– पुतन्याला फाशी व्हाया हवी.'' असे तारस्वरात म्हणत राहतात. जगन्या पुढाकार घेतो. आणि त्यांतल्या काहींना घेऊन पोलीस ठाण्यावर येतो. तिथं फौजदार बसलेला. हवालदार उभा. जगन्या मोठमोठ्याने बोंबाबोंब करीत येतो. त्याच्या मागोमाग लहानू आणि आणखी एकदोघे.]

जगन्या : काय वं फौजदार–काय चालवलं काय? आं? चौकशी चालवली का धईकाला?

फौजदार : काय झालं जगन्या? गडबड काय आहे?

जगन्या : वर आम्हांलाच इच्यारतायसा. भर दिवसा लिंबोळ्याच्या शेतात पोरीवर रेप व्हतो, तिचा परान जातो न् तुमी समदे स्वस्थ? का चांभाराच्या पोरीचा जीव म्हंजे भुईमुगाच्या शेंगा वाटल्या, का कुनीबी यावं न् ओरबाडाव्यात्?

फौजदार : कायतरी बडबडू नकोस जगन्या. आम्ही काय स्वस्थ बसलेलो नाय. रात्रंदिवस हालचाली चालू हायेत. पण गुन्हेगार काय असा लगेच सापडतो?

जगन्या : लगी कशापायी? सबंध जल्मात न्हाई सापडणार.

लहानू : हां तर काय? तुमीच दडवून ठिवायचा म्हनला म्हंजी कसा काय सापडायचा तो?

फौजदार : लहानू, जगन्या - भलभलते आरोप करू नका हां - सांगून ठेवतोय. पोलीसठाण्यावर आहात. तोंड सांभाळून बोला.

जगन्या : काय करशीला वं? खरं बोलाया कुनाच्या बापाची चोरी हाय?

फौजदार : जगन्या, बघ. पोलीस खात्याची बदनामी करतोय्स. अशानं तुरुंगात जाशील.

जगन्या : आम्हांला घालशाल तुमी तुरुंगात. खरं बोलतो म्हून. पर खून करून मोकळं फिरनारी मानसं नाय दिसायची तुमच्या डोळ्यान्‌ला. सारा गाव बोलतो हाय हजार तोंडांनी - पर त्ये तुमच्या कानांवर नाय यायचं. तुमी घाला त्या खुनी अवलादीला पाठीशी. पर ह्येचा परिणाम चांगला न्हाई व्हनार - ध्येनात ठेवा. आजपासून धा दिसाच्या आत खुनी लाकपमधी न्हाई ग्येला, तर समदं कोळी न् समदी चांभारं पोलीसठान्यावर धरनं धरून बसत्याल - खुनाची चौकशी झालीच पायजे म्हून. आन् तित्कं करूनबी काय जालं न्हाई तर समदी तालुक्याला जात्याल - ह्येबी आताच सांगून ठिवतो. समजलं?

फौजदार : जगन्या, आवाज कमी कर. हे पोलीसठाणं हाये.

जगन्या : हां हां ठाव हाय - पोलीसठाणं हाय त्ये. पर पोलिसची कापडं घालून मुडदं बसल्याती हितं. त्येस्नी जागं कराया बोंबच हवी ठोकाया. बगा निगतो का न्हाई भाईर एकेकाचा मुर्दाडपणा?

फौजदार : आता चूप बसतोस का -

जगन्या : न्हाई चूप बसणार. चांभाराच्या पोरीचा खून केल्यालं बेनं फासावर लटकलं का मगच चूप बसंन मी. तोवर बोंब ठोकून सांगंन समद्या गावाला का ही पोलिसं न्हाईत, साथीदार हायती खुनी मानसाचं. ध्येनात ठेवा - आजपासून बरुबर धा दिसाच्या आत -

[लहानू आणि इतर, जगन्याला चुचकारून नेतात. तो जाईपर्यंत दम देतच राहतो.]

फौजदार : (हवालदाराला) आयला या जगन्याचं डोकं फिरलंबिरलं का काय?

हवालदार : तसंच वाटतंया खरं. (जातो.)

[फौजदार वळतो. तो समारून एकजण येतो. खुनी पकडले का, याची चौकशी करतो. त्याचे कसेबसे समाधान करून हवालदार वळतो, तो समोरून आणखी तिघे येतात. तीच चौकशी करतात. त्यांच्यापासून फौजदार सुटका करून घेतो, तोवर आणखी काहीजण त्याला गाठतात. साऱ्यांना तोंड देता देता फौजदाराला जीव नकोसा होतो. तो पिसाळतो. पाटलाच्या वाड्याशी येतो.]

: ७ :

[पाटील बसलेला. एक लहान मुलगा त्याचं अंग रगडतोय. शेजारी सरपंच. एकटाच व्हिस्की पीत बसलेला. फौजदार येतो. आल्याआल्या दार लोटून घेऊ लागतो.]

पाटील : (हसत) ऱ्हाऊ द्या दार उघडं. कोणी नाही तुम्हांला पाहात आणि पाह्यलं तर पाह्यलं. काय सरपंच?

सरपंच : (मान डोलावतो. मग ग्लास भरत फौजदाराला) घ्या.

फौजदार : नको. जरा घाई आहे.

पाटील : घ्या हो. एक डाव प्यायला बसलात का कशाची घाई ऱ्हानार नाही.

सरपंच : उत्तम माल हाये. स्काच हाय.

पाटील : घ्या हो - फुकट आहे. दारू फुकट मिळाली की कधीच नाय म्हणायचं नसतं. काय सरपंच?

सरपंच : आं-? हो ना.

फौजदार : आता तुम्ही म्हणताच तर - (सरपंचाकडून ग्लास घेतो.) थोडं कामाचं बोलायचं होतं.

[पाटील अंग रगडणाऱ्या मुलाला घालवतात.]

पाटील : बोला. स्वस्थपणे बोला.

फौजदार : जगन्या आला होता पोलीसठाण्यावर. बरोबर माणसं घेऊन. (पाटलांच्या कपाळाला आठ्या पडतात) चिक्कार बोंबाबोंब करीत होता. आन् त्या दिवसापास्नं जो तो विचारीत सुटलाय्.

सरपंच : कशाबद्दल?

फौजदार : ती संतू चांभारणीची पोर मेली, त्याबद्दल.

सरपंच : बाऽपरे. ऐकलंत पाटील?

पाटील : ऐकतोय्.

फौजदार : दहा दिवसांच्या आत खुनी सापडला नाही तर पोलीसठाण्यावर धरणं धरणार हायेत.

[सरपंच घाबरून उभा. पाटील त्याला खाली बसायची खूण करतात. हातानेच ग्लास दाखवतात. सरपंच गटागट पितो.]

एवढ्यानं भागलं नाही तर तालुक्याला जाणार हायेत.

पाटील : साल्याचे दिवस भरत आलेत.

फौजदार : असल्या माणसांपायी लोकांच्या डोळ्यांत येतं. लोक म्हणतात पोलीस काम नाही करीत. गुन्हेगारांना दडवतात.

पाटील : काय सरपंच, तुम्हांला काय वाटतं?

सरपंच : मी - मला - माझा तुमच्यावरच सगळा भरोसा हाये साहेब. तुम्ही हे सहज निभावून न्याल. शंभर टक्के खात्री हाय माझी. खरं पाह्यलं तर - भलत्या माणसाशी टक्कर देतोय् तो जगन्या. तुम्ही केवढे - तो केवढा?

पाटील : किटाळ लहानच असतंय, सरपंच, पण भडका उडाय वेळ लागत नाही. म्हून ते वेळीच विझवाय पडतं.

[पाटील पलीकडे पाहतात. तिकडे एक काळाकभिन्न धिप्पाड माणूस उभा. तो सावकाश पाटलांच्या जवळ येऊ लागतो.

पाटील दुसऱ्या कोपऱ्यात पाहतात. तिकडून एक काळाकभिन्न माणूस पुढे सरकू लागतो. हे दोघेही पुढे येताना स्वत:शी गुणगुणल्यासारखा आवाज करतात. आता सगळीकडून एकेक करून अशीच काळीकभिन्न माणसे जमा होतात. सर्वांचं मिळून गुणगुणणं वाढलेलं. वातावरण हळूहळू भीतिप्रद होऊ लागलेलं.

पहिले दोघे येताच फौजदार उठून उभे राहिलेले. पाटील किंचित स्मित करतात. फौजदार ग्लास पटकन् रिकामा करतात आणि गडबडीत निघून जातात.

आणखी दोघे येताच सरपंचही उठून जातात. शेवटी फक्त पाटील आणि ते काळे लोक एवढेच शिल्लक उरतात. काळ्या सावल्यांसारखे ते

पाटलांभोवती उभे राहतात. पाटील त्यांना खुणेनंच बसायला सांगतात. ते जमिनीवर बसतात. पाटील उठून उभे. कुठूनशी पाटील एक देशी दारूची बाटली काढतात आणि त्या माणसांना देतात. ते एकामागून एक बाटली तोंडाला लावून घोट घेतात. त्यांचं गुणगुणणं वाढतं.]

: ८ :

[दिवली लावून सावित्री पोराला पाजीत बसलेली. बाजूला जगन्या विडी ओढीत बसलेला.]

सावित्री : झोपा आता. लई रात जाली.

जगन्या : हूं.

सावित्री : कसला यवढा इच्यार करतायसा?

जगन्या : कसला न्हाई. तू नीज.

सावित्री : तुमी असं इच्चार करीत बसावं — मग मला नीज यील का एकलीला?

जगन्या : परवापर्यंत फौजदारानं काय तरी हालचाल कराया होवी — नायतर धरनं धराया लागनार. समदी कोळी न् चांभारं तयार हायती.

सावित्री : मग फौजदार करील त्येची काळजी. तुमी कशापायी करताय डोकशाचं खोबरं?

जगन्या : तुला ठावं न्हाय सावित्रे. फौजदार हाय पाटलाचा बांधल्याला मानूस. तो काय पाटलाच्या पुतन्याला लाकपमधी टाकनार हाये?

सावित्री : म्हंजी पाटलाच्या पुतन्याचंच ह्ये काम, याची खात्री हाय?

जगन्या : खात्री म्हंजी — परत्यक्ष पाह्यल्यालं हाय. लिंबोळ्याच्या शेतापल्याडल्या गायरानात कुबडी बायजा गाय घेऊन गेली व्हती. तिनं पाह्यलं तिगांना पोरीला शेतात वढताना.

सावित्री : कुबडीनं बगून फायदा काय? ती काय साक्ष देनार हाय व्हय?

जगन्या : ह्येच तर. समदे घाबरत्यात बोलाया. गाडीरस्त्याला देशमुख बसला व्हता सायकल पंक्चर झाली म्हून. त्येनं बी पाह्यलं या तिगांना. पर तो कशाला बोलंल? तो तर त्येंचा जातवाला. खाजगीत बोलतो. पर कोरटात घेतला म्हंजे कुलूप लावून बसंल तोंडाला. अगं लोकांचं न्हाऊंदे. सोता पोरीच्या आयेचं लक्षण धड न्हाई.

सावित्री : संतूबाईचं?

जगन्या : तर-! कुनी म्हंत्यात, पाटील तिला जमिनीचा तुकडा दिऊन प्रकर्ण मिटवून टाकनार. पर म्यां सांगून ठिवलंय तिला. म्हनलं याद राख जमिनीच्या तुकड्याला लाचावली तर. समदी चांभारं वाळीत टाकत्याल.

सावित्री : मग काय म्हनली?

जगन्या : गप बसली न काय. पर तिचा काय भरोसा नाय! म्हंते पोर ग्येली. ती आता परत येत न्हाई, मग जमीन तर जमीन. अग, भेते पाटलाला - दुसरं काय? गांडुळावाणी जीव ह्ये. उगा दोन हात, दोन पाय, म्हून मानूस म्हनायचं जालं.

सावित्री : पर पोरीची आयेच जितं तक्रार करंना, थितं तुमी कशापायी जीव खालीवर करता?

जगन्या : तू काय मला बी त्यांच्यावानी गांडुळ समजलीस? अग, निस्ती चांभारीण गप न्हायली म्हून काय जालं? गावात खून पडला ह्ये तर खरं ना? मंग आमी मर्दानी त्यो बगत बसावं? आन् उद्या आणिक चार खून पडलं - म्हंजी मग? गप गप किती न्हावं? सावित्रे, अगं, ग्येलं मानूस जातं. पर जित्या मानसाला त्येच्या मरनाची काय चाड हवी का नगं?

सावित्री : तसं न्हाई. पर मला भ्या वाटतं.

जगन्या : बास का? माज्यासारख्या वाघाची तू बायकू - आन् तुला भ्या वाटतं? अगं, ह्यो आपला बाळा बी हासंल तुला. काय बाळा, हसू आलं का न्हाई आय काय बाय बोलती त्येचं?

[गुणगुण वाढते. बाटली रिकामी झालेली. पाटील पैसे ठरवतात.मग एक नोटांचा जुडगा देतात. ते त्यांच्या पायाला हात लावून शपथा घेतात. एकमेकांच्या शपथा घेतात. हळूहळू निघून जातात. ते जाईपर्यंत पाटील त्यांच्याकडे पाहत राहतात.]

सावित्री : तुमी काय बी म्हना. पर उगा पाटलाशी वैर करतायसा. गावच्या राजाशी भांडान काढून गावात कसं न्हानार?

जगन्या : काय व्हईल हून हून? पाटील माज्यावर मारेकरी घालील. घालू द्या. जिवाला कोन भेतो? सावित्री, अग लडाईवर व्हतो तवा मरान निसतं चारी आंगांनी हुंदडत असायचं. शेजारचा मानूस खलास जाला, तर पापणी न हालवता आपुन फुडं व्हायचं. अशी थितली शिस्त... शपथ सांगतो तुला, लई मजा यायची थितं. वाटायचं,जिंदगी किती सोपी हाय. भांडन न्हाई, तंडन न्हाई, रडनं न्हाई, रुसनं न्हाई. निस्तं लडत न्हायाचं

आन् पाळी आली का गपकन् मरून जायाचं. शेवटी एक डाव पाळी आलीच. मातुर गोळी छातीत घुसायची ती हातात घुसली आन् त्या मर्दांच्या दुनियेतनं या गांडुळांच्या गावात यिउन पडलो. पर हात ग्येला तरी लडाईची आदत न्हाई गेली. आपली लडाई हितं बी चालू ऱ्हायची आन् तू म्हंतेस लडाईतनं पळून जा? पाटलाला भिऊन? श्येनीच हायस. अगं माजं तर सोडच, तर मी या लडाईत मेलो, तर तू बी ती फुडं चालू ठेवाया होवी.

सावित्री : (त्याच्या तोंडावर हात ठेवीत) पुरे. रातीच्या टायमाला भलतं सलतं न्हाई बोलू.

जगन्या : भलतं न्हाई सावित्री, खरंच सांगतू. पाटलानं मला दगलबाजीनं मारलं, तर तू त्येला जाब इच्याराया होवा.

सावित्री : (कळवळून) नगा ना आसं बोलू. तुमाला बाळाची शपथ हाय.

जगन्या : नगं कसं? तुज्या ध्येनात याया होवं. अग अन्यावानं गेलेलं मानूस समद्या जगाकडं दाद मागतं. त्येला दाद द्येत्यात त्ये जितं, न्हाई देत त्ये मुडदं. अग, आपुन जिती मानसं. त्या मेल्या जिवाचं काई देणं लागतो का न्हाई? (ती नकळत मान डोलावते.) आता समजलं मी चांभाराच्या पोरीपायी का लडतुया त्ये? ती गेली तिच्यासाठी मी लडतुया – आन् उद्या मी मेलो तर माज्यासाठी तू लड, सावित्रे बोल – लडशील ना?
[ती एकदम त्याचे दोन्ही हात आपल्या हातांत घेते.]

: ९ :

[काळोखात अचानक बॅटरीचा उजेड. कोणीतरी बॅटरी हलवीत आहे. गुणगुण ऐकू येते. दुसऱ्या कोपऱ्यातून इशाऱ्याला उत्तर यावे, तशी बॅटरी हलते. एक काठीवाला माणूस येतो. दुसऱ्या काठीवाल्याला जाऊन भेटतो. दुसरीकडून आणखी दोघे. एकमेकांना भेटत भेटत ते एकत्र येतात, आणि मुकाट्याने चालू लागतात. दोघांच्या हातात कुऱ्हाडी आहेत. ते जगन्याच्या घराशी येऊन पोचलेले. एकजण एकदम ओरडतो –]

एकजण : दार काढा – दार –

सावित्री : (खाडदिशी उठून बसते.) अवं –

आणखी एकदोघे : दार काढा – दार काढा –

[सावित्री जगन्याला हलवून उठवते. दिवा लावते. दारावर धक्के.]

जगन्या : (आतून ओरडतो) कोन हाय रं?

दोघे-तिघे : (बाहेरून) दार काढ - कोळ्या भाईर ये -

जगन्या : न्हाई येत. वापस जा.

[ते लोक दार फोडू लागतात. आत सावित्री भयंकर घाबरलेली. जगन्या तिला धीर देतो. स्वत: एक कोयती उचलतो. एवढ्यात दार मोडून पडतं. मंडळी आत घुसतात. सावित्री किंचाळते. मूल जागं होऊन रडायला लागतं. ते पायाखाली तुडवलं जाईल, म्हणून सावित्री त्याला उचलून घेते.

जगन्या कोयती उगारून पुढे होतो. एकाला दुखापत होते. एवढ्यात दुसरा पाठीमागून त्याच्यावर कुऱ्हाडीचा घाव घालतो. जगन्या खाली पडतो. ते त्याला काठ्यांनी मारू लागतात. तो बेशुद्ध होतो. तरी ते मारीतच राहतात.]

सावित्री : (ओरडत) आरं त्येनला मारू नगा रं - पाया पडते तुमच्या - त्येनला मारू नगाऽ

[मध्ये पडण्याचा प्रयत्न करते. ते तिला बाजूला करतात. ती त्यांचे पाय धरते. एकजण तिला लाथेने बाजूला करतो.

बेशुद्ध जगन्याला गुंड दोरीने बांधतात, आणि फरफटत नेऊ लागतात. सावित्री आक्रोश करीत, डोके आपटीत त्यांच्यामागून जाऊ लागते. एकजण तिला धरतो, आणि ओढीत ओढीत दुसरीकडे नेतो. जगन्याला फरफटत घेऊन जातात. भ्यालेले कोळी एकत्र जमतात. आपापसांत दबल्या आवाजात कुजबुजत राहतात. म्होरक्या पुढे होतो.]

म्होरक्या : समदे बगत व्हते - पर कुऱ्हाडवाल्यांच्या समोर जायचा धीर कुनाला व्हतुया? ज्या म्हादेव कोळ्यांपायी जगन्या झगड झगड झगडायचा, त्येबी घाबरून चूप बसलं. कर्माला हात लावून खेकड्यावानी बिळात दडून ऱ्हायलं. गुंडांनी जगन्याला मारुतीच्या देवळाशी नेलं. तिथं ऱ्हायलेला खेळ पार पाडला. मारुतीच्या देवळात भजन चाललं व्हतं.

[जातो. मंडळी येऊन भजन करीत बसतात.]

[दोघे-तिघे जगन्याला फरफटत घेऊन येतात.]

एकजण : चलो - जल्दी खतम करो.

दुसरा : साल्याचे हातपाय सुटेसुटे करा. मुंडकं बी उडवा. लई माज आला व्हता भडव्याला.

[कुऱ्हाडी चालवल्या जातात. एकदम आत ज्वाळांचा उजेड दिसतो. एक माणूस धावत येतो.]

माणूस : चिता पेटवली. टाकायचा ना चितेवर?

एकजण : जाळायचा म्हन्तोस? पण तडफडतोय अजून. मेला नाही पुरता. शरीराचं पाच तुकडं केलं तरी अजून जितं हाय भडवं.

दुसरा : असा तसा आटपायचा नाय. चितंमधी टाक. म्हंजे लगी जाईल जळून. हाय काय न् नाय काय?

तिसरा : (बाजूला पडलेला त्याचा हात उचलून) एकच हात साल्याचा. दुसरा गमावलाय् आधीच. हा धर. ठेव हाबी चितेवर.

[भजन करणारी मंडळी या प्रकाराकडे पाहत राहतात. न पाहिल्यासारखे करतात. न राहवून पुन: पुन्हा पाहतात. भजनात दंग असल्याचे ढोंग करतात. गुंड जगन्याचे तुकडे लाथांनी उडवीत नेतात. भजनी मंडळी उठून उभी राहतात. जिथे तो प्रकार घडला त्या जागेकडे पाहत पाहत भजन करीतच निघून जातात.]

: १० :

[भजनामध्येच सावित्रीच्या रडण्याचा सूर मिसळतो. लांबवरून येणारा. दोघीजणी सावित्रीला धरून घेऊन येतात. ती आक्रोश करता करता अनावर झाली आहे. बायका तिचं सांत्वन करण्याचा प्रयत्न करीत आहेत.]

सावित्री : (रडत ओरडत) मला जगायचं न्हाई. मी विष खानार – मला मरून जायचंय्.

लहानू : (बाळ सावित्रीसमोर ठेवून) अग, तुला मरून न्हाई चालायचं. ह्ये प्वार घालून ग्येला हाय त्यो तुज्या वटीत. तू गेलीस तर या लेकराला कोन?

[संतूबाई चांभारीण येते. तिला बाकीच्या बायका वाट देतात. सावित्री संतूबाईच्या गळ्यात पडून रडू लागते. दोघी आक्रोश करतात.]

[म्होरक्या येतो. क्षणभर तो त्यांचा आक्रोश पाहतो. मग वसकन् त्यांच्या अंगावर ओरडतो.]

म्होरक्या : रडत काय बसलात? जगन्यासाठी रडता? हात् तुमची. आरं, तुमी रडत बसलात तर जगन्याला काय वाटंल? इतकी वरसं आपुन लोक भ्याडावानी जगलो म्हून तो लडला. संतू, अगं, तुज्या पोरीच्या मरनाची दाद लागाया होवी म्हून तो लडला. आन् लडता लडता शूरावाणी म्येला.

म्येला — सरगाला ग्येला. त्येचं सोनं जालं. त्येच्यासाठी रडूनशान भागायचं न्हाई माज्या मावल्यांनो. का म्हनाल, तर त्येनं सुरू केल्याली ही लडाई आपुन फुडं चालू ठिवायची हाय. त्येच्या मरनाची दाद आपुन मागायची हाय. तरच त्येचा आत्मा थंड व्हईल.

संतूबाई : कशी दाद मागायची बाबा? कुनाकडं मागायची?

म्होरक्या : कुनाकडं मागायची? (प्रेक्षकांकडे बोट दाखवून) या समद्यांकडं मागायची. या समद्यांनी पाह्यलाय खरा परकार. ह्ये दाद द्येत्याल तुमास्नी. उठा — रडू नगा — उठा — आन् ज्येनी जगन्याला मारलं त्येच्या पाठीमागं लागा. त्ये असत्याल मोठं शिरीमंत सावकार पर आपुन कशापाई घाबरायचं? आता आपल्यापाशी गमावायला काय बी न्हाई. पर आपल्यावानी कफल्लक मानसं समदी एक जाली तर त्ये मातुर शेठसावकारांना भारी पडंल. ध्येनात ठेवा माज्या बायांनो, का जगात गरीबच अगणती असत्यात्, आन् शिरीमंत असत्यात मूठभर. उठा - रडू नगा. तुमी एकल्या न्हाईत माउल्यांनो, तुमच्या पाठीमागं समदी जनता हाये. उठा-उठा- माज्या भैनींनो, उठा माज्या माऊल्यांनो, उठा. आन् तुमी रं - बगत काय बसलात? समदे उठा - आन् या अन्यावाच्या विरुद लडायला तयार व्हा —

: ११ :

[पोलीस ठाण्यावर फौजदार आणि हवालदार]

फौजदार : हवालदार, सिग्रेट हाय का?

हवालदार : आमच्याकठे कुठली शिगरेट साहेब? विडी हाय हवी तर.

फौजदार : बरं आण. चालेल.

[तो देतो. फौजदार बिडी पेटवतात.]

हवालदार, काल रात्री म्हणे भलतीच गडबड झाली -

हवालदार : तर.जगन्याचे म्हणे पाच तुकडे केले. तरी धुगधुगी होती.

फौजदार : कमाल हाये. एवढं होऊन सकाळपास्नं कोणी कंप्लेंट द्यायला कसं काय आलं नाही?

हवालदार : कंप्लेंट कोण देणार सायेब? परकारच इतका भयंकर झालाय का सगळी गारठून गेल्यात. कोळीवाड्यात तर आवई उठलीय की सगळ्या कोळ्यांना पार शाप करून टाकणार. एक घर शिल्लक ठेवणार नाहीत.

फौजदार : हॅ. आपण असताना असं कधी होतंय का?

हवालदार : होत नाय ते झालंच. पर म्हंजे लोकं किती घाबरल्यात ते बगा.

फौजदार : काय रे, कोणी घातले असतील हे गुंड?

हवालदार : (हसून) आता साहेब – ते तुम्हांला म्हाईत न् मला म्हाईत. पर बोलावं कसं? (अंतरावर बघून) साहेब – ही बघा आली कंप्लेंट.
[लहानू सावित्रीला घेऊन येतो. त्यांच्याबरोबर आणखी काही कोळी. ते लांबच उभे राहतात. सावित्रीला रडू आवरणे कठीण झाले आहे. या मंडळींना पाहून फौजदार जरा सावरून बसतात.]

लहानू : सलाम साहेब

फौजदार : तू कोण?

लहानू : मी जगन्याचा दोस्त. लहानू.

फौजदार : काय आहे?

लहानू : कंप्लेंट द्यायचीय साहेब.

फौजदार : द्या. बसा. बाई, रडू नका.

लहानू : बाईच्या नावाची द्यायची हाय. म्यां सांगितली तर चालंल ना?

फौजदार : चालेल. नाव काय हिचं?

लहानू : सावित्री.

फौजदार : (लिहून घेत) मी – तक्रार करणार श्रीमती सावित्री जगन कोळी, मयत श्री. जगन झिलू कोळी याची विधवा –
[सावित्री रडू लागते. फौजदार लिहून घेत आहे. लहानू सांगत आहे. पण त्याचे शब्द ऐकू येत नाहीत. फौजदार आणि हवालदार जगन्याला जिथून फरफटत नेले त्या जागेची पाहणी करतात. त्यांच्याबरोबर भयभीत कोळी.]

: १२ :

[एकजण मशाल घेऊन येतो. ती खोचून ठेवतो. दुसरा 'अन्याय निवारण समिती'चा बोर्ड घेऊन येतो. सभेला येऊन बसावे तसे लोक बसलेले. त्यांत सावित्री, संतूबाई व इतर बायका. लहानू उभा राहून बोलत आहे.]

लहानू : ... आपल्या समद्यांना ज्येनं एकाठायी आनलं, आपल्यामदी एकजूट क्येली, विलिक्शन जिंकून दिलं, आन् कुटल्याबी अन्यावाविरुद्द लडाया शिकवलं त्या आपल्या लाडक्या जगन्याचा, आज धा दीस जालं, बळी घेतला ग्येला. [सावित्री डोळ्यांना पदर लावते.] आमी रीतसर तकरार

दिली, पर जगन्याचा खून करनाऱ्या गुंडास्नी पकडायचं पोलीस नाव काढंना. आता खुनी सापडत न्हाई म्हन्त्यात, त्ये खरं, का पोलीस दाटूनच शोधीत न्हाईत कुनास ठावं. पर मी म्हनतु, का पोलिसांनी डोल्यावर झापडं वढली, तरी आपुन काय बी हालचाल करायाच होवी.

एकजण : त्ये समदं खरं बाबा, पर चौकशी हवी म्हनलं, म्हून उद्याला आपलंच खून जालं तर?

दुसरा : न्हाय तं काय. जगन्या चूप बसला असता तर आज जिता राह्यला असता न्हवं?

तिसरा : तर वं. गुमान बसून ऱ्हावं आपुन, त्येच बरं.

लहानू : न्हाई माज्या बाबानू, गुमान बसून ऱ्हायलात तरीबी कंदी कोनाचं काय व्हईल याचा नेम न्हाई. मरान आपल्या डोईवर टांगल्यालं हाय. त्या पक्षी मरदावानी लडा – आन् मगच मरा. तालुक्याच्या गावाहून ह्ये मास्तर आल्याती. त्येंचं आपल्या गावाशी काय घेणंदेणं न्हाई. पर म्यां त्येंना समदं सांगून बोलिवलं – म्हनलं आम्ही अडानी मानसं – आमाला चार गोष्टी सांगा श्येनपनाच्या. तवा त्ये आलं. आता काय सांगत्यात – जरा ऐका.

मास्तर : मी वेगळं काय सांगणार? हा लहानू सांगतोय ते बरोबर आहे. तुमच्यावर अन्याय झालाय, हे खरं. त्याचा प्रतिकार न करता तुम्ही सगळे जण घाबरून गप्प बसलात, तर दिवसेंदिवस अन्याय वाढतच जाणारेत. त्यासाठी आम्ही ठरवलंय की एक अन्याय निवारण समिति काढायची. या समितीनं – इथं झालेल्या अत्याचाराविरुद्ध लढा द्यायचाय.

एकजण : असा कसा लडा द्येनार? त्ये मोठ्या मानसाचं काम हाये. आमावानी ल्हान ल्हान मानसं काय लडनार?

मास्तर : अरे, मोठी माणसं गावापुरती मोठी. आपली समिती जिल्ह्यापर्यंत जाईल.

लहानू : ह्ये मास्तर आपलं समदं गाऱ्हाणं लिवून पाठीवत्याल – मुंबईपुन्याच्या पेपरांत. एक डाव सगळ्याभर म्हाईत जालं, का फौजदाराला लागलंच का न्हाई बूड हालवाया?

मास्तर : हो – आपण सगळं वर्तमानपत्रात छापून आणू. मंत्र्यांना जाऊन भेटू, पत्रकारांना इथं बोलावू. पण त्यासाठी आधी तुमची संघटना तर हवी?

दुसरा : अवं, त्ये समदं व्हईल – पर त्येच्या आदी पाटील आमच्यावर खार खाईल त्येचं काय? त्यो आमची कामं तोडंल, आमची सोसायटीतली उसनवारी बंद करंल —

तिसरा : हां — आमच्यावर गुंड बी घालील एखाद डाव.

पहिला : आपल्याला लई भ्या वाटतं पाटलाचं.

सावित्री : (एकदम समोर धावत जात) आरं, थुत् तिच्या पाटलाला भेनारा. आरं, तुज्या आयनं तुला दूदच पाजलं का आनिक काई रं? भ्याडानू, तुमी मानसावानी जित्तं ऱ्हावं म्हून माज्या मरदानं सोताचं पाच तुकडं करून घ्येतलं आन् तुमी अजूनसुदीक शेपूट घालून ऱ्हायला? काय मरद हायसा का हिजडं? ह्ये मास्तर, ह्ये लहानू, ह्ये समदं निगालं समिती काडाया त्ये कुनासाठी रं? चवकशी करून काय माजा गेलेला मरद मला परत भेटायचा हाय? पर तुमास्नी कोनी गांडुळावानी पायाखाली चिरडू न्हाई म्हूनच समिती काडायची न्हवं? इक्तं बी तुमास्नी समजंना जालं, का भिऊन भिऊनशान डोकशाचा पार भुस्सा हून ग्येला? काय मास्तर बोलत बसला या अन्नाड्यांसंगट? मजकूर लिवा न् आंगठं घ्या एकेकाचं. कुनी आलं न्हाई तर तुमी न् मी जाऊ पुन्याला पेपरवाल्यांच्या हितं. मस्नी न्हाई आता कुनाचं भ्या. – वचन दिलंया म्यां माज्या मरदाला – का त्यो गेला तरी म्यां – म्यां ही लडाई फुडं चालू ठेवीन म्हून. (तिला एकदम रडण्याचा उमाळा येतो.)

लहानू : खाली बस सावित्रे. ह्यो धर नारळ. तुज्याच हातानं फोड.

सावित्री : नग – मास्तर बामण हायती. त्येंच्याच हातानं फुटू द्या.

मास्तर : (नारळ फोडून) अन्याय निवारण समितीची स्थापना झाली, असं मी जाहीर करतो. (सगळे टाळ्या वाजवतात.) आता इथं घडलेल्या सगळ्या प्रकाराचा रिपोर्ट पत्रकारांना द्यायचा हे समितीचं पहिलं काम. [सगळ्यांना खोबरं वाटलं जातं.]

: १३ :

[मास्तर सावित्रीच्या हातात पत्रकं देतात. ती प्रेक्षकांमध्ये फिरून पत्रकं वाटू लागते. त्यावेळी रंगमंचावर एका बाजूला पाटील येऊन बसलेला. एक सवंग दिसणारी बाई जवळच विडा लावीत बसलेली. फौजदार येतो.]

पाटील : भलत्या वेळीसे आलात फौजदार?

फौजदार : (बाईकडे लक्ष जाऊन) सॉरी हं. लक्षात नाही राहिलं. (पाटील मोठमोठ्यानं हसतात.) पण थोडं सांगायचं होतं म्हणून आलो एवढ्या रात्री.

पाटील : विशेष काय?

फौजदार : अहो, तो लहानू – जगन्याचा दोस्त – तो आणि ती जगन्याची बायको – त्यांनी सगळ्या कोळ्यांना एकत्र करून अन्याय निवारण समिती काढलीय्.

पाटील : येवढंच ना? अहो, काढू द्यात की. त्यांची आपली हौस. समित्या काढून का कुठं अन्यायाचं निवारण होतंय्?

फौजदार : नुसतं तेवढंच नाही. पुण्यामुंबईच्या पेपरवाल्यांना रिपोर्ट पाठवणारेत हे समितीवाले.

पाटील : (चमकून) असं? रिपोर्ट पाठवणारेत? की पाठवला?

फौजदार : पाठवणार होते खरं. पुढे काय झालं कोण जाणे.

पाटील : या सावित्रीला एकदा अक्कल शिकवायला हवी. जगन्यावरून धडा शिकलेली दिसत नाही.

फौजदार : दिवस बदललेत आता. पूर्वीसारखं राह्यलेलं नाही. लोकांचं राज्य आहे ना? म्हणून त्यांना शिंगं फुटलीयत्. पयले करायचे पोलिसांच्या कामात ढवळाढवळ? आता धरणी धरून बसताहेत, अजून अटक का केली नाही म्हणून?

पाटील : अहो, मग त्यामध्ये काय झालं? करा पाचधा लोकांना अटक. जरा थंड झालं पब्लिक का मग द्या सोडून. आहे काय न् नाही काय?

फौजदार : तसं नाही. पण तुमच्या लोकांनादेखील जरा सांभाळून ऱ्हायला सांगा. जास्त हुशारीत ऱ्हातील, आन् मग निस्तरणं भारी पडेल.

पाटील : ठिवतो सांगून. हे ऱ्हाऊ द्या. (फौजदाराला एक पाकीट देतो. मग –) या आता.

फौजदार : येतो. रात्र लई झाली. (जातो.)

पाटील : अन्याय निवारण समिती म्हणं! हं. किती आपटली तरी काय व्हायचं नाही.

[बाई विडा देते. पाटील आज फारसे रंगात दिसत नाहीत. ते यांत्रिकपणे तिला दुसरा विडा भरवतात.]

जगन्या गेला. – आता ही बसलीय डोक्यावर. त्याची बायको. सावित्री.

पण खाली उतरवून ठेवायला वेळ लागणार नाही.

[रंगमंचावर वरील दृश्य सादर होत असताना ध्वनिक्षेपकावर बातमीदाराचा आवाज ऐकू येतो.]

दिनांक तीस एप्रिल एकोणीसशे अठ्ठ्याहत्तर : येथे घडलेल्या खुनी अत्याचाराच्या संदर्भात एक अन्याय निवारण समिती काढण्यात आली आहे. त्या समितीने तिथला रिपोर्ट पत्रकारांना पाठवला आहे. मयताच्या पत्नीने काही पत्रके काढून वाटली. त्यांपैकी एक पत्रक हाती आले आहे. पत्रकाद्वारे सर्व जनतेला विचारले आहे — 'माझ्या नवऱ्याच्या खुनाची चौकशी कोण करणार? खून करणाऱ्या पाशवी गुंडांना अटक कोण करणार? ... तक्रार नोंदवून देखील अजून कुणाला अटक झालेली नाही. पोलीस असे का वागतात, ते समजत नाही... मंगळवार, दिनांक अठरा एप्रिल एकोणीसशे अठ्ठ्याहत्तर रोजी अर्ध्या रात्री माझ्या नवऱ्याला काठ्या-कुऱ्हाडींनी तो बेहोष होईपर्यंत मारले. तो जिवंत असताना त्याचे हातपाय तोडून त्यास सरणावर जिवंत जाळले. मी अनाथ बाई, आता कोणाकडे दाद मागायला जाऊ? माझा वाली कोण आहे? .... तरी आपल्या एका विधवा बहिणीच्या न्यायासाठी जनतेने मदत करावी अशी प्रार्थना मी करते. मयताची पत्नी - आपली अभागी विधवा बहीण.'

: १४ :

[पत्रकं वाटून सावित्री परत निघालेली. एवढ्यात समोरून दोन गुंड येतात. ती त्यांच्याकडे दुर्लक्ष करून पुढे जाऊ लागते.]

पहिला : (गलिच्छपणे हसून, दुसऱ्याला) हीच ना रं ती?

दुसरा : हीच रं हीच.

पहिला : क्या माल लगता है । हाय हाय!

दुसरा : धरायची काय रं?

[सावित्री भयंकर घाबरलेली. पण तशीच वाट चालत राहते.]

पहिला : कुठं गेली होती रं ही?

दुसरा : तालुक्याला गेली होती म्हणं. बाजारात पत्रकं वाटायला.

पहिला : आयला ही पत्रकं वाटते? — आणिक काय काय वाटते रं ही?

दुसरा : आपली पत्रकं पण दाखवूया काय रं सालीला?

[दोघेही तिच्या वाटेत उभे.]

सावित्री : वाट सोडा आदी माजी.

पहिला : नाय सोडली तर काय करशील गं? हलकट रांड!

दुसरा : हे धर. - घेतेस?

पहिला : वाटशील पुन्हा पत्रकं? कळवशील पेपरवाल्यांना? - बघ - बघ! घुसवल्याशिवाय ऱ्हानार नाही.

दुसरा : फाडून टाकू सांगतो. लई शाणपत्ती केलीस तर बघ. पेपरवाल्यांना कळवलंस नाय का?

पहिला : गावात पेपरवालं येऊ तर देत - नाय तुजं लुगडं सोडलं तर बघ.

दुसरा : नागडी करून धिंड काढू बघ गावातनं. येऊ तर देत पेपरवालं हितं.

[सावित्री भीतीने थरकापत, स्फुंदत उभी. मग एका बाजूने जाऊ लागते. ते तिला अडवल्यासारखे करतात, पण मग जाऊ देतात.]

दोघेही : शाणी बन. शाणी बन. हरामखोर साली. येऊ देत तर पेपरवालं - मग बघ तमाशा. (शिव्या देत, हसत जातात.)

: १५ :

[दोनतीन पत्रकारांबरोबर सरपंच.]

सरपंच : तुम्हां पत्रकारांना हे कधी कळलं?

पत्रकार १ : झाले तीन-चार दिवस.

पत्रकार २ : आम्ही लगोलग घाईघाईनं आलो.

सरपंच : जरूर नव्हती पण एवढं घाईघाईनं यायची.

पत्रकार २ : नाही कशी? इथं असा भयंकर खून झालेला —

सरपंच : तसं इकडं चालतंच हो या लोकांचं आपसाआपसात.

पत्रकार २ : म्हणजे त्यांच्यातल्याच कुणी हा खून केला, असं म्हणायचंय् तुम्हांला?

सरपंच : नाहीतर काय हो? अंगाशी आलं की द्यायचं दुसऱ्या जातीवर ढकलून.

पत्रकार ३ : म्हणजे यात गावातल्या उच्च वर्गाचा मुळीच हात नाही?

सरपंच : अहो, ते कशापायी जातील कोळ्याचा खून करायला? पण हा माणूसच तसला होता. गावगुंड. चोऱ्यामाऱ्यादेखील करायचा हो.दारू पिऊन वाटेल तसा धिंगाणा घालायचा. आता गेल्या माणसाबद्दल वाईट बोलू नये. पण (नाकपुडीवर बोट ठेवून) हेदेखील होतंच. आता बघा,

एखाद्यानं आठ-नऊ वर्षांच्या कोवळ्या पोरीवर बलात्कार केला, आन् ती मेल्यानंतर आपण स्वत:च चौकशीचा कांगावा केला म्हंजे -

पत्रकार १ : म्हणजे? यानंच तो पहिला खून केला असं म्हणायचय् तुम्हांला?

सरपंच : छे छे - मी सरपंच आहे. मी कसा एकदम आरोप करीन कुणावर? पण आता तुम्हीच बघा म्हंजे झालं. सगळा गाव सोडून, प्रत्यक्ष त्या मुलीची आई सोडून, यानंच का हो धरावा तिच्या खुनाच्या चौकशीचा हट्ट? ना नातं, ना गोतं. ना जात ना पात. तवाच म्हटलं इथं पाणी मुरतंय —

पत्रकार १ : असं म्हणता?

सरपंच : तर हो. मग आता त्या मुलीच्या संबंधी मंडळींनी याला तोडला, तर ते -

: १६ :

[एक लहान मुलगी प्रेक्षकांतून पळत येते.]

मुलगी : (पळता पळता ओरडत) सावित्रे, अग सावित्रे, गावात पेपरवालं आलं. [सावित्री भयंकर घाबरलेली. ती दार गच्च बंद करते. मग खिडकीदेखील लावून घेते. पाठीमागून एकसारखी तीच वाक्ये ऐकू येत राहतात. ''गावात पेपरवालं येऊ तर देत... नाय तुजं लुगडं सोडलं तर बघ.'' ''नागडी करून धिंड काढू बघ गावातनं. येऊ देत तर पेपरवालं हितं.'']

मुलगी : अग, दार काड ना सावित्रे. पेपरवालं आलं बग. समद्यास्नी इच्यारताहेत. तू कुटं ऱ्हातीस म्हून इच्यारताहेत. तुजा फोटू बी काढनारेत. अग, खोटं न्हाई. म्हादेवाशपथ. सावित्रे, दार काड ना...

[पण सावित्री भीतीनं थरथरत तशीच उभी. भिंतीला टेकून.]

अग, खोल ना दार. तुला धुंडून राह्यलेत बघ.

सावित्री : (भीतीनं) कोण धुंडून राह्यल्याती?

मुलगी : पेपरवालं आणि कोण? दार खोल ना - समदं सांगत्ये.

सावित्री : म्यां नाय दार खोलायची. मस्नी भ्या वाटतं. आन् तूबी नगं ऱ्हाऊ हितं. वापस जा घरी.

[मुलगी फुरंगटून जाते. काही क्षण सावित्री तशीच उभी. मग दिव्याची

चिमणी पेटवते. पुन्हा चाहूल घेते. झोपलेल्या मुलाजवळ जाते. हलकेच त्याच्या जावळावरून हात फिरवू लागते. चिंताक्रांत.

एकाएकी कुठूनसा एक चाकू येऊन तिच्या समोर पडतो. ती घाबरून किंचाळते. तिची किंकाळी ऐकून दोघेतिघे कोळी धावत येतात.]

कोळी : काय जालं सावित्रे? काय जालं? – सावित्रे, दार खोल – आमी हौत. [ती दार उघडते. ते आत येतात. ती नुसती चाकूकडे बोट दाखवते. ते धावतच परत बाहेर येतात. पण बाहेर कुणीच दिसत नाही. ते परत आत येतात. ती हमसाहमशी रडू लागते. ते तिचं सांत्वन करू लागतात. हलके हलके तिचं रडणं कमी होतं.]

: १७ :

[पाटील पूजा करीत आहेत. देवघराच्या दारात पत्रकार उभे आहेत.]

पत्रकार १ : एकूण आपल्या म्हणण्याप्रमाणं जगनच्या खुनाशी आपला काहीच संबंध नाही!

पाटील : नाय कसा? वा, जरूर हाय.

पत्रकार १ : आं?

पाटील : जगन आम्हांला पोटच्या पोरासारखा. जल्मल्यापास्नं पाहत आलो आम्ही त्याला. वेळोवेळी मदत करीत आलो. आता त्याचा खून म्हंजे तो घरातच झाल्यावाणी की नाही? त्याच्याशी आपला संबंध नाही असं म्हणून कसं चालेल?

पत्रकार ३ : लोक तर म्हणतात की त्याला मारलं ती आपली माणसं होती?

पाटील : लोकांचं बरोबर हाय. आम्ही गावचे पाटील – म्हंजे तशी सगळी माणसं आमचीच.

पत्रकार २ : तसं नव्हे. पण ते लोक आपल्या खास माणसांपैकी आहेत असं सगळे म्हणतात.

पाटील : (हसून) अहो, कुठले लोक? अजून कोनाला अटकच झालेली नाय, तर कोन आमची मानसं म्हणायची न् काय?

पत्रकार १ : अन्याय निवारण समितीविषयी आपल्याला काय म्हणायचंय्?

पाटील : उत्तम हाय. अशा समित्या हव्यातच. म्हंजे नागरिक आपल्या हक्कांबद्दल खबरदार ऱ्हात्यात बघा. लोकशाहीमध्ये, आम्ही म्हंतो, कोणीबी आपल्यावरती अन्याय खपवून घ्यायला नाय पायजेल.

पत्रकार २ : ते लोक म्हणतात की तुम्हीच या घटनेला जबाबदार आहात.

पाटील : असं म्हणणारच ते. त्याचं काय हाय, ती सगळी मंडळी 'ब्याकवर्ड'पैकी. सध्या ब्याकवर्ड प्रश्नाची जरा चलती हाय – तेव्हा ते आमच्यासारख्यांना असल्या भानगडीत गुंतवायला बघणारच. म्हंजे जातीपातीच्या प्रश्नावरून जन्तेची सहानुभूती मिळाली की नाही – ? तेवढ्यासाठी. लाट हाय – आज ना उद्या ओसरेल. आपण आपलं कर्तव्य करीत ऱ्हायचं. मग कुणी बी काय बी म्हणू द्या. गावाची सेवा करायची. म्हंजे ती भारतमातेचीच सेवा. म्हंजे शेवटी ईश्वराचीच सेवा. करत ऱ्हायची. दुसरं काय हाय आपल्या हातात? (नमस्कार करतात.) नमस्कार करा —

: १८ :

[तिघे-चौघेजण सावित्रीच्या घराबाहेर येऊन आरडा-ओरडा करू लागतात.]

एकजण : सावित्रे, आता कशापायी लपून बसलीस? भाईर ये – दावतो तुला.

दुसरा : अग ये रांडे – तुजे मरद आल्याती!

तिसरा : भाईर ये – नायतर आग लावतो बग घराला.

[सावित्री भेदरून तशीच उभी. गुंड आपापसांत बडबडत घर पेटवण्याची तयारी करू लागतात. सावित्री आतूनच त्यांच्या हालचालींचा अंदाज घेते आहे.

एकजण रॉकेल ओततो. दुसरा काखोटीचा पेपर पेटवून चूड तयार करतो. ते घराला पेटती चूड लावतात. घर पेटू लागते.

सावित्री नाइलाजाने बाहेर येते.

एकजण तिचा हात ओढतो. दुसरा पदर खेचतो. ते तिला खाली पाडतात. ती मोठमोठ्याने ओरडू लागते. गुंड अंगात संचारल्यासारखे बडबडत राहतात.]

एकजण : काय ग, हुशारी करतेस न्हाई का? थांब, तुझा रुबाब भायर काडतो!

सावित्री : धावा-आग लावली. माजा बाळा —आगीमध्ये — वाचवा —

दुसरा : पेपरवाल्यांना बोलवायला हवं नाय का? चल, तुजी धिंड काढतो – सोड रं तिचं लुगडं –

तिसरा : आमी तुला रांड करनार हाओत. बोल. कुनाची रांड व्हनार? माजी? का ह्याची? का ह्याची?

[ती ओरडतच राहते. इतक्यात काळोखातून एक दगड भिरभिरत येतो. त्याबरोबर हल्लेखोर चमकतात. आणखी एक दगड येतो. गुंड आपापसांत भराभर काहीतरी ठरवतात.

कोळी मंडळी सावित्रीच्या मदतीला धावून येतात. त्याबरोबर गुंड पळ काढतात.]

सावित्री : आग-आग लावलीया घराला माजा बाळ - आत हाये - गेला ग माजा बाळा - (आक्रोश करू लागते.)

[एकजण धावत जाऊन रडणाऱ्या मुलाला बाहेर घेऊन येतो. तिच्याजवळ देतो. ती त्याला पोटाशी धरून स्फुंदू लागते.

इतर लोक पाणी मारून आग कशीबशी विझवतात. एक बाई सावित्रीचे सांत्वन करू लागते.]

: १९ :

[काही पत्रकार महादेव कोळ्यांशी बोलत आहेत.]

पत्रकार १ : आम्हांला बोलावून घेतलं म्हणून हा हल्ला झाला म्हणता?

लहानू : तर वं. आता काय बी करायची सोय ऱ्हायली नाही.

कोळ्यांपैकी एकजण : आन् याच कर्मापायी आजपावतर तोंडातनं शबूद काडला न्हाई. नायतर असं बक्कळ खून झाल्यात हितं.

दुसरा : गावातल्या जमीनदारांच्या हवेल्यांत मोप बायांच्या अब्रूची चिंधुटकी निगाली असत्याल. कैक जणींचं जीव बी ग्येलं असत्याल!

तिसरा : काय सांगावं जी? समदी सत्ता याच लोकांच्या हातामंदी. यांनी कुनाचं हातपाय तोडावं, आनखी कुनाचं डोलं काडावं, कुनाला जिवं मारावं, आन् समदं पचवुनशान जावं.

पत्रकार २ : भयंकरच आहे हे. आम्हांला कल्पनासुद्धा नव्हती.

पत्रकार ३ : पण तुम्ही आजवर यांच्याविरुद्ध आवाज न उठवता गप्प कसे बसून राहिलात?

पत्रकार १ : कोण, माणसं आहात का आहात कोण?

एकजण : माणसं न्हाई साहेब आमी. आमी गरीब आहोत. साहेब, आमच्यापाशी दोन टाइम खायाला पैका न्हाई. आमी कोरटकचेऱ्या कुटनं कराव्यात?

दुसरा : अवं, कोरटकचेऱ्या ऱ्हायल्या. निसतं तालुक्याला जायचं तक्रार नोंदवाया, तर आम्हांस्नी गाडीभाडं नाय परवडत.

तिसरा : आन् असल्या भिकारड्यांनी तक्रार कुनाची करायची? दिगंबर पाटलाची?

दुसरा : अवं, त्येंची पार्टी लई बडी. थेट वरपावतर त्येंचं हात पोचल्यालं. आन् गावात त्येंच्या गांडीशी गुंड ठिवलेलं. कुनी निस्तं 'हूं' क्येलं का त्येचा काटा निगालाच म्हून समजा.

पहिला : गावात ऱ्हायचं तर पाटलाशी वैर करूनशान् निभतं व्हय?

दुसरा : अब्रूनं ऱ्हाता यील तितकं ऱ्हायाचं, आन् गळ्याशी आलं म्हंजी सोडून जायाचं.

तिसरा : आन् गाव सोडून तरी कुटं जानार? शेरात जाऊनशान थितल्या गर्दीत चिरडून मरनार ह्येच का न्हाई?

पत्रकार १ : काळजी करू नका. आम्ही आमच्या हातून होईल तितकं करू.

पत्रकार २ : तुमच्या अडचणींना प्रसिद्धी देऊ. त्या दूर करण्याकडं वरिष्ठाचं लक्ष वेधू.

पत्रकार ३ : तुमच्यावरचा अन्याय दूर करण्याचा प्रयत्न करू.

एकजण : (जमिनीवर पचकन् थुंकून) तुमी काय बी म्हना सायब. पर आमचा वाली कुनीबी न्हाई. आम्ही शेनातलं किडं - शेनातच मरायचं.

[पत्रकार लोकांचा निरोप घेतात. नमस्कार चमत्कार चालले असतानाच आधी एकजणाने उच्चारलेले शब्द सगळे हलक्या आवाजात गुणगुणत राहतात...]

सगळे : (तालात) आमचा वाली कुनीबी नाय — आमचा वाली कुनीबी नाय —

: २० :

[म्होरक्या येतो.]

म्होरक्या : समितीला शाबासकी दिऊन पुन्याचं सायब लोक ग्येलं. आता काय करत्यात् न् काय न्हाई कुनास ठावं. न्हायतर हितं आमच्या गळ्यात गळं घालूनशान् आमच्यासंगं रडत्याल. आन् पुन्याला गेल्यानंतर कामाच्या गर्दीत समदं इसरून जात्याल. कुटल्या डोंगरात कोन मानसं मुंग्यावानी जगत्यात्, आन् मुंग्यावानीच चिरडली जात्यात, ह्ये कुनी ध्येनात

ठिवायचं? ...एक मातुर जालं. गावामंदी ही जी पेपरवाल्यांची धामधूम जाली त्येनं फौजदार कंपनी बी थोडी लटपटली. जरा हातपाय हलवाय लागली. डी. एस. पी. साह्यबाच्या कानावर बी हितली बातमी ग्येली. त्येनं तालुक्याहून एक पेशल इनिस्पेक्टर पाठिवलं. आन् चारदोन पोलिसंबी त्येच्यासंगट धाडून दिली.

[सावित्री येते. विलक्षण थकलेली.]

काय गं सावित्रे, तू कुटं निगाली?

सावित्री : कुटं काम मिळतं का बगते बाबा. (डोळ्यांना पदर लावून) आजवर धनी व्हतं. पंचाइती न्हवती. पर आता सोताच्या पायावर नगं उबं -हाया?

म्होरक्या : त्ये खरं. पर आता आता हे समदं जाल्यालं. आन् तू कामावर निगाली म्हंजे —

सावित्री : काय करावं बाबा? गरिबाला दुख कराया तरी टाइम मिळतुया व्हय? त्येंचं सरकारातनं आल्यालं थोडं पैकं व्हतं, त्येच्यावर इत्तं दीस निभावलं, पर आता काय बी यवस्था बघाय होवी ना? त्यातनं पदरात न्हानं प्वार. आपुन पोट मारलं तरी त्येला दूद द्याया नगं?

म्होरक्या : कसलं काम बगतीयास?

सावित्री : कसलं न् कय? सापडंल त्ये करायचं. आपल्याला थोडंच तटून बसता येतंया? नव्या रस्त्याच्या थितं खडीचं काम चाललंया म्हन्त्यात. बगते जाऊन. जाते, लई ऊन जालं. येळ जाली तर मानसं भरत्याल. (जाते.)

सगळे : (तालात) आमचा वाली कुनीबी नाय - आमचा वाली कुनीबी नाय —

: २१ :

[सगळे पुढे येऊन खडी फोडू लागतात. सावित्री येते. काम करणाऱ्यांपैकी कुणाकडे तरी चौकशी करते. तो मुकादमाकडे बोट दाखवतो. सावित्री मुकादमाकडे जाते.]

मुकादम : (सावित्रीला खालीवर न्याहाळून) काय हवंय्?

सावित्री : काम हवं.

मुकादम : कसलं काम?

सावित्री : कसलं बी चालंल. दगडी फोडायचं आसलं तरी करंन.

मुकादम : तू सावित्री नाही का? — कोळ्याची? (ती चमकते.) हो ना?

सावित्री : होय.

मुकादम : मग तुला कशाला काम? लई तालेवार बाई तू. तुझ्या घरी पेपरवालं आलंते. सगळी कोळी जात तुज्यासाठी भांडते. मग — तुला कशाला काम?

सावित्री : काम न करून कसं चालेल? लोक काय पोटाला घालत्यात?

मुकादम : का नाही? ती तुझी समिती — ती नाही का तुझ्या पोटापाण्याची सोय करीत?

सावित्री : ती कुठनं करनार दादा? समदी गरीबच मानसं हायेत तिच्यात.

मुदाकम : गरीब माणसं? मग पाटलाशी बरोबरीनं भांडता बरं येतं? तुझा नवरा तर म्हणे पाटलाला म्हणाला होता का तुमच्या नोकरीवर मी —

सावित्री : आता काय त्येचं? त्ये गेलं म्हूनं तर म्या कामासाठी घराभाईर पडली. काय असंल तर सांगा काम —

मुकादम : जा बाई. घरी जा परत. तुला काम दिलं तर माझं कंत्राट जाईल. जा. आणि या गावात काम शोधायचा खुळेपणा करूच नको. इथ तुला कोणी काम देणार नाही. देईल तो माणूस शिल्लक ऱ्हाणार नाही. जा - हो चालती —

[सावित्री मुकाट्याने मान खाली घालून जाऊ लागते. खडी फोडणारे क्षणभर थांबून तिच्याकडे पाहत राहतात.]

मुकादम : (त्यांच्या अंगावर ओरडत) तुम्ही कशाला बघत बसलाय् तिच्याकडे? काम करा. - नाय तर एकेकाला हाकलून देईन. मग जा तिच्याबरोबर भीक मागत. काम हवं म्हणे. बेशरम साली.

[मजूर पुन्हा मुकाट्यानं काम करू लागतात.]

सगळे : (तालात) कोनाला कोनाचं दुख दिसतं? - कोनाला कोनाचं दुख दिसतं-?

: २२ :

[पोलीसठाणे : फौजदार आणि तालुक्याचे पोलीस इन्स्पेक्टर, काही पोलीस.]

[काही माणसं दोन गुंडांना काढण्या लावून घेऊन येतात.]

फौजदार : काय रे, काय तमाशा लावलाय्? कोण आहात तुम्ही?

एकजण : साहेब, आम्ही शेजारच्या गावची माणसं.

दुसरा : हे लोक आमच्या गावात येऊन लपून बसले होते.

तिसरा : जगन्या कोळ्याच्या खुनात यांचा हात आहे साहेब.

फौजदार : नक्की?

दुसरा : म्हंजे तसा आम्हांला संशय येतो.

फौजदार : पण काही पुरावा हाय का?

तिसरा : आता पुरावा तुम्ही जमा करायचा. आम्ही यांना पकडून आणलंय्.

फौजदार: नुसत्या संशयावरून? आणि असं काढण्या लावून आणायचं? तुम्हांला तसा अधिकार नाय, समजलात? म्हटलं तर उद्या तुमच्यावर केस करता येईल.

दुसरा : पण साहेब, तुम्ही त्यांनाच विचारा ना.

फौजदार : मोकळं करा आधी त्यांना. (ते त्यांना मोकळं करतात.) असं कोणीही उठून कायदा हातात घेईल. वा! (धरून आणलेल्या गुंडांपैकी एकाच्या फाडकन थोबाडीत मारून) तुम्ही कसे सापडला यांच्या हातांत? (दुसऱ्याला एक लाफा चढवून) आं? कसे सापडलात बोला. काय करीत होता? (ते काहीतरी बोलण्याचा प्रयत्न करणार एवढ्यात) चूऽप! एक अक्षर बोलू नका. (ते बोलणार असे वाटून) चूप म्हणतो ना? सांगतो तर समजत नाही? (त्यांना घेऊन येणाऱ्या लोकांना) तुम्ही जा आता परत. आम्ही काय ते बघून घेतो.

पहिला : पण साहेब, आम्ही एवढं — म्हणजे त्यांना असंच सोडून —

फौजदार : (ओरडून) तुमचं काम तुम्ही केलंत ना? मग निघा आता. मी करतो सगळा बंदोबस्त!

[लोक चरफडत जातात.]

इन्स्पेक्टर : कोण आहेत हे दोघे?

फौजदार : काय नाही साहेब. असंच आपसांतल्या वैरानं कोणाला पण धरून आणतात.

इन्स्पेक्टर : पण यांची अधिक चौकशी करायला हवी.

फौजदार : काय जरूर नाय साहेब. मी ओळखतो यांना. आपल्या पाटलाची माणसं हायत ही. एकदम फालतू हायत. ही काय करणार खून? तिथे

जाऊन काय तरी हुषाऱ्या केल्या असतील. आणलं त्यांनी यांना
धरून. (परत एकेक लाफा चढवून) चला फुटा – परत दिसलात तर बघा
इथं. आणि बाहेर काय वेडवाकडं बोलून जास्त हुषारी नका करू.
समजलं?

दोघेही : होय साहेब. मेहरबानी साहेब! (पळ काढतात.)

इन्स्पेक्टर : मला वाटतं फौजदार, त्यांना उगाच जाऊ दिलं. जगन्याच्या
केसमधला एकही माणूस मिळत नाहीये. निदान हे मिळाले होते ते
तरी —

फौजदार : माफ करा साहेब. पण इकडे पब्लिकला फार घाबरून ऱ्हावं
लागतं. एक वेळ गुन्हेगार मोकळा सुटला तरी चालतो, पण एक जरी
चुकीचा माणूस पकडला, तरी झाली पब्लिकची बोंबाबोंब सुरू.

इन्स्पेक्टर : पण जगन्याचा खून होताना इतक्या लोकांनी धडधडीत पाहिला,
आणि कुणीच कसे बोलत नाहीत?

फौजदार : घाबरतात साहेब.

इन्स्पेक्टर : घाबरतात? कुणाला?

फौजदार : कुणाला म्हंजे — कुणाला असं नाही — पण त्या खुनी
माणसांनाच.

इन्स्पेक्टर : का? आपण त्यांना संरक्षण देऊ.

फौजदार : त्यांचा विश्वास नसतो साहेब — पोलिसांच्या संरक्षणावर. (लहानू
येतो, सोबत आणखी दोन महादेव कोळी.) काय रे, काय हवंय्?

लहानू : साहेब — आमची अन्याय निवारण समिती —

फौजदार : हो - भलतंच जोरात चाललंय तुमचं काम. आं? पुण्यामुंबईचे
लोकसुद्धा येऊन गेले म्हणे. काय, आता नवीन प्रोग्रॅम काय?

लहानू : येत्या तीस तारखेला आम्ही पोलिसठाण्यावर धरणं धरायचं ठरवलंय्
साहेब.

फौजदार : अस्सं?

लहानू : तुमचा काय विरोद न्हाई न्हवं?

फौजदार : छे - आमचा कसला विरोध?

लहानू : न्हाई - म्हंजी त्येच्यात बेकायदेशीर काय नसतं ना? नायतर एक
करता भलतंच व्हायचं, म्हून पयलेच इच्यारतु.

फौजदार : ते पाहूया नंतर. तुम्ही तुमचं काम करा. आम्ही आमचं करू. कायद्याची काळजी आम्ही करू. तुम्ही खुशाल सत्याग्रह करा.

सगळे : (तालात) कोनाला कोनाचं दुख दिसतंय? कोनाला कोनाचं दुख दिसतंय?

: २३ :

[मजूर बांधावर माती घालण्याचे काम करीत आहेत. त्यांच्यात सावित्रीही आहे.]

मजुरांपैकी एक बाई : (दुसरीला) ती पल्याडची हाय ना, ती म्हनं आपल्या गावची न्हाई.

दुसरी : मग?

पहिली : अग, ती शेजारच्या गावाहून येती. चार मैल चालून येती म्हनं.

दुसरी : असं कशापायी? तिला काय तिच्या सोताच्या गावात काम मिळंना जालं?

पहिली : काय जाणं. पर ती हितली न्हाई येवडं खरं.

[बोलणं थांबवून दोघी काम करू लागतात. तोवर एकजण येऊन मुकादमाच्या कानाला लागलेला. दोघाचं काहीतरी बोलणं होतं आणि तो माणूस निघून जातो. तो गेल्यावर —]

मुकादम २ : सावित्रेऽ

सावित्री : जी.

मुकादम २ : आज ऱ्हाऊदे काम केलंस तितकंच...

सावित्री : म्हंजी?

मुकादम २ : आणि उद्या पण नाही आलीस तरी चालेल.

सावित्री : म्हंजी? म्हंजी माजा रोजगार सुटला म्हना की.

मुकादम २ : काय करावं बाई? तुला जशी तुझ्या पोटाची काळजी हाय, तशी मला पण हाय.

सावित्री : पर म्यां हितं काम केल्यालं चालत न्हाई?

मुकादम २ : नाही बाई. खुद मालकाचा माणूस येऊन सांगून गेला. तुला कामावर ठेवायचं नाय म्हनूला.

सावित्री : मेल्याचं वाटुलं हुईल. सोताच्या न्हाई न् दुसऱ्याच्या बी गावात

माला काम करून देत न्हाईत. म्या काय कुनाची चोरी क्येली का कुनाचा जीव घ्येतला? उलटं ह्येच माज्या जिवावर उठलं हायती. दोन घास माज्या पोटात जाऊ देत न्हाईत. मेल्यांनी माला दिडकीला म्हाग क्येलं. माज्या बाळाला चमचाभर दूदबी दिसंना क्येलं. माजं बाळ रडूनरडून पाय झाडून उपाशी मराया पडलं. भडव्यांचं निसंतान होईल. किडं पडत्याल मुडद्यांना —

[शुद्ध हरपून खाली पडते. इतर बायका तिला शुद्धीवर आणायचा प्रयत्न करू लागतात.]

मुकादम २ : असं काय झालं हिला एकाएकी?

दुसरी : एकाएकी नाय साहेब. बिचारी लई गांजलीया. चार मैल चालून आलीया उन्हाची.

पहिली : त्यातनं म्हनली परवापास्नं उपाशी हाय. घरात एक दाणा न्हाई. दिडकीला दिडकी जोडून प्वाराला दूद पाजती.

दुसरी : उपाशी पोटी उन्हात राबतीया. चक्कर न्हाई येनार तर काय हुईल?

मुकादम २ : बिचारीला काढून टाकावं लागलं कामावरून. आपुन तरी काय करणार बाई? मोठ्यांचा कोप झाला तर छोटी माणसं कुठवर पुरणार? (एव्हाना इतरांच्या मदतीनं सावित्री शुद्धीवर आलेली. ती उठून बसते. तोंड पुसते.) सावित्रे, बरं वाटलं आता?

सावित्री : जी.

मुकादम २ : जाववलं तर जा. नाहीतर इथंच बस ऊन उतरस्तवर.

सावित्री : नगं. जाते मी. बगते दुसरी काय सोय व्हते का.

मुकदाम २ : हे बघ. (तिला दोन रुपये देतो.)

सावित्री : नगं मला. ह्ये म्हनायचं का कुनाचा पैसा मोफत घेऊ न्हाई. बाधतो.

मुकादम २ : अगं, फुकट नाही देत, आतापर्यंतची मजुरी दिली.

सावित्री : इतकी? (हात जोडते.) बाळाच्या दुदाची सोय जाली बाबा. बाळ तुला दुवा दील. भला मानूस हाईस. न्हाई तर जगात कुनाला कुनाचं दुख दिसतं? पडलेल्याला तुडवनारंच समदं.

(जाते. मजुरांचं काम पूर्ववत चालू.)

सगळे : (तालात) पडलेल्याला तुडवनारं समदं जी — पडलेल्याला तुडवनारं समदं जी !

: २४ :

[लहानू, सावित्री आणि इतर कोळी अन्याय निवारण समितीचे लहानमोठे बोर्ड घेऊन बसलेले. सावित्रीच्या मांडीवर बाळ. "जगन्या कोळ्याच्या खुनाची चौकशी व्हायाच होवी", "खुनी गुंडांना अटक व्हायाच होवी," "गुन्हेगारांना शिक्षा व्हायाच होवी"... वगैरे घोषणा ते सगळे देत आहेत. पोलीस इन्स्पेक्टर, फौजदार आणि हवालदार येतात.]

फौजदार : लहानू, तुम्हांला सगळ्यांना अटक करायचा हुकूम हाय मला.

लहानू : अटक? कशापायी?

फौजदार : सदतीस कलमाखाली तुम्ही सगळे गुन्हेगार आहात.

लहानू : पर मी परवाच्या दिशी इच्यारलं, तर धरणं बेकायदेशीर व्हतं असं तुमी नाय बोलला. त्या वखताला न्हाई काडलं त्ये सदतीस कलमाचं नाव?

फौजदार : वाद घालू नकोस. मुकाट्यानं चल.

लहानू : चांगला न्याव हाय. म्हंजी आमी तुरुंगात आन् गुन्हेगार भाईर.

फौजदार : वाद घालू नकोस. मुकाट्यानं चल.

एक पोलीस : चला मुकाट्यानं. जास्त बडबड नको.

[त्या सगळ्यांना जबरदस्तीनं धरून नेलं जातं. एक पोलीस सावित्रीकडून तिचं बाळ ओढून घेतो. ती "माजा बाळा - माजा बाळा -" असा आक्रोश करीत असतानाच दुसरे पोलीस तिला ओढून नेतात.

मागे राहिलेल्या पोलिसाला हातातल्या बाळाचे काय करावे हे कळत नाही. तो ते खाली ठेवतो, आणि इतरांमागे जातो. एकाएकी बाळ रडू लागतं. काही क्षण ते एकटंच रडत राहतं. मग म्होरक्या येतो, आणि त्याला उचलतो. जवळ घेतो.]

म्होरक्या : उगी उगी — रडू न्हाई. माज्या लेकरा — रडू न्हाई. आरं, येडा का काय तू? तू रडायचं कशापायी बाबा? तू हसाया होवं. तुजा बा अन्यावाशी लडताना मरून ग्येला शूरावाणी, आन् आता तुजी माय बी लडतालडता तुरुंगात गेली. असल्या शूर मायबापाचा मरद बेटा तू — आन् तू रडतुयास? हात् तुजी. उगी उगी. — आरं, तुला काय ठावं हाय? तुजी चैन हाय गड्या. तू आमच्यायवढा व्हईस्तवर जगातलं समदं अन्याव एकदम खल्लास व्हनार. समदी दुष्ट मानसं, समदी शिरीमंत मानसं घाईघाई रडनार, आन् तुज्यावानी गरीब गरीब मुलं जगाचं राजं

व्हनार. न्हाई कसं? व्हायाचं होवं असं. कशापायी न्हाई हू रं? (प्रेक्षकांकडे बोट दाखवून) या भल्या भल्या मानसांनी ह्यो समदा तमाशा पाह्यलाय्. ती मानसं तुज्यासाठी काय बी करनार न्हाईत, असं कसं हुईल? हां - आता कशी? - आता कसा थांबला रडायचा? हास - हास माज्या राजा, हास. हां - आता कशी -

(त्याला खेळवीत घेऊन जातो.)

: २५ :

[संतापलेले पाटील. त्यांच्यामागून फौजदार]

फौजदार : पण आम्ही तरी हे असं किती वेळ सांभाळून घेणार? डी. एस. पी. साहेबांनी स्वत: या प्रकर्णात लक्ष घातलंय्. आठ दिवसांत सगळे गुंड मिळाले पाहिजेत असा फतवा काढलाय्.

पाटील : ((डोळे बारीक करून) कोण आहेत डीएस्पी?

फौजदार: चौकशी केली. पण काही उपयोग होईलसं दिसत नाही. माणूस पैसे घेण्याच्या बाबतीत अगदी नालायक.

पाटील : नालायक म्हणजे?

फौजदार : म्हणजे कुणाच्या नव्या पैशाला शिवेल तर हराम. शिवाय या खेपेला प्रत्यक्ष मुख्यमंत्र्यांनी त्याला तार केलीय् की या प्रकर्णाचा शक्य तेवढ्या लौकर सोक्षमोक्ष झालाच पायजे.

पाटील : प्रत्यक्ष मुख्यमंत्र्यांनी?

फौजदार : तर. त्यांचं स्वत:चं आसन झालंय् डळमळीत. तेव्हा या असल्या गोष्टी आपल्याविरुद्ध जातील म्हणून फार घाबरतात ते.

पाटील : पण असल्या चिल्लर गोष्टी त्यांच्या कानावर गेल्याच कशा?

फौजदार : कशा म्हणजे? अहो — पुण्यामुंबईच्या पेपरांमधून नुसती बोंबाबोंब उठलीय्. ते पत्रकार आले होते ना मधे — त्यांचा सगळा चावटपणा. दिसत तर होती चष्मेवाली बावळट पोरं, पण आग लावून गेली का नाही?

पाटील : पण असं कसं झालं? आम्ही तर त्यांना वेवस्थित समजावलं होतं. सरपंचांनीही तसंच सांगितलं होतं.

फौजदार : अहो, काय विचारू नका. लई बेरकी असतात हे लोक. सगळ्यांचं ऐकून घेतात आणि लिहायचं तेच लिहितात. त्यात ते गावामध्ये

असतानाच गुंड सावित्रीची झोपडी पेटवायला गेले — यांना आयतंच मिळालं. दिवस लई खराब आलेत पाटीलसाहेब — आजकाल कोंबडं मारून पेपरवाले बधत नाहीत.

पाटील : ठीक हाय. आम्ही घेतो बघून. डीएस्पी चौकशी करूद्यात नायतर आणिक कोणी. गावात पुराव्याचं सूत नाही मिळणार. आम्ही स्वत: तालुक्याहून ट्रंक लावतो मुख्यमंत्र्यांना. पण तुम्ही असे टरकून नका जाऊ.

फौजदार : छ्या छ्या — टरकतोय कशानं? आपला भरवसा आहेच. आपण पुरती पोचलेली माणसं. असल्या अन्याय निवारण समित्यांना थोडीच दाद देणार?

पाटील : आणि समिती राह्यलीच हाय कुठं? तुम्ही त्या सगळ्यांना उचलून टाकलंत ना लॉकपमधे?

फौजदार : आता सोडून देतोय् त्यांना.

पाटील : (चमकून) सोडून देताय्? कशासाठी?

फौजदार : तुम्हीच सांगा - कसं ठेवायचं डांबून? खुद्द मुख्यमंत्र्यांचा यांना पाठिंबा. मग नको यांना सोडायला - नायतर उद्या माझी नोकरी जायची फाट्‌दिशी.

[पाठीमागे सगळी मंडळी तुरुंगात डांबल्यासारखी उभी. त्यांच्यासमोर दोन पोलीस पहारा देत आहेत. फौजदार त्यांच्यातल्या एकाला सूचना देतो. पोलीस मंडळींना मोकळे करतो. ते घोषणा देत बाहेर पडतात. मिरवणूक काढतात. सावित्री आणि लहानू पुढे. मिरवणूक चालली असतानाच पाटील फोनवर बोलत उभे. मुख्यमंत्र्यांशी.]

: २६ :

[वकिलाचे घर / वकील खुर्चीवर. सावित्री खाली बसलेली.]

वकील : तुमची अन्याय निवारण समिती सुटली म्हणे तुरुंगातून! ... पण तुम्ही पाटलावर घातलेला जगन्याच्या खुनाचा खटला तसाच चालू राहायचाय्!

सावित्री : हां.

वकील : म्हणूनच मुद्दाम बोलावून घेतलं तुला. मी वकील हाय. मोहिते माझं नाव. मोहिते वकील. वकील म्हंजे काय, ते समजतं ना?

सावित्री : हां. ते कोडतातलं.

वकील : मी तुमच्याच बाजूचा हाय. तुला न्याव मिळवून देणार हाय. [ती

'उपकार झाले' असे हावभाव करते.] पैसे बिइसे काय नकोत मला. फकस्त सांगतो ते ऐक.

सावित्री : सांगा.

वकील : जगन्याला कोणी मारलं, ते तू बघितलं, म्हणतेस.

सावित्री : हां - त्येंच्या सोबतच व्हते व्हवं मी?

वकील : हे बोलायला ठीक हाय. पर कोडतात आपली बाजू लंगडी पडंल. तू सांगशील, ते समदं जज्जाला पटनार न्हाय.

सावित्री : का म्हून नाय पटनार? त्ये खरंच हाय न्हवं?

वकील : समद्या खऱ्या गोष्टी कोडतात खऱ्या न्हाई ठरत. जज्ज इचारील- काळोखातच झाली न्हवं समदी हाणामारी. मग तुला काय दिसलं असणार?

सावित्री : न्हाय न्हाय. मला चांगलं दिसत व्हतं... भाईर चांदनं व्हतं — घरात दिवली भी लावली व्हती.

वकील : दिवली न् चांदनं... एवढ्या उजेडात तू खुनी मानसांना वळखलंस. हे मला पटलं — पर जज्जाला न्हाई पटनार — आन् त्यो पाटील फुक्कटचा सुटून जाईल. खरं ना? पुराव्याशिवाय आपुन काय झगडनार? तेव्हा तू सांगून टाक — म्हण, मी निसता हाणामारीचा आवाज ऐकला. परत्यक्ष काय पाह्यलं नाय.

सावित्री : नाय नाय - मी समदं पाह्यलं हाय — मी एकलीनेच नाय, समद्या गावानं पाह्यलं हाय. मी लबाड नाय बोलनार. म्हादेव कोळ्यांच्यात कोनीच लबाड नाय बोलनार.

वकील : बघ - तू तुज्या परीनं खरं सांगितलंस आन् जज्जाला नाय खरं वाटलं - तर तुझी साक्ष खोटी ठरंल. त्यापेक्षा सांगतो तसं बोल. आपण पाटलाला चांगला धडा शिकवू. त्याला सांगू - वीस हजार टाक! फुकाटची नाय देनार साक्ष! त्याला पैसे द्याया लावले, का तो रिकामा सुटायचा नाय - आन् तुझी बी मीठ मिरचीची सोय हुईल...

सावित्री : मला नगं पाटलाचा पैसा - आन् तुमी बी नगा पडू ह्येच्यात. मी जे पाह्यलं, जे ऐकलं, तेच सांगेन कोडतात... खरं खरं! (उठते) जाते मी. (जाते. तो पाहत राहतो.)

: २७ :

[लहानू सगळ्या महादेव कोळ्यांना एकत्र जमवून सभा घेतो.]

लहानू : ... ऐकलात - ऐकलात आपल्या पाटलाचा पराक्रम.... सावित्रीला

ईस हज्जार रुपये घे न् कोडतात लबाड बोल म्हनतुया.

एकजर : ईस हज्जार रुपयं? ... बा माज्या —

लहानू : पर तिनं शाप सांगितलं - मला तुमचं पैसं नगत! म्या खरं त्येच सांगीन! (कुजबुज.) आन् तुमी बी ध्येनात ठेवा - कुनालाबी चौकीवर बोलिवलं - कुणालाबी कोडतात उभं क्येलं - तरी समद्यांनी सांगायचं - जगन्याचा खून पाटलाच्या मानसांनीच क्येला! काय सांगायचं?

सगळे : खून पाटलाच्या मानसांनीच क्येला!

: २८ :

[पाटलाचे घर / पाटील, फौजदार.]

पाटील : खून आमच्या मानसांनी क्येला! असं गावभर बोलून ऱ्हायले समदे! ... उद्या म्हनत्याल, खून आम्हीच क्येला!

फौजदार : वा - असं कसं म्हनूत्याल?

पाटील : का न्हाई म्हननार?

फौजदार : आम्ही मुस्काट नाय दाबणार त्येंचं?

पाटील : तुमची हुशारी आमच्या हितं! बाकी गावावर काय कंट्रोल नाय तुमचा! असता तर कोनाची छाती झाली असती आमच्या इरूध चकार शब्द काढायची?

फौजदार : नाय - पर तुमी बगताय — आजकाल लोकशाहीमधी आपुन कुनाचा आवाज बंद नाय करू शकत...

पाटील : असं? ... कुनाचा आवाज नाय बंद करू शकत? ... फौजदार तुम्ही किती वरसं हायसा, या गावामधी?

फौजदार : (नेमका रोख न समजल्यामुळे) म्हंजी बघा - तसं येत्या दिवाळीला —

पाटील : न्हाई - म्हंजी आता तुमचा बदलीचा टाइम झाला असंल, नाही? वरती बोलून बघतु काय करता येतं त्ये -

फौजदार : नग नग - तुमच्या पाया पडतू - आणखी दोन पाच वरसं तरी हितंच आपली सेवा —

पाटील : (हसून) असं? पर लोकशाहीमधी आमची सेवा कराया फावंल तुम्हांला?

फौजदार: तुम्ही काय बी काळजी करू नका. उद्याच्या उद्या तोंड बंद करतो का नाय बघा सर्वांची.

पाटील : आता कसं? अव लोकशाहीमधी बी खास लोकांसाठी खास लोकशाही असते. काय?

: २९ :

[सावित्रीचे खोपट.]

[एक बाई सावित्रीकडे येते.]

बाई : साइत्रे - अगं साइत्रे - तुज्या पायी बग गावात काय व्हऊन ऱ्हायलंय्‌ ते?

सावित्री : काय जालं माज्या पायी?

बाई : म्हादेव कोळ्यांना पोलिसं धरून घेऊन जात्यायत. म्हनत्यात तुम्ही पाटलाच्या इरूध बोलता - पाटलानं खून केला म्हनता - तुम्हांला जेलात टाकू.

सावित्री : ह्ये त्या मेल्या फौजदाराचं मुर्दाडाचं काम-रांडेचा पाटलाच्या वाड्यावर कुतऱ्यावाणी पडलेला असतो - त्याचं खाऊन फुगतोय्‌ आन्‌ आम्हां गरिबांच्या जिवावर उठलाय—हराम्याचं कंदी भलं व्हायचं न्हाई-

बाई : त्यो असंल लाख हरामी - पर तू कशापायी नखरं दावतीयास? पाटील काय देतो ते पैसं घ्ये - न्‌ चूप बस... म्हंजी आम्ही भाईर पडू या फौजदाराच्या कचाट्यातनं - तुजा मरद ग्येला त्यो ग्येला - त्यो काय आता तू पैसं घेतलंस नाय घेतलंस - खोटं बोललीस नाय बोललीस - म्हून परत यायचा न्हाई... मंग कशापायी आमचं समद्यांचं वाटुळं करतीयास?

सावित्री : म्या आता जीवच द्येते एकडाव. माज्या लेकराला बी माज्यासंगट मारूनच टाकते - म्हंजी म्या सुटंन आन्‌ तुमी बी सुटाल!

बाई : मोठी लागून ग्येली जीव द्येनारी - आमचा समद्यांचा जीव घेशील तवा सुटशील.

: ३० :

[पोलीस चौकी. हवालदार आणि काही महादेव कोळी.]

एकजण : फौजदारसाहेब कंदी येत्याल?

हवालदार : तुला काय त्येची पडली हाय? गुमान बस म्हनलं म्हंजी बसून ऱ्हायाचं.

दुसरा : पर कशापायी आनलं हाय आम्हांस्नी चौकीवर?

हवालदार : जास्त बोललास तर एकदम जेलातच घालतो बग.

तिसरा : नाय पर हितं कसली चवकशी नाय - काय नाय - आन् रोज बोलिवता ना निसतं बसवून ठेवता...

हवालदार : मग फोडून काढू का हंटरनं? म्हेरबानी समज निस्तं बसाया मिळतं ती. हितं आरामात बसाया दिलं तुला, तर त्येबी ठुसठुसाया लागलं का गांडीवर गळू झाल्यावानी?

एकजण : नाय, पर काम नाय धंदा नाय असं कसं बसून ऱ्हावं? आमचं हातावर पोट-रोज कामावर ग्येलं न्हाई तर उपाशी मरायची पाळी! ... जाऊ द्या ना गरिबाला. दीस डोईवर आला... हितं किती येळ बसून ऱ्हावं? रोजीचा खोळंबा होतुया! - जाऊ?

हवालदार : मस्नी परमिशन न्हाय तुम्हांला सोडायची! ... आता फौजदार येत्याल ... ते आल्यावर त्येस्नी इच्यारा, जाऊ का म्हून!

दुसरा : कंदी येत्याल त्ये?

हवालदार : पुन्याला गेलं हाय. रातच्याला येत्याल.

तिसरा : द्येवा, महाद्येवा - तंवर आम्ही इतंच बसून ऱ्हायाचं?

हवालदार : काय करनार? त्येंचा हुकूमच हाय तसा - मी काय बी नाय करू शकत.

दुसरा : म्हंजी कालच्यासारखं आज बी निस्तं पानी पिऊन निजावं लागंल, म्हना की.

हवालदार : आता रडताय! पाटलानं खून क्येला,पाटलानं खून क्येला, म्हणत गावभर नाचताना नाय काय वाटलं? ... बसा थितं मुकाट्यानं! विसरा आता काम धंदा... मरून जा उपासानं! न्याव हवा ना? - घ्या न्याव!

: ३१ :

[गावातली विहीर.
दोघी - तिघी बायका पाणी भरायला येतात. तिथे काठी घेऊन बसलेला एक गुंड त्यांना अडवतो.]

गुंड : कोन गं तुमी? म्हादेव कोळ्याच्या ना?

एक : हां. पानी भराया आलो.

गुंड : हितं? कशापायी? ही हीर काय तुमच्या बापाची हाय?

दुसरी : अरं पन आम्ही हमेशा हितंच पाणी भरतू.

तिसरी : आजवर न्हाई कुनी अडिवलं -

गुंड : म्हेरबानी क्येली! या फुडं ही हीर तुमास्नी बंद. म्हादेव कोळ्याच्या बायांनी हितं पानी भरायचं न्हाई! [एकदोघे हे पाहत तिथे उभे. ते एकमेकात कुजबुजून घाईघाईने जातात.]

दुसरी : कुनाचा हुकूम हाय ह्यो?

गुंड : दावू का कुनाचा हुकूम हाय त्ये? उलटं माला इच्यारतीस! — सरकारी हुकूम हाय - चल - हो चालती!

तिसरी : पर आम्ही जावं कुठं पानी भराया?

गुंड : ते मस्नी काय इच्यारता? जा खाली वढ्यावर न्हाई तं आणिक कुठं...

पहिली : या बया - आता काय करायचं?

[आणखी एक गुंड येतो. त्याच्याही हातात काठी.]

गुंड २ : (गुंड १ ला) काय रं? - काय चाललं हाय?

दुसरी : अवं तुमी तरी सांगा त्यांना काय तरी - आम्हांस्नी पानी नाय भरू द्येत.

गुंड २ : आसं -? मग हितं कशाला उभ्या ऱ्हायला? ... चालू पडायचं घरला. - समजलं? [मघा गेलेले दोघे आता लहानूला घेऊन परत येतात.]

लहानू : (गुंडांना) काय रं - हितं काय करतायसा तुमी?

गुंड १ : तू कोन रं इच्यारनारा? चालू पड - चालू पड...

लहानू : हितं काय म्हनं म्हादेव कोळ्याच्या बायांनी पानी भरायचं न्हाई?

[सावित्री येते.]

गुंड १ : नीग हितनं म्हनलं तर समजत न्हाई?

गुंड २ : थांब त्येला समजूनशान सांगूया - (त्याच्या डोक्यात काठी घालतो. तो कोसळतो.)

सावित्री : लहानूऽ -

एकजण : आता कशाला बोंबलतीयास? तुज्यापायीच चाललं हाय ये समदं-

[लहानू पुन्हा उठून उभा राहतो. ते दोघे त्याला मारू लागतात. तो वार चुकवतो. दुसरे दोघेही मधे पडतात. त्यांची डोकी फुटतात. ते उठून पळून

जाण्याचा प्रयत्न करतात. पण गुंड त्यांना अडवून मारतात. बायका किंचाळतात. फौजदारआणि हवालदार घाईघाईने येतात.]

फौजदार : काय चाललंय्? लहानूऽ मारामारी कशाला करतोयस?

गुंड १ : बघा तर... त्या बायांची बाजू घेऊन आमच्या अंगावर आला धावून-

फौजदार : (हवालदाराला) चल त्याला घेऊन ठाण्यावर - (खाली पडलेल्यांचा निर्देश) यांना पण घेऊन चला -

गुंड २ : चला - आम्ही येतो यांना घेऊन -

[गुंड व हवालदार, लहानू आणि इतरांना फरफटत घेऊन जातात.]

बायका : अवं त्यांना कशापायी नेताय्? त्यांनी काय सुदिक केलेलं न्हाई - (त्यांच्या मागे आक्रोश करीत जातात.)

पहिली : (सावित्रीकडे पाहून) चक्कीवाला म्हादेव कोळ्यास्नी पीठ दळून द्येत न्हाई आता तर पानीबी तुटलं! - रोजगार बी बंद झाला! ... समदी म्हादेव कोळी जात उपासपोटी जीभ हासडून मरून ग्येली का समाधान व्हईल तुजं! लावस कुठली! हडळ! (जाते.)

: ३२ :

[पोलीसठाणे]

[दोन पोलीस व फौजदार लहानूला मारहाण करीत आहेत... लहानू वेदना असह्य होऊन ओरडत आहे -]

लहानू : मेलोऽ मस्नी कशाला ... मारताय्?

फौजदार : भडव्या, पाटलाला खुनी म्हनतोस? गावभर कंड्या पिकिवतोस? (मारतो.)

लहानू : मारू नका - मारू नका.

फौजदार : मग बोल - कोरटात काय साक्ष देशील? ... जगन्याच्या खुनाशी पाटलाचा काय संबंध नाय - असं सांगशील?

लहानू : नाय नाय - खून पाटलाच्या गुंडांनीच केला -

फौजदार : मग मर - (मारतो.)

लहानू : म्या काय बी म्हनलं तरी समदा गाव ह्येच म्हनल का खून पाटलानंच -

फौजदार : कोन म्हनलं? - ह्ये - ह्ये - (आणलेल्या इतरांचा निर्देश.) काय रे - काय म्हनाल तुम्ही आं? काय बोलाल? (मारतो.)

दोघे-तिघे : न्हाई न्हाई - मेलो - सोडा -

फौजदार : (लहानूला) ध्येनात ठेव - आता गाव साइत्रीसोबत न्हाई - म्हादेव कोळी बी तिच्याबरुबर न्हाईत - ती एकलीच हाय - समजलं काय? - ती येकलीच हाय! समदा गाव तिच्या विरुध हाय! ती एकदम येकलीच हाय!

: ३३ :

[विहीर. रात्रीची वेळ. सावित्री मुलाला छातीशी धरून विहिरीच्या दिशेने जात आहे. पाणी बघते. आत उडी टाकण्यासाठी पदर बांधते.]

सावित्री : (मुलाला) घाबरायचं न्हाई - मी हाय सोबत तुज्या - आपुन दोगांनी संगतीनंच उडी मारायची हिरीत - आन् एकदम गापकन मरून जायाचं... की कसला तरास न्हाई! रोज रोज पोट भरायची काळजी न्हाई ... काम शोधायची किटकिट न्हाई... आपल्याला न्हाइ न् समद्या कोळीवाड्याला बी न्हाई! आपुन सुटलो न् समदे म्हादेव कोळी सुटले... आन् ठाव हाय का तुला मजा? ... आपुन हितनं ग्येलो का आपल्याला वरती कोन भेटनार हाय आरं तुजा बा! आपल्या आधी गेला काय? ... थांब म्हनं, आलोच का नाय आमी बी तुज्या संगतीला - चल - चल बिगीबिगी-

(पाण्यात उडी मारणार एवढ्यात पाठीमागून मास्तर तिला मागे खेचतात. ती वळते.)

मास्तर : (तिला ओळखून) सावित्री! - आणि विचार काय आहे तुझा?

सावित्री : जाऊ दे मास्तर आम्हांला. बाळाचा बाप वाट बगत असंल आमची.

मास्तर : डोकं फिरलंय तुझं. चल घराला.

सावित्री : नगं मास्तर - मला मरून जाऊ दे. समदी म्हनत्यात, त्यो एक म्येला, त्येच्यापायी आमी समदी मरून जानार - उपासमारीनं! पाटलानं काम बंद क्येलं - पानी तोडलं, पीठ तोडलं - आता कसं जगायचं... लोक म्हंत्यात या रांडपायी समदं टाचा घासून मरनार - त्यापेक्षा आपुनच मरून जावं त्ये खरं...

मास्तर : वा ग ऽ ... आपली अन्याय निवारण समिती तुला अशी मरून देईल होय? तुला न्याय व्हायला हवा - जगन्याला न्याय व्हायला हवा!

सावित्री : आता न्याय वरतीच व्हईल मास्तर - हितं न्हाई व्हनार!

मास्तर : असे हातपाय गाळून कसं चालेल? आता तर आपली केस उभी राहायचीये कोर्टात. तिथं काय होईल ते खरं - चल घराला. (मूल रडू लागते.) बघ — जागं जालं! (ती परत फिरते.)

मी जातो आता. परत नाही ना करायचीस मघासारखा वेडेपणा? - तुला बाळाची शपथ.

सावित्री : शपथ सुटली म्हना!

एक दोघे जण येतात.

एकजण : मास्तर - लवकर चला पोलीस ठाण्यावर... ते लोक लहानूला मार मारून न्हायले.

मास्तर : तुम्ही व्हा पुढं. मी आलोच! (ते जातात.)

सावित्री : काय जालं, लहानूला?

मास्तर : ते बघतो मी. तू काळजी नको करू...सांभाळून राहा. मी गेलो. (जातो.)

सावित्री : चल बाळा. कुनी मरू बी देत न्हाई आपल्याला. (जाऊ लागते. एवढ्यात वकील पुढं येतो.)

वकील : हितं येऊन गेले ना दोघे - लहानूचा निरोप देऊन?

सावित्री : तुम्हांला काय माहीत?

वकील : मी त्यांच्याबरोबर आलंतो. मास्तर जाईपर्यंत मागं न्हायलो... लहानूची हालत लई खराब हाय. फौजदार त्येला जिवानिशी माराया बी कमी करायचा न्हाई!

सावित्री : बाई गं! आता काय करावं? काय बी झालं तरी लहानूला वाचवाया होवं.

वकील : ते तुझ्याच हातात हाय.

सावित्री : (आश्चर्याने) माज्या?

वकील : तर! तू सांगत असशील तर पाटील सगळ्या महादेव कोळ्यांवरच्या केशी काढून घेईल. लहानूला बी लगीच सोडवंल.

सावित्री : आन् हिरीवर पानी भरून घेत्याल? चक्कीवर पीठ दळू घेत्याल?

वकील : समदं व्हईल तुज्या मनासारखं. समदा कोळीवाडा तुला दुवा दील तू फकस्त येकच करायचं.

सावित्री : काय त्ये?

वकील : मी सांगेन तशी साक्ष द्यायची कोरटात. आहे कबूल? (ती मान डोलावते.) मग उद्याच माज्याबरूबर शेरात चलायचं. कुनाला बी न सांगता. परवाला कोरटाची तारीख हाय. थितं तू सांगायचंस काय, त्ये मी उद्या तुज्याकडून घोकून घीन. एक अक्षर हिकडचं तिकडं करायचं न्हाई. ऱ्हाईल ध्येनात?

सावित्री : मग लहानूला सोडशाल?

वकील : इतक्यात न्हाई. तू कोरटात बरूबर बोलल्यानंतर मगच.

सावित्री : तवर त्यो मरून जाईल -

वकील : न्हाई मरणार. फौजदार त्येला मारहाण करणार न्हाईत. तू एकच ध्येनात ठेवायचं - मी सांगेन त्येच बोलायचं . - तसं न्हाई बोललीस तर -

सावित्री : तर काय?

वकील : तर त्ये गुंड पुन्यांदा आग लावतील. एकल्या तुज्याच घराला नाय, सबंध कोळीवाड्याला!

: ३४ :

[कोर्ट. सावित्री साक्षीदाराच्या पिंजऱ्यात उभी आहे... कारकून तिच्या हातात गीता ठेवतो.]

कारकून : म्हण - देवाशप्पथ खरं सांगेन - खोटं सांगनार न्हाई!

सावित्री : देवाशप्पथ... खरं सांगेन... खोटं न्हाई सांगनार !

वकील : सावित्री - मयत जगन्या झिलू कोळ्याशी तुझं नातं काय?

सावित्री : त्यो मरद माजा.

वकील : त्याचा खून झाला त्या वेळी तू कुठं होतीस?

सावित्री : त्याच्या संगतच व्हते साहेब. आम्ही झोपलोवतो. वेळ रातची व्हती.

वकील : भाईर काळोख व्हता?

सावित्री : न्हाई - साह्यब. भाइर चांदणं व्हतं.

वकील : साइत्रे - नीट आठवून सांग. रात अंधारी होती ना?

सावित्री : न्हाइ साहेब. भाइर चांदनं पडलं व्हतं. आन् घरात बी दिवली लावल्याली व्हती. त्या उजेडात मला -

वकील : (स्वरात दहशत) साइत्रे... नीट आठवून सांग – अपुऱ्या उजेडात तुला –

सावित्री : भायरच्या चांदण्यात चांगलं पाह्यले – मी गुंडांचे चेहरे.

[समोरच गुंड आगपेटीवर काडी घासून ती पेटवतो. सावित्री घाबरते.]

सावित्री : भाइर अंधार व्हता... त्यापायी मला कुनाचं तोंड दिसलं न्हाई – मला – फकस्त आवाज ऐकू आलं – ते कुनाचं त्ये मी वळिखलं न्हाई – मला काय म्हाइत न्हाई – मला काय म्हाईत न्हाई – (रडत सुटते.)

: ३५ :

[सावित्री एका बाजूला दगड होऊन बसलेली.
आधी तिच्याशी भांडणारी बाई तिच्यासमोर येऊन उभी राहाते.]

बाई : (कानावरून कडाकडा बोटं मोडून) सुटलो गं – बया आमी त्या पाटलाच्या जाचामधून सुटलो – हिरीवर पाणी भराया, चक्कीतनं दळण आणाया आता कोणाची बंदी ऱ्हायली न्हाई – गुणाची गंऽ माजी पोर – कशी उज्जू बोलली कोडतात! पाटील म्हंत्यात एकदम खूश जाला!

[पाटलाच्या गाडीचा हॉर्न वाजतो. सगळे चकित.]

एकजण : अरे – पाटलाची गाडी आली...

दुसरा : हितं? ... पाटील कोळीवाड्यात येतायूत?

[पाटील येतो. त्याच्याबरोबर झंप्या.]

पाटील : नमस्कार – नमस्कार ... आम्ही निर्दोष सुटलो... आमच्या इरूध कसलाच पुरावा नाय भेटला. आनंद... आनंदाचा दिवस हाय हा – आमच्या वाणी तुमी बी आनंदात ऱ्हा! झंप्या – दे त्या बाटल्या या मंडळींना आनंद कराया –

[झंप्या दोघा तिघांना बाटल्या देतो. ते बाटल्या उघडून पिऊ लागतात. मास्तर येतात.]

बरे आलात मास्तर. सावित्रे – तुझ्यासाठी नगद पाच हज्जार रुपयं या मास्तरांकडे देऊन ठेवतोय् — (देतो) जास्त देनार व्हतो. पर साला या खटल्यात अव्वाच्या सव्वा खर्च जाला! ऱ्हातं घर जातंय् का, अशी पाळी आली होती! मोहिते वकिलानं तर जाम पिळून घेतलं! देव भलं न्हाई करनार त्येचं. असो. उरल्यालं पंध्रा हज्जार रुपयं खर्च करून जगन्याचा

पुतळा उभारावा म्हन्तो मी- काय मास्तर, कशी काय वाटली आयडिया? या हितं, म्हादेव कोळीवाड्यातच त्येचा पुतळा बसवाय पायजे! - खाली मजकूर काय लिवायचा त्यो तुमी लिवून द्यावा... पर आसं कायतरी लिवा, की या गड्यानं देशासाठी बलिदान क्येलं - जरा चांगल्या भाषेत लिवा - परवा हा मजकूर न् जगन्याचे दोन-चार फोटू घिवून या वाड्यावर... पक्कं करून टाकू पुतळ्याचं न् लगी लागू कामाला... तेच्या पुण्यतिथीला पुतळा उभा ऱ्हायला पायजेल. अनावरण करून टाकू पालकमंत्र्यांच्या हातनं... खूष झालीस ना सावित्रे. शाब्बाऽस [जातात.]

एकजण : साला खरंच देवमाणूस हाय पाटील! सोत्ताहून हितवर येऊन बाटली दिली! [दुसरा कुठले तरी हिंदी सिनेमातले गाणे म्हणू लागतो. त्याबरोबर आणखी दोघे चौघे गात नाचू लागतात.

त्यांचा हा गोंधळ चालला असतानाच लहानू येतो. त्याला मारामुळे नीट चालताही येत नाहीये. एक हात लुळा पडलाय्. पण अंगात विलक्षण संताप भरलाय्.]

लहानू : साइत्रे - जाब इच्याराय आलोय मी तुला - कोडतात खोटी साक्ष दिलीस - माज्या जगन्याचं मास इकून त्याचे पइशे घेतलेस?

मास्तर : पैशासाठी नाई लहानू - तुला वाचवण्यासाठी ती खोटं बोलली- तिनं तसं केलं नसतं तर तू लाकपमधून जिवंत बाहेरच पडू शकला नसतास —

लहानू : मेलो असतो! म्हून गेल्या जिवाशी बेइमान व्हायचं?

सावित्री : कसं बोलतोस लहानू? जित्या मानसाला मरू देऊन मेल्या मानसाशी इमान राखू?

लहानू : कोन जित्तं हाय हितं? आपुन समदी मेलेलीच आहोत. समदी - मेलेलीच आहोत आपुन ... (ढसढसा रडू लागतो.)

मास्तर : गप - गप लहानू ... मी सांगाया आलो व्हतो का सरकारातनं कागद आला हाय. सावित्रीला भरपाई मिळायची आहे जगन्याच्या खुनाची. जमीनसुद्धा मिळायची हाय थोडी.

सावित्री : मला नगं त्येंची जमीन.

मास्तर : अगं तुला नको असेल. पण लेकराचा काय विचार करशील का नाही?

सावित्री : दादा, आमची म्हायती पेपरात आली म्हून सरकारला भरपाई द्याया

लागली. पर आजवर गावातलं इकतं मानूस पायाखालीच चिरडून ग्येलं न्हवं? .... आन् याफुडं बी काय, कोन कोन गोरगरीब मुकाट ऱ्हात असत्याल, त्येंच्या नशिबात काळोखच का न्हाई?

म्होरक्या पुढं होतो...

म्होरक्या : (प्रेक्षकांना) ह्योच तर हाय आमचा सवाल. सावित्रीला मिळाली जमीन आन् रोख रक्कम सरकारातनं. पर तिला न्याव मिळाला का? तिच्या दुपटी-चौपटीनं पैकं मिळालं असत्याल जगन्याचा खून करनाऱ्या गुंडांस्नी. त्येस्नी मिळाली असेल वतनवाडी त्येच्या पराक्रमासाठी. ही खुळी मानसं हितं नाचत्यात तंवर पाटलानं लावला असंल टरंक कॉल मुख्यमंत्र्यास्नी. आन् शेवटी समदी चौकशी शाप दडपून टाकत्याल. बापडा जगन्या फुकाफुकीच मरून ग्येला असंल. समदीकडं ह्ये असंच व्हतं.

पर म्या म्हन्तु — तुमी सगळ्यांनी ह्ये पाह्यल्यालं हाय. तुमी काय काय करनार? घरोघर गेल्यावर समदं इसरून जानार? का आमच्यासारख्या जळल्यापोळल्यांसाठी व्हइल त्येवडं करनार? गरीबगुरिबांना, ह्ये कीडमुंगीवानी जगत्यात म्हून इसरून जानार, का ह्ये आपलंच भाईबंद, म्हून पोटाशी धरनार? या जगामंदी जे जे जिते हाय त्येन्ला आपलं म्हननार का न्हाई? — बोलाऽऽ

[क्षणभर शांतता, कुणीच बोलत नाही. म्होरक्या अंधाऱ्या प्रेक्षागृहाकडे एकदा कंदील उचलून पाहून घेतो. आशेने. अपेक्षेने. पण सगळे गप्पच बसलेले.]

म्होरक्या : (कंदील खाली करून, बरोबरच्या मंडळींना) चला रं — त्ये काय बी बोलत न्हाईत. आपुन त्येस्नी सांगायचं त्ये सांगितलं. आता चला — चला आपल्या गावाकडे मुकाट्यानं परत.

[मंडळी सामानाची आवराआवर करतात आणि म्होरक्याच्या पाठोपाठ खिन्नपणे चालू लागतात. रंगमंचाच्या पायऱ्या उतरून प्रेक्षकांत येतात. आणि प्रेक्षागृहाच्या बाहेर पडून जिथून आले तिथेच परत जातात. रंगमंचावर शेवटची आकृती दिसते ती सावित्रीचे काम करणाऱ्या स्त्रीची. डोक्यावरच्या गाठोड्याच्या ओझ्याखाली वाकलेली. ती निघून जाताच रंगमंच मोकळा होतो. संपूर्ण मोकळा. संपूर्ण कोरा.]

संपूर्ण

या नाटकाचा मुळात लिहिलेला आणखी एक शेवट

म्होरक्या प्रेक्षकांना उद्देशून जे बोलतो, त्यातील "– म्हननार, का न्हाई? बोलाऽऽ" – नंतर पुढील मजकूर घेणे.

[एक गंभीर आवाज ऐकू येतो :]

आवाज

... ही लढाई कधी संपेल का?
या लोककथेला कधी शेवट सापडेल का?
आनंदाचा? विजयाचा?
कथेतला दैत्य मारला जाऊन कायमचा?
पुन्हा पुन्हा न जुळता, जरासंधासारखा?
मिळेल का असा सुखाचा शेवट?
– पण नाही. लोककथेला नसतोच शेवट.
तिला फुटत असतात शेकडो फाटे.
खडकातल्या झऱ्यागत.

तेव्हा निदान या लोककथेचा शेवट करू
तिच्यातल्या पात्रांच्या आशावादावर
म्हणजे त्यांनाही येईल गाता –
एक आशागीत. आणि तुमच्याही ओठांवरची
पुसली जाईल कडवट चव. निराशेची.
होतील ते स्वच्छ शहरी स्मितासाठी.
(म्होरक्या आणि इतर सगळे मिळून गातात.)
एकल्या ज्योतीला संगत द्यारं जाळानं जाळ वाढवा
चारी बाजूंनी माजला अंधार, पेटवा मशाल पेटवा

असंल वाहात मरणघडीचं धूम वादळी वारं
असंल तुमच्या मशालीमंदी त्येलबी जरा अपुरं
तरी बी नगा देऊ विझू ती जोवर प्राणात प्राण
माज्या दादांनो - बाबांनो - तुमाला लेकरांची हो आण
जाल चुकोनी कुटं म्हणोनी वाटंला उज्याड दावा
चारी बाजूंनी माजला अंधार, पेटवा मशाल पेटवा
माजलेलं जे जे, सत्तेवरुनी, त्येना वढा खाली
उबून गेलेल्या सिंहासनांची, करून टाका होळी
अस्सा पडंल होळीचा उज्याड फाटून जात्याल डोळं
त्येंचं ज्येंनी घर तुमचं खोल, अंधारी गाडून दिलं.
जाळल्या भुईत नव्या आशांची नवीन रोपं लावा
चारी बाजूंनी माजला अंधार, पेटवा मशाल पेटवा.

**

प्रेरणा

नाट्यलेखनामागची प्रेरणा

रत्नाकर मतकरी

'लोककथा'७८' हे नाटक लिहिताना, आणि सादर करतानाही मला एक (इतर नाटकांच्या निर्मितीच्यापेक्षा) वेगळा आनंद मिळाला. या नाटकाला चाहत्यांचा प्रचंड प्रतिसाद लाभला. व्यक्तिगत पत्रे आली, तशीच वृत्तपत्रांमधून गौरवपर परीक्षणेही मोठ्या संख्येने आली. लातूरमध्ये १९७९ साली झालेल्या समता परिषदेमध्ये बाबा आढावांनी, या एका नाटकाने शंभर भाषणांचे काम होईल, असे सांगितले. हे स्मरून आमच्या 'सूत्रधार' या संस्थेने या नाटकाचे जनजागृतीसाठीही वेळोवेळी प्रयोग केले. वेस्ट जर्मनीच्या टर् डी होम्स या संस्थेने मराठवाड्यामध्ये 'लोककथा'७८' च्या १६ प्रयोगांचा एक दौरा १९७९ मध्ये आयोजित केला, त्याचे संयोजन तेव्हाच्या युवक क्रांती दलाने केले. (प्रत्येक प्रयोगानंतर गावातल्या कार्यकर्त्यांशी नाटकाविषयी चर्चा होई.) त्यानंतर इंडियन पीपल्स थिएटर ('इप्टा') या संस्थेने या नाटकाचे प्रयोग हिंदी भाषेत (दिग्दर्शक : रमेश तलवार) सादर केले. आजही उषा गांगुली यांची कलकत्यातली नाट्यसंस्था 'रंगकर्मी' ही हिंदी भाषेत 'लोककथा'७८' चे प्रयोग सादर करीत आहे.

सामाजिक प्रश्नांविषयी लिहिताना आज एक कुचंबणा झाल्याशिवाय राहत नाही. बऱ्याच वेळा एखाद्या ज्वलंत प्रश्नावरही कशासाठी लिहायचे, हाच प्रश्न पडतो. कारण लेखनाद्वारे समाजात जी जागृती व्हायला हवी, ती तर बऱ्याच अंशी (प्रसारमाध्यमे इत्यादींच्या द्वारे) झालेली असते, परंतु तत्त्वशून्य राजकारण्यांपुढे या जागृत जनतेचेही काही चालत नाही. आज राजकारणात आणि समाजकारणात मोठ्या प्रमाणात घडणाऱ्या अन्यायाविषयी आणि भ्रष्टाचाराविषयी शाळकरी मुलांनाही माहिती आहे; परंतु त्यावरचा उपाय मात्र थोर विचारवंतांकडेही नाही. दलितांवर होणाऱ्या अन्याया–अत्याचाराची

सर्वांनाच चांगली कल्पना आहे.परंतु सत्ताधारी सवर्ण आणि अत्याचारात सामील होणारे शासनाचे अधिकारी ही मंडळी तर सोडाच, परंतु दलितांचे नेतेही खरोखर गोरगरिबांचे आणि पददलितांचे प्रश्न सोडविण्यासाठी पूर्णत: प्रयत्नशील आहेत, असे दिसत नाही. गावागावातून वस्तीला असलेल्या दलितांना पाटील, सरपंच आणि पोलीस त्यांचे हक्क आणि अधिकार मिळू देतात का ? दलितांच्या वस्त्या स्वच्छ आहेत का, त्यांच्या मुलांना शिक्षण मिळते का, त्यांना योग्य तो रोजगार मिळतो का, हे कोण पाहतो ? आणि इथे मी दलित हा शब्द जातिवाचक वापरत नाही; कारण माझ्या मते पददलिताचे हाल, तो कुठल्याही जातीतला असला तरी, केवळ त्याच्या गरिबीमुळेच होत असतात.

तेव्हा आज समाजजागृतीसाठी नाटक लिहायची गरज नाही, कारण समाज जागाच आहे, पण हतबल आहे. लिहायचे तर सत्ताधाऱ्यांना जागे करण्यासाठी; पण ते तर जागेच असून त्यांनी झोपेचे सोंग मात्र घेतलेले असते. तरीही 'लोककथा'७८'चे प्रयोग आजमितीला होतात, याचे कारण आजही पंधरा वर्षांपूर्वीइतक्याच, किंबहुना अधिक मोठ्या संख्येने दलितांवर अत्याचार होतात, त्यांच्या स्त्रियांवर बलात्कार होतात, आणि गावोगावी वरचा वर्ग त्यांच्यावर आकस ठेवून त्यांना ठेचत राहतो. 'लोककथा'७८' रंगभूमीवर आले, तेव्हा याच्यात मांडलेला प्रश्न लौकरच सुटो, आणि हे नायक कालबाह्य ठरो, अशी प्रार्थना आम्ही केली होती. दुर्दैवाने आजही हे नाटक कालबाह्य ठरलेले नाही, आणि पददलितांचे हाल संपलेले नाहीत.

'लोककथा'७८' चे बीज मला बेटक बिलोली गावात घडलेल्या एका घटनेत सापडले होते. खरे तर त्या घटनेनंतर नाटक इतक्या लौकर रंगभूमीवर आले, की तोवर ती पुरती तडीलाही लागली नव्हती. खटला कोर्टात उभा राहायचा होता, आणि प्रत्यक्षातल्या सावित्रीला न्याय मिळायचा बाकी होता. अर्थातच या प्रकारच्या खटल्यांचे अखेर काय होते ते सर्वांनाच माहीत आहे. त्याप्रमाणे मी नाटकात जो शेवट दाखवला तो – म्हणजे थोडीफार भरपाई देऊन सावित्रीचे तोंड बंद केले जाते, हा – माझ्या कल्पनेतला, पण शक्यतेतला होता. दुर्दैवाने प्रत्यक्षातही तो (नाटक लिहिल्यानंतरच्या काळात) तसाच झाला. मात्र अधिकच भेदकपणे. 'सावित्री' आणि तिची आई यांना शहरात नेऊन तिथल्या लॉजमध्ये ठेवून, त्यांच्याकडून खोटी साक्ष पाठ करून घेतली गेली. प्रत्यक्ष न्यायालयात खरे तेच सांगावे, असे तिच्या मनात वारंवार

येत होते; पण दुसऱ्या एका केसच्या निमित्ताने आलेले पाटलाचे गुंड, धमकावणाऱ्या नजरांनी तिच्याकडे पाहात न्यायालयभर उभे होते. शेवटी 'मला काळोखात नीटसं दिसलं नाही, मी गुंडांना ओळखत नाही' असे सांगणे तिला भाग पडले. तिला मिळालेल्या भरपाईतलेही फार थोडे तिच्या पदरात पडले. हा सारा वृत्तान्त मी 'सावित्रीची गोष्ट' या लेखात ('स्त्री', दिवाळी १९७९) सविस्तर दिलेलाच आहे. दुसऱ्या आवृत्तीच्या निमित्ताने या घटना इथे पुन्हा एकदा सांगण्याची संधी घेतली आहे.

जानेवारी १९९४
मुंबई

रंगभूमीचा पुनर्विचार

रत्नाकर मतकरी

नोव्हेंबर १९७८ मध्ये 'लोककथा ७८' हे माझं नाटक राज्यनाट्य स्पर्धेत रंगभूमीवर आलं, आणि त्याचे रीतसर प्रयोग जानेवारी १९७९ मध्ये सुरू झाले. निरनिराळ्या तीन स्पर्धांमध्ये हे नाटक बक्षीसपात्र ठरलं. त्या वर्षीचं उत्कृष्ट प्रायोगिक नाटक म्हणून त्याला अखिल भारतीय मराठी नाट्यपरिषद, 'नाट्यदर्पण' मासिक, यांची पारितोषिकंदेखील मिळाली. अवघ्या दीड पावणेदोन वर्षांत या नाटकाचे सव्वाशेच्या वर (म्हणजे प्रायोगिक नाटकांच्या मनाने पुष्कळच!) प्रयोग झाले. मुंबई–पुण्याच्या फॅशनेबल प्रेक्षकांपासून ते गावोगावच्या निरक्षर खेडुतांपर्यंत वेगवेगळ्या लोकांनी ते पाहिलं. या नाटकावर खूप लिहिलं गेलं, खूप चर्चा झाल्या - अजूनही होताहेत. खूप मोठ्या प्रमाणावर प्रशंसा झाली, त्या मानाने विरोधी टीका कमी झाली.

या सर्व प्रतिक्रियांकडे, वर्षभरानंतर, आता मी थोड्या अंतरावरून पाहू शकतो. त्याविषयीची माझी प्रतिक्रिया आजवर मी कुठंही मांडली नव्हती, ती, हे काळाचं अंतर जाऊ द्यावं, म्हणूनच. आता मात्र ती नमूद करणं मला आवश्यक वाटतं. याचं महत्त्वाचं कारण असं की, या नाटकाच्या टीकाप्रशंसेमध्ये रंगभूमीचे काही फार मूलभूत प्रश्न गुंतले आहेत, असं मला वाटतं.

'लोककथा ७८' चा विषय दलितांवर झालेले अत्याचार हा होता. त्याचा आकार नेहमीच्या नाटकासारखा बेतशीर नव्हता. भाषा नेहमी रंगभूमीवर बोलली जाते, तशी नव्हती. साहित्यिक तर नव्हतीच, किंबहुना संवाद अगदी जुजबी, मोजक्या वाक्यांतच होते. सादरीकरणामागचा हेतूही एक सुविहित नाटक करणं, असा नसून प्रेक्षकांना एक दाहक अनुभव देणं, हा होता. या सर्वच गोष्टी आजवरच्या नाटकांपेक्षा बऱ्याच निराळ्या असल्यामुळे नाटकावर चांगल्या-वाईट दोन्ही प्रकारच्या प्रतिक्रिया संभवत होत्या.

पहिली महत्त्वाची प्रतिक्रिया अर्थात स्पर्धेच्या परीक्षकांची. पहिल्या दुसऱ्या, दोन्ही फेऱ्यांच्या परीक्षकांपैकी तिघा-चौघांनी अत्यंत भारावून जाऊन, नाटक फारच परिणामकारक वाटल्याचं त्यातल्या बारकाव्यांसकट सांगितलं. एका परीक्षकानं मात्र ते 'भडक' (लाऊड) आणि 'बातमी'सारखं वाटलं, असं म्हटलं. (हे अपेक्षित होतं. कारण तो 'लाऊडनेस', ते बातमीवजा वाटणं हा त्या अनुभवाचा एक अपरिहार्य भाग होता.) बातमी वाटण्याविषयीचा सूर नंतर बदलत गेला. सुरुवातीला तो दोष म्हणून दाखवला गेला. नंतर 'रिपोर्टाज' हा फॉर्म म्हणून स्वीकारला गेला. एका साप्ताहिकानं, 'सगळ्या गोष्टी स्वतंत्रपणे उल्लेखनीय असूनही परिणाम होत नाही', असं म्हटलं. त्याचा थोडा अचंबा वाटला. कारण प्रेक्षकांची प्रतिक्रिया पाहता, 'काहीही दोष असले तरी परिणाम मात्र होतो', असं उलट म्हणणं भाग होतं. नंतर असं वाटलं की, अत्याचाराच्या बातम्या वाचून आपण थंड राहतो, ही वस्तुस्थिती आहे, मग तो पत्रकार हे नाटक पाहून थंड राहिला, यात नवल ते काय? नाटकातल्या विचाराला त्यामुळे पुष्टीच मिळाली. (कुणी तरी नेमकं असं छापलंदेखील!) 'नाटक चांगलं आहे', असं अनेकांनी म्हटलं, पण या नाटकाचा 'अनुभव' कसा तयार होतो, हे क्वचित सांगितलं गेलं. 'माणूस' साप्ताहिकाच्या समीक्षकानं मात्र हे विश्लेषण करण्याचा फार अभ्यासपूर्ण प्रयत्न केला.

हे नाटक परिणामकारकपणे प्रेक्षकांपर्यंत पोहोचतं, हे विशेष लक्षात आलं ते बाहेरगावच्या प्रयोगांत, लातूर, पंढरपूर, बार्शी, अमरावती, नांदेड, सोलापूर, खामगाव इ. ठिकाणच्या, सर्वसाधारणपणे व्यावसायिक नाटकाच्या प्रेक्षकांनीदेखील दीड तासांचं, मध्यंतर नसलेलं हे नाटक रंगून जाऊन, एवढंच नाही तर प्रयोगाच्या शेवटी उत्स्फूर्तपणे टाळ्या वाजवून बघितलं. हे त्यांचं टाळ्या वाजवणं विशेष वाटलं. कारण नाट्यप्रयोगानंतर टाळ्या द्यायची पद्धत आपल्यात फारशी नाहीच. टाळ्यांच्या बाबतीत सुरुवातीला 'छबिलदास'ला 'सायलेन्स झोन' होता. पण टिपिकल 'छबिलदास' प्रेक्षक संपल्यानंतर मात्र मोकळेपणानं टाळ्या वाजवणारा प्रेक्षक मिळू लागला. दोन ठिकाणच्या प्रेक्षकांनी मात्र आमची विकेट घेतली. एक महाडचा प्रेक्षक आणि दुसरा (आश्चर्य आहे, पण) बेळगावचा, पत्रकार परिषदेचा. दोन्ही प्रेक्षकांना माईम्स, नटांनी दारं म्हणून उभं राहाणं, चिंध्यांचं बाळ, इत्यादींची शेवटपर्यंत गंमत वाटत राहिली. या गोष्टींना ते हसून दाद देत राहिले आणि नाटकाचं गांभीर्य निकालात निघालं.

नागपूरकरांनाही नाटक फारसं आवडलं नाही, असं मला वाटलं. पण त्यांपैकी काहींची तक्रार रंगमंदिराच्या दोषामुळे ते पाठीमागे ऐकू आलं नाही, अशी होती. तिथल्या वृत्तपत्रांत नाटकावर साधक-बाधक टीका करणारे तीन प्रशस्त लेख आले, पण त्यांपैकी दोन खोडसाळ आणि एकच गंभीरपणे लिहिलेला होता. मी त्या वेळी कुठल्याच टीकेला उत्तर द्यायचं नाही, असं ठरवलं होतं. एक तर प्रयोगांमध्ये गुंतल्यामुळे तेवढा वेळ नव्हता. शिवाय वेगवेगळ्या ठिकाणच्या भिन्न भिन्न प्रतिक्रिया आम्ही अजून गोळा करीतच होतो. त्या सगळ्यांमधून निश्चित निष्कर्ष काढायला अवकाश होता. शिवाय खरोखर गावोगावच्या प्रेक्षकांसाठी अजून प्रयोग व्हायचे होते. तिथं या नाटकाच्या परिणामकारकतेची कसोटी लागायची होती.

यथावकाश तेही झालं. नाटक लोकांपर्यंत पोहोचावं, असा आशीर्वाद देण्याइतकं, त्याचे प्रयोग गावोगावी करणं सोपं नव्हतं. पण टर् डी होम्स या (वेस्ट) जर्मन संस्थेनं आणि युवक क्रांति दलाच्या कार्यकर्त्यांनी मनावर घेतल्यामुळे त्याचे प्रयोग, जिथं या नाटकातल्या सारख्या घटना मोठ्या प्रमाणावर घडल्या तिथं, म्हणजे मराठवाड्यातल्या सोळा गावांमध्ये आम्ही करू शकलो. इतर भागांत हे प्रयोग अजून करायचेच आहेत, परंतु त्यांतल्या प्रतिक्रिया कमीजास्त प्रमाणात मराठवाड्यातल्यासारख्याच असतीलसं वाटतं.

मराठवाड्यात सुमारे पस्तीस हजार लोकांनी हे नाटक पाहिलं. काही ठिकाणी आजूबाजूच्या चार-पाच गावांतले लोकही नाटक पाहायला येत. कुठल्याही मेळाव्यांना, सभासंमेलनांना कधीही न जाणाऱ्या बायका मोठ्या संख्येनं नाटक पाहायला आल्या. या सोळा गावांत काही जिल्ह्यांची गावे होती, तिथं मुंबई-पुण्यासारखाच, म्हणजे या नाटकाकडे नाटक म्हणून पाहणारा, प्रेक्षकवर्ग भेटला. पण इतर तालुक्याच्या गावी आणि त्यातूनही अंतर्भागातल्या खेडेगावांत, हे नाटक, तिथं घडणाऱ्या घटनांचा आरसा म्हणून पाहिलं गेलं. आश्चर्य म्हणजे यांतला एखादा अपवाद वगळता, सगळ्या गावांतल्या लोकांनी विलक्षण शिस्तीत, शांततेनं, योग्य त्या जागी दाद देऊन, माइमसारख्या गोष्टीही समजून घेऊन, हे नाटक पाहिलं. नजर पोहोचेल तिथवर दाटीवाटीनं पसरलेला हजारोंचा समुदाय एक प्रायोगिक नाटक रंगून जाऊन पाहत आहे, ही घटनाच मुळी थरारून टाकणारी होती. हा अनुभव, आपल्या छोट्याशा

प्रायोगिक, लहान-मोठ्या कलाकारांच्या आणि टीकाकारांच्या वर्तुळाचा, फेरविचार करायला लावणारा होता.

यांतल्या सात-आठ गावांत या नाटकावर उत्स्फूर्तपणे चर्चा ठेवण्यात आल्या. त्यांत निघालेल्या शंकांना मी आणि माझ्या सहकाऱ्यांनी यथाशक्ती उत्तरं दिली. या चर्चा खूप रंगल्या.

'लोककथा ७८'चं जसं उदंड कौतुक झालं, तसे त्यावर अनेक आक्षेपही घेतले गेले. त्यांतल्या प्रमुख आक्षेपांकडे आता वळून बघणं योग्य ठरेल.

एक आक्षेप असा होता की, या नाटकाला साहित्यिक मूल्य नाही. त्यात एक बातमी सरळ मांडण्यात आली. ते वाङ्मय म्हणून उभं राहणार नाही. या आक्षेपामागे मला एक गोंधळ जाणवला, तो आपल्या रंगभूमीविषयी असलेल्या अपेक्षांबाबत. रंगभूमीवर तथाकथित 'वाङ्मय हवं' ही आपली अपेक्षाच का? जी वाङ्मयीन मूल्यं आपण कथा-कादंबऱ्यांना लावू, ती नाटकाला काय म्हणून लावावीत? रंगभूमीला स्वतःची अशी एक भाषा आहे. इतके दिवस रंगभूमी ती भाषा पूर्णांशानं बोलत नव्हती. पूर्वी मराठी रंगभूमी बोजड साहित्यिक भाषा बोलायची. आता ती साधी पुस्तकी भाषा बोलते. परंतु तरीही तिची भाषा वाङ्मयीनच राहिली. त्यामुळे नाटकं वाङ्मयाच्या परीक्षांना लागू लागली, त्यांतील उतारे उत्तम भाषेचे नमुने म्हणून निवडले जाऊ लागले. पण हा रंगभूमीचा गुण नसून दोष होता. याउलट 'घाशीराम कोतवाल'सारख्या नाटकाला रूढ अर्थाची साहित्यिक संहिता नसून संगीत नृत्यानेच पूर्ण होणारी संहिता आहे, हा त्याचा दोष नाही, गुण आहे. याही पुढे जाऊन जे नाटक प्रेक्षकांना नाट्यानुभवात सहभागी करण्यासाठी अनेक बाजूंनी प्रयत्न करतं (मग नटांनी प्रेक्षागृहाबाहेर बसण्यापासून, ते संगीतानं कानठळ्या बसण्यापर्यंत)तिथं संहितेचा, स्वतंत्र विचार करणं हासुद्धा गुन्हा आहे.

या नाटकावरील टीकेवरून माझ्या एक लक्षात आलं, की आपल्या टीकाकारांच्या कलेविषयी काही ठरावीक पुस्तकी कसोट्या आहेत. या कसोट्या लावल्यामुळे होणाऱ्या घोटाळ्यांचं एकच उदाहरण देतो. एक कसोटी अशी आहे की, कलात्मकता म्हणजे संमिश्रपणा आणि काळे-पांढरे ही विभागणी म्हणजे ढोबळपणा. एका अभ्यासू समीक्षकानं असं म्हटलं की, या नाटकामुळे गरीब तेवढे चांगले आणि श्रीमंत तेवढे वाईट, असा समज होईल.

हे वरवर खरं वाटेल, पण इथं एक लक्षात घेतलं पाहिजे की, खेड्यातल्या या दोन वर्गांमध्ये सत्ता आणि वित्त यांपायी इतकी मोठी दरी तयार झालेली आहे, की तिथं आपल्या सांकेतिक चांगल्या-वाईटाच्या कल्पनेला काही अर्थ राहत नाही. पाटील कितीही चांगला असला तरी तो आपल्याला अडचणीत आणणाऱ्या व्यक्तींना गावात शिल्लक ठेवू शकत नाही. याउलट गरीब कितीही वाईट असला तरी तो इतका दुर्बळ असतो की, तो पाटलांचा घात करूच शकत नाही. हे नाटक ज्यावर आधारलेलं आहे, त्या प्रत्यक्ष घटनेतला अत्याचार आपल्याला खोटा, मध्ययुगीन वाटेल इतका भयंकर आहे. तिथं पाटलानं स्वत: हातात बंदूक घेऊन उभं राहून मारेकऱ्यांकडून खून करवून घेतला. मी इतका भयंकर पाटील दाखवला नाही, कारण आपल्या पांढरपेशा प्रेक्षकाला तो हिंदी चित्रपटातला वाटला असता. (इथं एक सांगावंसं वाटतं की, हिंदी चित्रपटात वास्तव दाखवत नसले, तरी खुद्द वास्तवावरच अलीकडे हिंदी चित्रपटांचा इतका परिणाम झालेला आहे, की खरा गुंड हा बराचसा सिनेमातल्या गुंडाची नक्कल करतो!) आता अशा ठिकाणी संमिश्र व्यक्तिरेखा दाखवून काय साध्य होणार? पांढरपेशा समीक्षकाच्या बरोबर उलट टीका झाली ती नांदेडच्या कष्टकरी संघटनेच्या पत्रकात, मी पाटील फारच सौम्य दाखवला, अशी. मी ती मान्यही केली. कारण त्या मंडळींची टीका हे 'प्रचितीचे बोलणे' होती, ती एम. ए. च्या वर्गात शिकलेली नव्हती.

टीकेमधले दुसरे एक 'फॅशनेबल आर्ग्युमेंट' असते समस्येच्या एकांगी-पणाबाबत. यांतल्या बऱ्याच टीकाकारांना नाटकाचा परिणाम (इम्पॅक्ट) ही गोष्ट लक्षात आलेली नसते. समस्येची दुसरी बाजू दाखवावी, असं म्हणणं ठीक असतं. परंतु नाटकाचा काही एक एकसंध परिणाम दीड-दोन तासांतच करायचा असतो, हे लक्षात घेता, असल्या दुहेरी चित्रणाचा फारसा उपयोग नसतो. शिवाय ते, फार बुद्धिनिष्ठ दिसलं, तरी खरोखर वास्तववादी नसतंच. 'गरीब-श्रीमंत' या दोघांमध्ये काही समतोल हवा असं म्हणणाऱ्यांना 'मंथन' चित्रपटातल्या नायकानं दिलेलं उत्तर लागू पडतं. तो विचारतो, ''सर्वांना सारखेपणा? एका बाजूला सगळं काही आहे आणि दुसरीकडे काहीही नाही. या दोघांनाही एकसारखीच सहानुभूती दाखवायची?'' माझ्या मते, 'काळ्या-पांढऱ्या व्यक्तिरेखा' वगैरे टीका आता पुस्तकी समीक्षा म्हणूनही फार जुनाट झालेली आहे. तो समीक्षेतला एक घासलेला संकेत (क्लिशे) झालेला आहे.

कारण कलाकृतींचा आपण आता इतर अनेक अंगांनी विचार करायला लागलो आहोत. ही साचेबंद टीका करताना, 'परिणाम' त्या त्या कलाकृतीचा घाट, 'कम्युनिकेशन' यांसारख्या अनेक कलातत्त्वांकडे आपलं दुर्लक्ष होतं. काही ठिकाणी व्यक्तिरेखा खरोखरच व्यामिश्र असाव्या लागतात; पण सगळीकडे नाही. 'लोककथा ७८' या रिपोर्ताजच्या अगदी उलट माझ्याच 'आरण्यक'-सारख्या शोकांतिकेला परिपूर्ण व्यक्तिचित्रणाची गरज होती, ती तिथे पुरी केलेली होती.

पाटलाचीही दुसरी चांगली बाजू दाखवायला हवी होती, म्हणणाऱ्या टीकाकारांचे भाईबंद प्राध्यापक मला गावोगावी भेटले. दलित विरुद्ध पाटील असा ढोबळ संघर्ष दाखविण्यापेक्षा दलितांमधीलच अंतर्गत तणाव दाखवणं कसं अधिक कलात्मक आहे, हे त्यांच्याकडून ऐकायला मिळायचं. अशी टीका करणाऱ्या आपल्या पुण्या-मुंबईच्या टीकाकारांमधला पुस्तकी भाबडेपणा निदान प्रामाणिक असतो, पण तो निरागसपणा या प्राध्यापकांमध्ये नव्हता, हे त्यांतल्या किती महाविद्यालयांचे चालक-मालक, पाटील-सरपंच आहेत याची माहिती मिळाल्यावर आमच्या ध्यानात आलं. असल्या मिंध्या प्राध्यापक मंडळींच्या हातात आपण कोलीत देतआहोत, हे आपल्या कलावादी समीक्षकांच्या ध्यानीमनीही नसेल. उपाशी माणसं एकमेकांत भांडतात, हे भांडण कलात्मक, आणि त्यांची उपासमार होते, या सत्याचा उच्चार ढोबळ प्रचारात्मक, असल्या ढोंगी कलावादापुढे कोण काय बोलणार?

अशीच आणखी एक सांकेतिक टीका म्हणजे शहरी माणसाला ग्रामीण जीवनातले प्रश्न जाणवत नाहीत, ही. या नाटकाला तात्त्विक बैठक नसून केवळ वृत्तपत्र वाचून ते लिहिलेलं आहे, गुलजार लेखक केवळ सध्या या विषयाची चलती आहे म्हणून इकडे वळले (अशी कितीशी नाटकं या विषयावर आली?), हे लोक आपल्या हाताखालच्या दलित शिपायाशी बोलणारही नाहीत – आणि अत्याचाराविषयी मात्र खोटा कळवळा दाखवतात, इ. इ. टीका, या प्रकारची.

पहिली गोष्ट म्हणजे तात्त्विक बैठक काही केवळ त्या विषयात बुडून राहिल्यानं येत नाही, किंबहुना कित्येकदा एका विशिष्ट अंतरामुळे येते. तसं नसतं तर आपल्याकडे राजकीय आणि सामाजिक समस्यांवरची चांगली नाटकं खंडींनी लिहिली गेली असती. एखाद्या विषयाचा सातत्यानं अभ्यास करणारा

माणूस उत्तम प्रबंध लिहील, पण नाटक लिहू शकणार नाही. ग्रामीण विषयावर गावातल्या लोकांनी नाटकं लिहावीत, तरच ती जिवंत होऊ शकतील (पुन्हा एक समीक्षेतला 'क्लिशे'), असं म्हणणाऱ्यांनी रवींद्र किंवा बालगंधर्व रंगमंदिरात बसून या गोष्टीचा अंदाज न करता, गावोगावच्या कलापथकांचे निर्जीव कार्यक्रम प्रत्यक्ष पाहावेत, म्हणजे त्यांचं शंकानिरसन होईल.

अशा तऱ्हेने विषय हाताळण्याचा अधिकार पांढरपेशा साहित्यिकाला का नसावा? बऱ्याच वेळा लेखकाला एक प्रकारच्या आंतरिक जाणिवेतून, 'इंट्यूइशन'मधून काही विषय समजत असतात. तसे ते समजले नाहीत, तर त्याची पंचाईतच होईल, कारण दलित समस्येसाठी एक वेळ गावागावांतले जीवन पाहता येईल - पण ऐतिहासिक, पौराणिक नाटकासाठी त्यानं काय करायचं?

किंबहुना लेखकाला असल्या विषयाची पूर्वपीठिका असणं हे कधी कधी धोक्याचंही असतं, कारण मग तो आपली आवडती मतं, ती चूक असोत की बरोबर, त्यात घुसडतो. उदाहरणार्थ - 'लोककथा ७८' मधल्या परिस्थितीला काहीजण वर्णव्यवस्था हे कारण देतील, तर काही वर्गव्यवस्था. प्रत्यक्षात मात्र हे प्रश्न एकमेकांत इतके गुंतलेले आहेत, की अशी एकच एक बाजू घेऊन तिचं पारडं झुकवणं योग्य वाटत नाही. त्यापेक्षा जाता जाता प्रश्नांची नुसती जाणीव करून देणं हेच केव्हाही योग्य. यासाठी कुठल्याही मतांच्या गलक्यात न सापडता आणि कुठल्याही बाजूवर अधिक भर न देता (अर्थात त्यामुळेच त्या त्या बाजूच्या मंडळींकडून टीकाही सहन करून) एखादी समस्यात्मक कथावस्तू सरळ 'रिपोर्ताज' म्हणून मांडणंच मला अधिक शहाणपणाचं वाटतं. मला वाटतं, या सरळ भूमिकेतून लिहिल्या-बसवल्यामुळेच हे नाटक निरनिराळ्या थरांना परिणामकारक वाटलं. कारण ते एकाच गटाला विश्वासात घेऊन लिहिलेलं नाही.

इथं एक गंमत सांगण्यासारखी आहे. औरंगाबादला झालेल्या चर्चेत काही मंडळींनी 'मास्तर बामण आहेत, त्यांच्याच हातानं नारळ फुटू द्या,' या वाक्याला विरोध केला. याउलट एका गृहस्थानं त्याच वाक्याला दाद दिली. त्याचं म्हणणं असं की, हे वाक्य खरोखरीच सावित्री बोलेल असंच आहे, आणि लेखक हा कुठल्याही संघटनेशी निगडित नसल्यामुळेच, तो ते लिहू शकला. कारण आजदेखील काही बाबतींत ब्राह्मणाला मान दिला जातो, परंतु

त्याला तत्त्व म्हणून विरोध करणारी मंडळी, कलाकृतीमध्येही ते नाकारतात. मला या मंडळींशी कर्तव्य नव्हतं. सावित्रीला काय वाटतं, याच्याशीच होतं.

शहरी लेखकानं लिहिलेल्या ग्रामीण नाटकात तथ्य असू शकतं, हे अनुभवानं सिद्ध करून दिलं. मराठवाड्यातल्या कित्येक गावांना ती आपलीच कहाणी वाटली. वीरगावच्या लोकांनी तर असं बोलून दाखवलं की, 'गावात नेहमी काम करणाऱ्या दाढीवाल्यानं (युक्रांदच्या कार्यकर्त्यानं) दोन वर्षं गावाचा नीट अभ्यास केला आणि मुंबईवाल्याकडून आमच्या गावचं नाटक लिहून घेतलं.' आता गावकऱ्यांची ही सच्ची प्रतिक्रिया (सच्ची म्हणण्याचं कारण असं की, त्यांना नाटकाविषयी पूर्वग्रह नव्हते. नाटककाराला ते ओळखतही नव्हते!) आणि शहरी टीकाकारांनी या नाटकाला 'शहरी' म्हणणं, यांत 'मेळ' कसा घालायचा? तर त्यातली खरी गंमत अशी आहे की, पांढरपेशांनी लिहिलेलं ग्रामीण वाङ्मय अस्सल नसतं, अशी आपली एक म्हणण्याची पद्धत! आता ही टीकाच कित्येकदा अपुऱ्या माहितीवर आधारलेली 'शहरी' टीका असते आणि तिला आधार असतो तो केवळ अंदाजाचाच. 'टर् डी होम्स'साठी अहवाल तयार करताना पुण्याच्या श्री. विजय परुळेकरांनी घेतलेल्या अनेक गावकऱ्यांच्या, 'हे नाटक आमचं आहे', असं सांगणाऱ्या मुलाखती ऐकायची संधी आमच्या समीक्षकांना मिळायला हवी होती, असं मला फार वाटलं.

मी समाजसुधारक नाही की सामाजिक कार्यकर्ताही नाही. 'लोककथा ७८' लिहिताना आणि बसवताना माझी पहिली बांधिलकी रंगभूमीकडेच होती. पण सामाजिक कार्यकर्त्यांना या नाटकाचा उपयोग होणार असेल, तर त्यांनी तो करून घ्यावा, असंही आवाहन आम्ही सुरुवातीपासून केलं होतं. त्याला मिळालेल्या प्रतिसादाविषयी थोडं सांगतो. तेही एवढ्याचसाठी की, हे नाटक शहरी लेखकानं लिहिल्यामुळे त्याच्याविषयी शंकातुर झालेल्या टीकाकारांना स्वस्थता लाभावी. वीरगावच्या प्रयोगानंतर पाच-सहा गावांतल्या लोकांनी 'युक्रांद'ला भेटून या नाटकातल्यासारखी 'लोकसमिती' आमच्या गावी काढायला हवी, असा आग्रह धरला. उद्गीरला, धरणं धरण्याच्या कार्यक्रमात या नाटकावरून स्फूर्ती घेऊन पाच मिनिटांचं 'इम्प्रोव्हायझेशन' बसवलं गेलं आणि ते चौकाचौकांत दाखवलं गेलं. एका कार्यकर्त्याकडून कळलं की, गावात एक नवीन जाणीव तयार झाली आहे. जो आवाज राजकारणात सभेच्या प्लॅटफॉर्मवर चिरडून टाकणं सहज शक्य होतं, तो या एका नव्या माध्यमातून

ऐकू येऊ पाहतोय. त्यामुळे काही घटकांची पंचाईत झाली आहे.

या नाटकाच्या दिग्दर्शनाविषयी काही आक्षेप होते. त्यात काही 'गिमिक्स' आहेत, काही गोष्टी यापूर्वी वापरून झाल्या आहेत, वगैरे.

माझ्या समजुतीप्रमाणे दिग्दर्शन म्हणजे नाटकाचं पूर्ण संकल्पन. संपूर्ण नाटक कुठल्या शैलीत बसवावं, याचा पक्का विचार असणं. त्या शैलीशी सुसंगत असेल ते ते सर्व करणं, आणि विसंगत ते ते सर्व टाळणं, यात दिग्दर्शनाची समज दिसते. दुर्दैवाने आपल्याकडे सुट्या सुट्या चलाख गोष्टींना 'दिग्दर्शन' म्हटलं जातं. आणि त्यावरूनच दिग्दर्शनाची लायकी ठरवली जाते. बऱ्याच विद्वान मंडळींना नाटकातलं फारसं काही कळत नाही. तो त्यांचा दोष नसतो. कारण त्यांच्या व्यासंगाच्या विषयापेक्षा नाटक ही काहीशी वेगळी तांत्रिक गोष्ट आहे. परंतु त्यांच्या स्थानामुळे आणि आजवरचं नाटक 'साहित्यिक' असल्यामुळे लोकांचा असा गैरसमज असतो की, या विद्वान साहित्यिकांना नाटकातलंदेखील कळतं. अशी मंडळी मग कुठे तरी ऐकलेल्या 'कॉम्पोझिशन', 'फूटवर्क', 'मेलोड्रॅमॅटिक', 'लाऊड' असल्या शब्दांच्या जोरावर सुरुवातीला प्रसंग निभावून नेतात. नंतर नाटकाविषयी मतं द्यायला सरावतात. बहुतेक ठिकाणी ती मतं चालतातही. पण 'लोककथा'७८'सारखं एखादं नाटक थोडं फसवं असतं. एरव्हीच्या ठिकाणी 'लाऊड' वाटणारी गोष्ट या नाटकाच्या शैलीबरोबर जुळणारी असते. किंबहुना इथे फिकट गोष्टींचा वापर हाच 'व्हल्गर' ठरतो. कोणा एका टीकाकारानं या नाटकातील संगीताला डब्या-थाळ्यांबरोबर गिटारची साथ हवी होती, असंही म्हटलं. आता या सुंदर-सुरेल वाद्याचा वापर इथे औचित्यभंग करणारा आणि म्हणून 'व्हल्गर' ठरला नसता का?

केवळ तालमी घेणं, पाठांतर करून घेणं किंवा काही विशिष्ट हालचाली करायला शिकवणं, म्हणजे दिग्दर्शन नाही. 'लोककथा'७८'चा संपूर्ण अनुभव उभा करण्यामागे पोस्टर्सच्या वापरापासून ते पोशाखातल्या आटोपशीरतेपर्यंत अनंत गोष्टींचा वाटा होता. तेव्हा हे सारं मिळूनच दिग्दर्शन. पण दिग्दर्शनाची ही व्याप्ती समजू न शकणारे लोक, केवळ खेडूत रांगेत उभे राहिले या सुट्या भागाला दिग्दर्शन समजतात आणि वर म्हणतात की, या दिग्दर्शनात नावीन्य नाही. कारण अमक्या-तमक्या नाटकामध्येही माणसं अशीच उभी राहत होती. माझ्या मते, नाटकात माणसं रांगेत उभी राहणं यात नावीन्य नाही, पण ते चमकदार दिग्दर्शन म्हणूनही वापरलं नाही. हा केवळ आजकालच्या रूढ

रंगसंकेताचा ('इंडियम'चा) वापर आहे. ज्याप्रमाणे पूर्वी वरून खाली येणारा रस्त्याचा पडदा प्रत्येक नाटकात असे, त्याप्रमाणे आजच्या काळी सरसकट सेट म्हणून माणसं वापरली जात असतील. ती कुठल्या एका नाटकाची मक्तेदारी नव्हे, तशीच ती दिग्दर्शनाची चलाखीही नव्हे. तो नाटकाच्या एकूण लयीचा, एकूण तालाचा,एकूण शैलीचा एक आवश्यक भाग आहे. ती लय साधणं, ती शैली दर्शवणं यांत दिग्दर्शन आहे; माणसं दार म्हणून उभी करण्यात नाही, त्याच्या प्रयोजनात आहे. आजच्या नाटकात फार कवाईत असल्याची तक्रार होऊ शकेल, पण ती निव्वळ तिच्या पुनरावृत्तीसाठी नाही, तर ती हेतुशून्य, निष्कारण असल्यास, त्याबद्दल.

प्रेक्षकांमधून नटमंडळींनी 'एन्ट्री' करण्याविषयीही अशीच एक तक्रार. ही मंडळी प्रेक्षकांतून एक–दोन वेळा आली तर हरकत नाही. पण चार–सहा वेळा का? असं बऱ्याच समजदार लोकांनी म्हटलं. माझं म्हणणं, तत्त्वत: ती तशी येणं हे मान्य नसेल, तर एक–दोन वेळा तरी ते का चालावं? आणि मान्य असेल तर दहा वेळा का चालू नये? तर ती विक्षेप आणतात म्हणून. पण 'विक्षेप येणं' हाही या अनुभवाचा एक भाग असेल तर? आणि एकदा पात्रं नाट्यगृह वापरणार आहेत, म्हटल्यानंतर प्रत्येक वेळी बिचकण्याचं प्रेक्षकांना कारण काय? एरवी ती कुठल्या विंगेमधून किती वेळा आली याचा हिशेब कुणी ठेवतं का? मला तरी असं मनापासून वाटतं की, आपल्या समीक्षकांना शाब्दिक भाषा जितकी समजते तितकी दृक्कला समजत असती, केवळ हालचाली आणि रचनापेक्षा रंग, प्रकाश, संगीत आणि एकूण वातावरण यांची समज असती, किंबहुना यापेक्षाही हे सगळं वापरण्यामागचा हेतू, प्रयोजन आणि औचित्य ही कळत असती, तर आजच्या नाटकांना अधिक न्याय मिळाला असता.

(बारकाईनं पाहायचं तर 'लोककथा ७८' मध्ये गुंड जगन्याला मारतात, या एका घटनेसाठीसुद्धा प्रेक्षागृह व रंगमंच यांमधील अंतराचा किती विविध रीतीनं उपयोग केलेला आहे! पाटलाकडून सुपारी घेताना गुंड प्रेक्षागृहातून दोन व रंगमंचावरून दोन, असे येतात. प्रत्यक्ष खुनासाठी काळोखातून टॉर्चचे इशारे करून प्रेक्षागृहाच्या मध्यावरून चालत येतात. जगन्याला फरफटत नेताना ते प्रेक्षागृहाच्या पहिल्या दरवाजातून, आणि हातपाय तोडायला सांगतात, ते पहिल्या विंगमधून. म्हणजे दर वेळी ते नाट्यगृहापासून रंगमंचाच्या

अधिकाधिक जवळ येत राहतात. याचा विस्तारपूर्वक उल्लेख एवढ्यासाठी केला की, हे इतकं तपशीलवार न पाहता, केवळ 'गुंड प्रेक्षकांतून येतात' इतका ढोबळ विचार करणारा समीक्षक स्वत: रसास्वादाला तर मुकतोच, वर त्या अमक्या-तमक्या नाटकातही अमुक तमुक माणूस प्रेक्षकांतून येत असे, असं सांगून प्रेक्षकांची दिशाभूल करतो.

धोतराचे धडपे कसे लावावेत इथपासून ते जाळाचा भास होण्यासाठी फडकी कशी फडफडावीत इथपर्यंत, प्रत्येक लहान-सहान गोष्टींचा, एका सुसंगत दृष्टिकोनातून विचार करून 'लोककथा ७८' उभं केलं गेलं. त्यात दोष असतील, नव्हे आहेतच. परंतु त्यामागच्या भूमिकेविषयी फारशी गल्लत नाही. अमुक एक गोष्ट चांगली दिसावी, म्हणून स्वतंत्रपणे केलेली नाही. तसंच अमुक एक गोष्ट वाईट दिसेल, म्हणून ती सुसंगत असताना टाळलेली नाही. माणसांच्याच रांगेचं उदाहरण घेऊ. तिच्यावर अमक्या-अमक्या नाटकांची छाप आहे, अशी टीका होईल हे पूर्णपणे अपेक्षित होतं. पण फौजदाराविरुद्ध बोलणाऱ्या लोकांची एक फळी गावात तयार झाली, हा आशय आणि त्या पाठोपाठ फौजदार पाटलाच्या खोलीचं दार लोटतो, हे ताबडतोब येणारं दृश्य, याला या माणसांच्या रांगेखेरीज पर्याय नव्हता, शैलीच्या आणि गतीच्या हिशेबात. अशा वेळी टीकेला घाबरून ती हालचाल बदलणं, हेच अयोग्य दिग्दर्शन ठरलं असतं.

अर्थात या साऱ्या विवेचनामधून मला टीकाकारांविषयी अनादर व्यक्त करावयाचा नाही. 'लोककथा ७८'चं महत्त्व ओळखून त्यांनी टीकात्मक विस्तृत लिहिलं, पण फार मोठ्या प्रमाणावर तोंड भरून कौतुक केलं. (जाता जाता एक गंमत सागंतो. अलीकडेच निधन पावलेल्या एका ज्येष्ठ समीक्षकानं या नाटकावर दोन ठिकाणी चांगले विस्तृत लेख लिहिले. एक संपूर्ण तारीफ करणारा आणि दुसरा नाटकाला अतिशय हाणणारा. अशा वेळी टीकाकाराच्या प्रामाणिकपणाविषयी शंका न घेता, ते त्या त्या मासिकाच्या, वृत्तपत्रांच्या धोरणाप्रमाणे लिहितात, अशी समजूत मी करून घेतली.) तरीही जी टीका झाली तिचा सारांश वर सांगितला.

जुहूच्या पृथ्वी थिएटरचा फॅशनेबल अ-मराठी प्रेक्षकवर्ग आणि मराठवाड्यातल्या कुमठा गावातला घोंगड्या पांघरलेला प्रेक्षकवर्ग हे दोघेही सूत्रधाराच्या प्रश्नानंतर एक मिनिट सारखेच अवाक् बसून राहतात, आणि

शेवटचा नट निघून जाताना दोघेही सारखाच टाळ्यांचा कडकडाट करतात, तेव्हा रंगभूमीवरचं काही तरी एक सत्य सिद्ध होतं. ते कुठलं असतं, नाटकाचं प्रेक्षकाशी नातं कसं आणि केव्हा जुळतं, हे शोधण्याचा माझा स्वत:चा प्रयत्न कायम चाललेला आहे. टीकेचा वा आक्षेपाचा विचारही इथं केला आहे तो याच दृष्टिकोनातून. यामागे 'लोककथा ७८' या एकाच नाटकाचं समर्थन करणं हा उद्देश नाही. या नाटकाहून अधिक महत्त्वाचं आहे, ते एकंदर नव्या रंगभूमीच्या संदर्भातच निर्माण झालेल्या काही मूलभूत प्रश्नांची उत्तरं शोधणं. ते प्रश्न थोडक्यात पुढील प्रमाणे –

(१) रंगभूमी कंटाळवाणी व्हायची नसेल तर तिचा ढाचा काय असावा? आधी ढाचा ठरवावाच का? 'रंगभूमी', 'एक्सायटिंग' करण्यासाठी काय करावं लागेल? नाटक अधिक 'जिवंत' व्हावं यासाठी 'हॅपनिंग', 'अनुभव' अशा रूपांमधून ते आपल्यासमोर यावं का? पूर्वीइतक्याच अंतरावरून प्रेक्षकांनी ते पाहावं का? की त्यात त्यांचा सहभागही असावा? कितपत?

(२) प्रायोगिक नाटक म्हणजे पश्चिमेत होणाऱ्या प्रयोगांची रूपांतरं असावीत का? तिकडचं बुद्धिनिष्ठ नाटक, आम्ही रूपांतरित करून प्रेक्षकांना पाहायला लावणार का? ते कंटाळवाणं किंवा संदर्भहीन वाटून त्यांनी तिकडे पाठ फिरवली, तर त्यांची कुवतच तेवढी, असं म्हणून आम्ही सोडून देणार का? प्रायोगिक नाटकांकडे आशेनं येणाऱ्या प्रेक्षकाला आम्ही, त्याचं मन रमेल, असं आणि त्याला आपलं स्वत:चं वाटेल, असं काही देऊन आपलंसं करून घेणार की, त्याच्या बुद्धीचं माप काढून त्याला बिचकवून सोडणार?

(३) एखादं नाटक मुळात कलाकृती म्हणून निर्माण करूनही नंतर प्रचारासाठी वापरता येईल का? गावोगाव पोहोचवता येईल का? असं झाल्यास ते हवं आहे की नको?

(४) एखादं नाटक केवळ बातमीवजा असूनही नाटक म्हणून उभं राहू शकेल का? की लेखकानं कारणपरंपरा सांगायला हवी? त्याची अलिप्तता महत्त्वाची नाही का? त्यानं सामाजिक समस्येची समज दाखवायची म्हणजे काय? कुठल्या तरी एका पक्षाची बाजू घ्यायची, असंच का?

(५) रंगभूमीकडून टीकाकारांची अपेक्षा काय? प्रत्येक नाटकाला, तोलून-मापून दिलेल्या (कधी कधी कृत्रिम) आकारात, वाङ्मयीन संकेतामध्ये बसणारं व्यक्तिचित्रण, हे सगळ्याच नाटकांमधून अपेक्षित आहे का? तसं असेल तर

'अनुभव' यासारख्या, ठाशीवपणाला, जोरकसपणाला आणि सकारण एकरंगीपणाला महत्त्व देणाऱ्या 'फॉर्म'चं काय? रंगभूमीकडची वाङ्मयीन अपेक्षा आता जुनाट वाटत नाही का? नाटक ही केवळ पुस्तकातून शिकण्याची गोष्ट नाही, हे, आता तरी आपण ध्यानात घ्यायला नको का?

(६) दिग्दर्शन, नेपथ्य, संगीत यांच्या संदर्भात काही नवीन मूल्यं विचारात घ्यायला नकोत का? या गोष्टींचं निव्वळ स्वतंत्रपणे चांगलं असणं पुरेसं न मानता 'प्रयोजन' ही सर्वाधिक महत्त्वाची गोष्ट मानायची की नाही?

(७) मुख्य म्हणजे 'नाटक' या गोष्टीवर आपल्या रूढ कल्पना न लादता नाट्यानुभवाचा आस्वाद घेण्याइतकं आपण मोकळं राहायला नको का? आपण तसे 'मोकळे' आहोत का?

– *केसरी*, नोव्हेंबर १९८०

(या लेखानंतरही पुढे, मतकरींच्या 'सूत्रधार' संस्थेने 'लोककथा ७८'चे सुमारे ३०० प्रयोग केले. १९९८ मध्ये या नाटकाचे नव्या संचात पुनरुज्जीवनही केले. राष्ट्र सेवा दलाने त्याचे गावोगाव प्रयोग केले – किती ते कळवले नाही. इप्टा (इंडियन पीपल्स थिएटर) आणि कलकत्त्याची 'रंगकर्मी' यांनी प्रत्येकी १०० च्या वर, तसेच भोपाळच्या भारत भवनने काही प्रयोग केले, ज्यातून हे नाटक हिंदीमध्येही गेले. दूरदर्शनने अलीकडे 'सूत्रधार'चा प्रयोग रेकॉर्ड करून संग्रही ठेवला, तर एन. सी. पी. ए. ने ते मतकरींच्याच आवाजात रेकॉर्ड करून ठेवले आहे – संपादक)

– *ग्रंथ : रंग-रूप, केसरी,* नोव्हेंबर १९८०

नाटक लिहिले कसे, बसवले कसे...

रत्नाकर मतकरी

एप्रिल-मे १९७८ च्या सुमारास माझी, रंगभूमीच्या संदर्भात अस्वस्थ व्हायला सुरुवात झाली होती. नाटक आणखी जिवंत करता येईल का, ते तडकपणे प्रेक्षकांपर्यंत पोहोचेल का, तो त्यांना स्वत:चा अनुभव वाटेल का, तसे होण्यासाठी लेखक दिग्दर्शकाने काय करायला हवे, असे विचार सारखे डोक्यात घोळत — मार्ग मात्र सुचत नसे. नाटकाच्या अनुभवात प्रेक्षकांना सहभागी करून घेता येईल का? येणार असल्यास कसे? त्यांना त्यांच्या मनातले पात्रांशी बोलू द्यायचे का? (असा प्रयोग आम्ही 'बुटबैंगण' या मुलांच्या नाटकाच्या एका रंगीत तालमीत करून पाहिला होता!) त्यासाठी नाट्यगृहात ध्वनिवर्धक ठेवायचे का? नाट्यगृहातही खास प्रकाशयोजना करायची का? ... अनेक प्रश्न! त्यांची उत्तरे मिळत नव्हती. पण नाटक एखाद्या 'हॅपनिंग'सारखे व्हावे, आणि प्रेक्षक त्यात गुंतलेले असावेत, असे मात्र वाटू लागले होते...

हे नाटक करावे कसे, या विचारात असतानाच एकदा मला, माझ्याच एका एकांकिकेच्या प्रयोगाचे आमंत्रण आले. एकांकिका स्पर्धेत पारितोषिके मिळवलेला हा प्रयोग मी पाहावा, अशी त्या ग्रुपची इच्छा होती, म्हणून गेलो. प्रयोगाचा तोल इतका ढळलेला होता की, प्रमुख पात्रे बाजूला ठेवून सूत्रधारालाच महत्त्व दिले गेले होते. (त्याला पारितोषिकही मिळाले होते!) त्याच्या प्रवेश जोडणाऱ्या ओळींची गाणी करून तो विविध शैलींमध्ये सादर केलेली होती! नाटक कसे असू नये याचा, तो प्रयोग एक आदर्शच होता! माझी चिडचिड झाली आणि त्यातूनच अचानकपणे, माझा,वेगळ्या प्रकारचे नाटक करण्याचा निर्धार पक्का झाला! माझी एकांकिका बिघडवणाऱ्यांनी नकळत माझ्यावर मोठे उपकार केले होते!

अशातच एके दिवशी 'माणूस' साप्ताहिकाचा अंक चाळताना त्यात

मराठवाड्यातल्या, बेटक बिलोली या गावाची एक पानभर बातमी वाचायला मिळाली. या बातमीचा विशेष हा होता की, ती एका लहानशा गटाने काढलेले माहितीपत्रक, जे त्यातील अन्यायग्रस्त महिलेने धाडस करून बाजारात येणाऱ्या-जाणाऱ्याला वाटले होते, त्यावरून तयार केलेली होती. ही बातमी छापायला इतर कोणीच तयार झाले नव्हते. 'माणूस'च्या श्री. ग. माजगावकरांनी मात्र आपल्या सामाजिक बांधिलकीला जागून ती छापली होती. बातमी थोडक्यात अशी होती : बेटक बिलोली (मराठवाडा) गावात, पाटलाच्या विरोधात निवडणुकीला उभा राहिलेल्या, महादेव कोळी जातीतल्या एका तरुणाने - माजी सैनिकाने - आपल्या जमातीच्या लोकांत जागृती निर्माण करण्याचा प्रयत्न केला. निवडणूक जिंकली. हे सहन न होऊन गावच्या पाटलाने गुंडांना सुपारी दिली. त्यांनी, अख्खा गाव हतबल होऊन पाहत असताना या जवानाचे हात-पाय तोडून त्याला जिवंतपणीच जाळून टाकले. त्याच्या विधवेचे जिणे हराम केले. तिच्याविषयी सहानुभूती असलेल्या काही लोकांनी एक समिती काढली, आणि खुन्याला शिक्षा झालीच पाहिजे यासाठी ते कोर्टात गेले...

ही बातमी वाचतावाचताच मी जवळ पडलेल्या पेनने 'माणूस'च्या अंकावरच एकेका मुद्द्यानंतर एकेक खूण केली. हे झाले नाटकाचे मुख्य प्रवेश. मला त्यात दिसत असलेले नाटक इतरांना कसे दिसते, या उत्सुकतेपोटी मी घरी आलेल्या मीनल जोशीला ही बातमी अधिक सविस्तर, पण मुद्द्यांच्याच स्वरूपात वाचून दाखवली. विचारले, "कसे वाटले?" ती म्हणाली, "यातल्या क्रूरतेने अंगावर शहारे आले!" मी म्हटले, "बस, आपल्याला हाच अनुभव प्रेक्षकांना द्यायचा आहे! त्यांना वाटलं पाहिजे की, गावकऱ्यांप्रमाणेच हतबल होऊन हा एक खराखुरा जिवंत अनुभव आपण घेतोय! ... हा प्रयोग करून पाहण्यासाठी आपण हे नाटक यंदाच्या राज्य नाट्यस्पर्धेत करणार आहोत, आणि तू त्यातल्या, ज्याचा खून होतो, त्याच्या बायकोची भूमिका करणार आहेस!" नेहमी चांगल्या भूमिकांच्या शोधात असलेली मीनल या बातमीने हरखूनच गेली!

या बातमीत महत्त्वाचे काय होते, तर पराकोटीला पोहोचलेले दलितांवरचे अत्याचार, आणि सत्ताधारी धनदांडग्यांनी चालवलेले त्यांचे शोषण, जे जाणवणारही नाही, इतके त्यांच्या अंगवळणी पडले होते! मी अनेक ठिकाणी उल्लेख केल्याप्रमाणे, एखाद्या विषयाच्या अभ्यासातून नाटक लिहिण्याऐवजी,

आधी त्या विषयावरचे नाटक माझ्या डोळ्यांसमोर उभे राहते, आणि त्यात कुठे काही कमी राहू नये म्हणून नंतर मी त्या विषयाचा अभ्यास करतो! दलितांवरच्या अत्याचारांविषयी लिहायचे आहे म्हटल्यावर मी त्या विषयाशी संबंधित काही पुस्तके मिळवून वाचली, काही बातमीपत्रे वाचली, लेख वाचले. मुख्य म्हणजे 'माणूस'मधली बातमी ज्या पत्रकावर आधारलेली होती, तेही मिळवले. मात्र हे सगळे मी खूपच भराभर केले. कारण अधिक काळ मी अभ्यास करत बसलो असतो, तर माहिती खूप जमा झाली असती... पण डोळ्यांसमोर दिसणारे ते जिवंत रसरशीत नाटक नाहीसे झाले असते! ... कल्पनेला तिचे स्वत:चे आकार उत्स्फूर्तपणे घेऊ देणे, आणि त्याच वेळी तिला काळ, काम, वेगाच्या शिस्तीत बंदिस्त करणे, हे क्रियाशील कलावंताला कायमच करत राहावे लागते.

प्रत्यक्ष नाटक लिहायला सुरुवात केली, तेव्हा मात्र काय लिहावे, काहीच कळेना. सराईत पोहणाऱ्यानेही अनोळखी डोहात सूर मारण्यापूर्वी थबकून राहावे, तसे माझे दर नाटकाच्या वेळी होते, कारण प्रत्येक नाटकाची विषयानुरूप, शैली वेगळी, नवीन आणि म्हणूनच अनोळखी असते. लिहायला सुरुवात तर करूया, मग आपोआप लिहीत जाऊ, हेदेखील नेहमीच चालत नाही. 'लोककथा' (तेव्हा नाव ठरायचे होते.) लिहितानाही असेच झाले. लिहिण्याची सुरुवात करण्यासाठी (एरवी जरी मी सरळ, क्रमानेच लिहितो, तरीही) मी जगन्या आणि पाटील यांच्या बाजारातील बाचाबाचीचा प्रसंग निवडला. तो मला अगदी नेहमीच्या सराईतपणे लिहिता आला. मात्र 'सराईतपणा' हाच या लिखाणाचा दोष ठरला असता. मला नाटक घडायला हवे होते, 'बोलायला' नव्हे, म्हणून चटपटीत नाटकीय संवादांचा मला काही उपयोग नव्हता. मी लिहिलेली तेरा पाने फाडून टाकली!

मग जे रंगमंचावर 'घडायला' हवे तेच लिहायचे, असे ठरवून मी संवादांशिवाय नुसते सारांशरूपाने लिहू लागलो. हे थोडेसे, चित्रपटाच्या 'वन लाइन सिनारिओ'सारखे होते. ते मनासारखे झाल्यावर मी त्यात मोजकेच संवाद भरत गेलो. हळूहळू स्क्रिप्ट तयार झाले. ते बिनचूक व्हावे, म्हणून मी सामाजिक विचारवंत स. ह. देशपांडे यांना वाचून दाखवले. त्यांना ते पटले. अठ्ठेचाळीस प्रवेशांचे (अंक इ. काही नाही.) आणि सुमारे पन्नास पात्रांचे हे नाटक वाचून दाखवल्यावर ग्रुपमधल्या सर्वांना आवडले. पण वसंत सोमण म्हणाला, ''इतक्या स्थळांचं आणि पात्रांचं आपण कसं काय जमवणार?'' मी

म्हटले, ''तो प्रश्न दिग्दर्शकाचा आहे. आत्ता लिहिलंय ते लेखकाच्या दृष्टिकोनातून! अजून मी दिग्दर्शक म्हणून कुठे विचार केलाय?...'' त्याला ते पटले, कारण 'प्रेमकहाणी', 'आरण्यक', 'चुटकीचं नाटक' या सर्वच निर्मितींच्या वेळी, स्वत:साठी निर्मिती सोपी न करता मी स्वत:ला हवे तसे लिहिले, आणि दिग्दर्शक म्हणून नव्याने या लिखाणाचे आव्हान स्वीकारले - पार पाडले. माझ्यात लेखक आणि दिग्दर्शक या दोन व्यक्ती आहेत. मी त्यांच्या कामांची कधीच गल्लत करत नाही.

दिग्दर्शक म्हणून मी जो प्रयोग डोळ्यांसमोर आणला, त्याला अर्थातच मला पहिल्यापासून हवे असलेले 'हॅपनिंग'चे स्वरूप होते. ते हळूहळू येत गेले, पण माझ्या मात्र ते कायम ध्यानात होते, आणि त्याच रोखाने मी वाटचाल सुरू ठेवली होती!

तालमीसाठी जागा हवी, अशी विनंती नेहमीप्रमाणे धों. वि. देशपांड्यांना केली. पण ते म्हणाले, ''तुम्ही तालमी करायचा, तो पहिल्या मजल्यावरचा हॉल यंदा पुरू बेर्डेने त्याच्या संस्थेच्या नाटकासाठी आधीच बुक केलाय!'' हा अनुभव नवीन नव्हता. आम्ही तालमींसाठी नव्याने शोधलेले हॉल, नंतर दुसरे कुणी तरी घेऊ लागायचे! ... प्रश्न पडला. पुन्हा 'विनाशाकडून...'सारखा जागेपासून नाट लागतोय की काय? त्यातून या नाटकाला तालमीसाठी मोठ्या जागेची गरज! ... पण लगेच मार्ग सापडला. देशपांडेंना म्हटले, ''ठीक आहे. तिसऱ्या मजल्यावरची गच्ची तर मोकळी आहे? तीच द्या म्हणजे झाले!'' ''गच्चीत कशा तालमी कराल?'' ''करू!'' मी म्हटले. ('प्रेमकहाणी'च्या तालमी आम्ही शारदाश्रम शाळेच्या गच्चीतच केल्या होत्या!)

एका परीने लांबलचक गच्ची या विशिष्ट नाटकासाठी फायद्याचीच होती. मी नटांपैकी दोघादोघांना दोन टोकांना उभे करून एकमेकांशी संवाद करायला सांगत असे - का, तर खेड्यातील लोकांचे (दूर अंतरावर बोलण्याच्या सवयीमुळे) आवाजाचे जे प्रक्षेपण असते, ते या नाटकात नटांना जमायला हवे. हात, बोटे इ. वापरण्याच्या पद्धतीसुद्धा त्यांनी बदलायला हव्या होत्या. या नाटकासाठी आम्ही आमच्या ग्रुपमधल्या सर्व ब्राह्मणी दिसणाऱ्या गोऱ्याघाऱ्या माणसांना वगळले होते. (तसे आता ते नट स्पर्धेसाठी खूपच 'सीनियर' ही झाले होतेच!) काळीसावळी, हडकुळी मंडळी आम्हांला हवी होती, शिवाय ती कामालाही चांगली हवी होती. आम्ही अनेकांना सांगून ठेवले. शिवाय कामगार नाट्यस्पर्धेत बक्षिसे मिळवणारे बाजीराव पोपळकर,

भालचंद्र कानडे असे लोकही आम्ही त्यांना मुद्दाम भेटून आमच्याकडे आणले! ... आता हा सगळाच ग्रुप ज्युनिअर होता! वसंत सोमण हा आधीच्या ग्रुपमधला सर्वांत ज्युनिअर नट इथे सगळ्यांत सीनियर होता!

मी नटांची जमवाजमव करत असताना यातील प्रमुख भूमिकेसाठी एक नट मला, मी नोकरी करत असलेल्या बँकेत भेटून गेला. त्याने आमच्याकडे पूर्वी मुलांच्या नाटकात काम केले होते. पण त्यानंतर तो स्वत:ला खूपच बुद्धिमान नट समजू लागला होता. कधी सत्यदेव दुबेंच्या, तर कधी आणखी कोणाच्या नाट्यशिबिरात जाऊन त्याने अभिनयाविषयी स्वत:ची अशी काही मते तयार केली होती. असे नट खूप धोक्याचे असतात. नाटकात त्यांची शैली इतरांबरोबर मिसळता मिसळत नाही. म्हणून मी त्याला काम देण्याचे, हसतहसत नाकारले. मात्र त्याने, तुम्ही देऊन तर बघा मला काम, मी नक्कीच ते चांगलं करीन, अशी हमी दिल्यामुळे मी त्याच्यावर मेहनत घेण्याचे ठरवले.

या नाटकासाठी नेहमीची पद्धत उपयोगाची नव्हती. नाटकाचे वाचन असे काही करायचेच नव्हते. आखून घेण्यासाठी, अथवा आधीच्या नाटकांप्रमाणे प्रत्यक्ष लावून ठेवण्यासाठी नेपथ्य असेही काही नव्हते. प्रमुख तीन-चार भूमिका सोडल्या, तर कोणी कोणाचे किंवा कितीजणांचे काम करायचे, हेदेखील पक्के नव्हते. सगळे तालीम करता करताच ठरत जाणार होते. मी सुटे सुटे प्रवेश, जे लोक योग्य वाटतील, त्यांना घेऊन बसवत होतो. त्यातही मी बऱ्याचशा प्रसंगांचे संवाद पूर्ण न सांगता नुसता प्रसंग सांगत असे. हा प्रसंग तुम्ही जर ती पात्रं असाल तर कसा कराल, हे त्यांना इम्प्रोव्हाइज करायला लावत असे. त्यामुळे नट त्या प्रसंगाचा विचार करत, आणि हळूहळू त्याच्याशी समरस होत. मग आम्ही मुळात काय संवाद आहेत, ते पाहत असू. इम्प्रोव्हाइजेशनमध्ये नवीन काही मिळाले, तर ते घेत असू. अशा कमी अधिक करण्यातून संहिता 'फायनलाइज' केली गेली.

नाटक बरेचसे बसत आले, तरी ज्यात नायक (वर उल्लेखलेला नट) होता, ते प्रसंग काही चांगले होईनात. त्याचे काम तर मंदच होत असे (तो त्याला संयत अभिनय समजे, ज्याला - म्हणजे मुळात 'अभिनया'लाच या 'हॅपनिंग'मध्ये जागा नव्हती!) पण त्याच्यामुळे, त्याच्याबरोबरच्या प्रवेशात इतरांचेही काम फिके होत असे! साध्या प्रचारसभेच्या प्रवेशात इतर खेडुतांना जागृत करण्यासाठी आवेशाची गरज असताना, मोठ्याने बोलण्याला हा 'भडक अभिनय' समजायचा, जो करणे त्याच्या जिवावर येई. (स्वत:ची बुद्धी नसलेल्यांसाठी,

नाट्यशिक्षण ही किती घातक, आणि आपल्याला अभिनय कळतो, असा भ्रम निर्माण करणारी गोष्ट असते, याचे हे उदाहरण!) ... शेवटी एके दिवशी मी ठरवले की, त्याला काढून टाकल्याशिवाय तालमी पुढेच जाणर नाहीत. मग रात्री तालमीनंतर मी त्याच्या मित्राचे - लहानूचे काम सहजपणे करणाऱ्या सुशील ऊर्फ बाबा राणे याला घरी बोलावून, 'तूच जगन्याचे काम कर', असे सांगितले. त्याच्यात तेवढा आत्मविश्वास नव्हता. मोठ्या मिनतवारीने तो तयार झाला. दुसऱ्या दिवशी, आता थोडेच दिवस राहिले असताना नायक बदलल्यामुळेही, मुळात त्याच्याविषयी तक्रार करणारे नटसुद्धा नाराज झाले. मात्र बाबा राणेचे काम चांगले होऊ लागले, आणि त्याच्या जागी आलेल्या भालचंद्र कानडेने तर 'लहानू' कुठच्या कुठे नेला! तालमीचा एकूण रंगच बदलला, आणि दुसऱ्या दिवसापासून सर्वांची भराभर प्रगती होऊ लागली! मलाही, एक काळजी संपल्यामुळे, रोज नवीन काही तरी करून पाहायला सुचू लागले! प्रमुख नट बदलण्याचा जो निर्णय मी घेतला, तो या निर्मितीला इतका उपकारक ठरला की, तो माझ्या आयुष्यातलाच एक महत्त्वाचा निर्णय ठरला! दिग्दर्शन म्हणजे नुसत्या हालचाली बसवणे नव्हे, तर योग्य वेळी योग्य ते निर्णय आत्मविश्वासाने घेणे, हेही माझ्यापुरते नव्याने सिद्ध झाले!

नाटकात एक प्रसंग असा होता की, ज्यात पाटलाच्या भाडोत्री गुंडांपैकी दोघे, सावित्रीला वाटेत गाठून, अर्वाच्य बोलून दहशत निर्माण करतात. अर्थात त्यांची भाषा आणि तिला साजेलसे हावभाव, कमालीचे 'व्हल्गर' - ग्राम्य असणार होते! नटांकडून ते कसे करून घ्यावेत, हा प्रश्नच होता! मग मी त्यांचे एक बौद्धिक घेतले. तुम्ही बोलणार आहात ती भाषा ही तुमची नाही - त्या पात्रांची आहे, ती इतकी भडक असल्याशिवाय सावित्रीला दहशत बसणारच नाही, वगैरे सांगितले. ही, तुम्ही, अभिनय करताना स्वतःला किती विसरू शकता, याची परीक्षा आहे, हेही सांगितले. नंतर सिच्युएशन सांगून त्यांना मनात येईल त्याप्रमाणे बोलायला-वागायला सांगितले. हळूहळू ते त्या प्रसंगात शिरले. त्यांना, आणि सावित्री मीनल जोशीलाही नंतर कधी त्या प्रवेशाचा बाऊ वाटला नाही.

आधीच्या नाटकांमध्ये मला प्रगल्भ नटांच्या समर्थ अभिनयाची जी साथ होती, ती इथे नव्हती. बाजीराव पोपळकर, भालचंद्र कानडे, वसंत सोमण आणि मीनल जोशी सोडून इतर बहुतेक सगळे अगदीच नवशिके होते, त्यांतल्या कित्येकांनी आजवर कधीच रंगमंचावर पाय ठेवला नव्हता! (आणि

या नाटकानंतरही कधी ठेवला नाही. हे नट थोडेथोडके नव्हते तर निदान चौदा पंधरा होते! (पन्नास पात्रांसाठी आम्ही एकोणीस नट घेतले होते.) या सगळ्यांकडून काम करून घ्यायचे, तर अतिशय काटेकोर शिस्तीची गरज होती. एक समाधान होते. यांच्यापैकी कोणीही कामचुकार नव्हते. सगळे तालमीला न चुकता येत. कितीही वेळ तालीम करण्याची त्यांची तयारी असे. मी सांगितलेले ते शब्दश: ऐकत. त्यामुळे जे बसवलेले होते, ते घोटून घोटून बसवले आणि एकही चूक न करता ते कसे पार पाडले जाईल, हे पाहिले. तालीम रोज जवळजवळ संपूर्ण नाटकाची होत असे. त्यातला एकही क्षण कंटाळवाणा किंवा अनावश्यक वाटणार नाही, या दृष्टीने त्याचे अगदी बारकाईने संकलन केले गेले. त्यामुळे ते फक्त एक तास पस्तीस मिनिटांचेच होऊ शकत होते, पण नाटकाचा विषय लक्षात घेता तेवढेही पुरेसे अंगावर येणारे होते. नाटकाची लांबी दोन ते तीन तास असावी, असा स्पर्धेचा नियम होता, अर्थात तो पाळायचा की नाही, हे परीक्षकांच्या शिफारशीवर अवलंबून होते. आम्ही ठरवले की, नियम पाळत बसून आपण नाट्यानुभवाचा टोकदारपणा कमी होऊ द्यायचा नाही. त्यासाठीच आम्ही मध्यांतरही कटाप केले, कारण मध्यांतरात नाटकाचा परिणाम कमी होऊ देणे परवडणारे नव्हते! (परीक्षकांना 'एकांकिका' म्हणून नाटक स्पर्धेतून बाद करता आले असते! हा धोका आम्ही पत्करला!) एकंदरीत आम्ही स्पर्धा, पारितोषिक वगैरे विसरून फक्त स्पर्धेचे व्यासपीठ वापरून एक प्रयोग करून पाहण्याचे ठरवले होते!

नाटकाचा रोख आता निश्चित झाला होता. डोंगराळ भागातल्या एका गावात झालेला अत्याचार शहरी लोकांना सांगण्यासाठी (पर्यायाने त्यांची सहानुभूती मिळवण्यासाठी) हे खेडूत नाट्यगृहात शिरले आहेत. ते आपली कैफियत मांडतात, आणि शहरी लोक आपल्यासाठी काहीही करणार नाहीत, पण त्यांना सांगायचे ते आपण सांगितले, अशा भावनेने परत जातात. त्यांनी आपली व्यथा सांगण्यासाठी आपल्या कुवतीप्रमाणे सादर केलेला प्रयोग, हेच मग या नाटकाचे स्वरूप! मग हा प्रयोग ते कसा सादर करतील? फक्त त्यांच्याकडच्या तुटपुंज्या सामग्रीमधूनच! ही सामग्री त्यांना बोचक्या-खोक्यांमधून आणता येईल, एवढीच असेल! ... हे लक्षात घेऊन आम्ही नेपथ्य, रंगभूषा, वेशभूषा आणि अगदी संगीतसुद्धा ही मंडळी तयार करू शकतील, एवढेच केले. रंगभूषेमध्ये थोडी लटपट करावी लागली. कारण सर्वच पात्रे काही खेड्यातील दलित दिसणे शक्य नव्हते आणि ती गोरी सोडा,

सावळीसुद्धा दिसून चालणार नव्हते. अगदी रापलेल्या काळ्या रंगाची ती दिसायला हवी होती. त्यामुळे नेहमी नाटकात करतात, तसा मेकअप न वापरता फक्त काळा रंग पाण्यात तयार करून त्याचा लेप सर्वांगाला लावून घेणे, एवढेच करायचे ठरले. या काळ्या रंगाखेरीज कसलीच रंगभूषा केली जात नसे.

पुरुष उघडे, फक्त गुडघ्यापर्यंत पोहोचणारे मळकट धोतर नेसलेले, बहुविध वृत्ती दाखवणारे त्यांचे विविधरंगी शर्ट्स - म्हणजे पोलिसांचा खाकी, गुंडांचा काळा व लाल, पाटील व इतर सत्ताधाऱ्यांचे पांढरे झब्बे इत्यादी. केवळ शर्ट्स प्रेक्षकांसमोरच क्षणभरात बदलून अगदी सहजपणे आम्ही त्याच नटांकडून वेगवेगळी पात्रे उभी करून घेऊ शकलो! स्त्रियांची लुगडी - गुडघ्यापर्यंत नेसलेली नऊवारी, विटकी आणि फाटकी, पण मिळतील त्या कापडाचे दंड लावलेली. (यासाठी आम्ही ओळखीच्या घरांमधून जुनी लुगडी गोळा केली. हे खूप कठीण होते! - कारण कोण अशी लुगडी घरात ठेवणार?) पुरुषांची धोतरे ही जुनी व ग्रामीण पद्धतीने नेसलेली- पण 'ग्रेसफुल' दिसतील अशी, उठायबसायला सोयीची आणि अगदी मारामारीच्या प्रसंगातही सुटणार नाहीत, अशी हवी होती. त्यासाठी बेलापूरला नाटक बसवायला जाणारा भालचंद्र कानडे हा तिथल्या लोकांकडून त्यांची धोतर नेसण्याची पद्धत शिकून आला. त्या पद्धतीवर, सोय, सोपेपणा व सौंदर्य या दृष्टीने संस्कार करून आम्ही आमची पद्धत ठरवली. सर्व नट ती (एका संपूर्ण संध्याकाळच्या, मोठ्या हॉलमधील तालमीचा वेळ देऊन) शिकले. धोतरे पांढरी असून चालली नसती. आम्ही ती कावे (लाल माती)त भिजवून वाळवली व नंतर मळवली.

दिवाळीच्या दिवसांतही आम्ही कुठल्याच वर्षी तालीम बंद ठेवली नाही. (कारण बहुधा त्यानंतर पंधरा-एक दिवसांनी स्पर्धेचा प्रयोग असे.) नटमंडळीही कुरकुर न करता हजर राहत. त्या वर्षी मात्र दिवाळीतला एक दिवस असा आला की, नायक-नायिका ही दोघेही येऊ शकत नव्हती, त्याच्यामुळे पूर्वार्ध आणि तिच्यामुळे उत्तरार्ध होऊ शकत नव्हता. तरीही एक दिवस तालीम बंद ठेवणे माझ्या नियमात बसत नव्हते. मी तालीम ठेवलीच. दुपारची. सुट्टीमुळे अधिक वेळाची. या मोठ्या तालमीचा काहीतरी घसघशीत उपयोग करणे भाग होते. मी घरातली ताटे, वाट्या, डाव अशी काही भांडी घेतली आणि तालमीला गेलो. नटांना भांडी दिली. निरनिराळे आवाज काढून बघूया, म्हटले. शाळा बंद होती. सुट्टीचे वातावरण होते. आम्ही खालीच पोर्चमध्ये बसलो.

इकडूनतिकडून लहान दगडदेखील आणले, आणि 'ऑर्केस्ट्रा' सुरू केला. खूप वेळ निरनिराळ्या पद्धतीने वाजवून पाहिले. कुठली भांडी, कुठले दगड उपयोगी आहेत, हे ठरवले. पुढच्या तालमींमध्ये आणखी थोडी वाद्ये (?) येऊन मिळाली. नटांपैकी श्याम पोंक्षे, अशोक कीर्तने यांना बऱ्यापैकी संगीताचा कान होता. तालमीत निरनिराळ्या प्रसंगांसाठी अनेक वाद्यांचा कमी-जास्त उपयोग करून ते मला वाजवून दाखवत. मी ते प्रसंगपरिपोषासाठी कसे वाटते, हे ठरवत असे, त्यात कमी-जास्त काय हवे, ते सांगत असे. पक्के ठरले की सगळ्यांना, काय काय, कसे कसे वाजवले, हे लक्षात ठेवायला सांगत असे. मग ते हळूहळू, अधिक पक्के होत जाई. अशा रितीने पार्श्वसंगीत तयार झाले.

मात्र पार्श्वसंगीतात सर्वांत महत्त्वाची कामगिरी होती, एका पोचे पडलेल्या घासलेटच्या डब्याची. नाटकाच्या सुरुवातीला म्होरक्या (वसंत सोमण) मोठमोठ्याने डबा वाजवत नाट्यगृहामध्ये शिरे, आत येई आणि प्रेक्षकांमधूनच रंगमंचावर जाई. तिथेही थोडा वेळ डबा बडवी, आणि मग ओरडून विचारी – 'झालं का नाय समदं जागं?' त्यानंतर स्वतःची ओळख करून देणाऱ्या या खेडुतांचे 'डोंगरमाथ्याला आमचा गाव' हे गाणे. त्याला डफ-ढोलकीऐवजी ताट-डबा यांचीच साथ होती. नाटकामध्ये ज्यांचे प्रवेश चालू असत, ते सोडून इतर सर्वच जण पाठीमागे रिंगण धरून बसत, आपला प्रवेश आला की जागचे उठत, परत रिंगणात जाऊन बसत आणि नाटकाकडे लक्ष ठेवत. यांपैकी जवळ जवळ प्रत्येकच जण काही ना काही वाजवत असे, मात्र

त्यांच्यात सुसूत्रता राखण्याचे, प्रत्येक तुकड्याची सुरुवात, शेवट ठाकठीक करण्याचे, जे वाजवायचे आहे, ते साधन प्रत्येकाच्या हाताशी आहे ना, हे पाहण्याचे, अशी कामे अशोक कीर्तने याला नेमून दिलेली होती. तो ती इमानेइतबारे करी. या साधनांच्या उपयोगाशिवाय, लयीतले हुंकार (हमिंग) आणि शब्दांची पुनरुक्ती यातूनही संगीत तयार होत असेच. काही प्रसंगांत 'कोणाला कोणाचं दुख दिसतं?', 'पडलेल्याला तुडवनारंच समदं' अशा काही संवादातल्याच ओळी पुन्हा सगळे गाण्यांसारख्या म्हणत. अशा ओळींना आणि वर उल्लेखलेल्या 'डोंगरमाथ्याला आमचा गाव' या सुरुवातीच्या, आणि शेवटी प्रेक्षकांमधूनच परत निघून जाताना संथ लयीत म्हटलेल्या, गाण्याला मीच चाली लावल्या होत्या. 'डोंगरमाथ्याला' हे गाणे आमच्या गायकांनी यशवंत देवांना म्हणून दाखवले. त्यांनी ते लगेच 'अप्रूव्ह' केले, फक्त सुरुवातीला व शेवटी 'झम झम लालालालाला' अशी झील दिली. धोका न पत्करावा, म्हणून जरी आम्ही हे गाणे प्रमुख गायकांनाच दिले होते, तरी नाटकाच्या अखेरीचे संथ लयीतले, 'डोंगरमाथ्याला' सगळेच जण म्हणत. तेही आपली बोचकी-गाठोडी सांभाळत, प्रेक्षकांच्या अगदी जवळून जात असताना. एकमेकांपासून अंतर ठेवून नाट्यगृहातून चालतानाही लय, सूर आणि 'व्हॉल्युम' या सगळ्यांवर, यांतल्या एरवी न गाणाऱ्या, गाण्याचा व नाटकाचाही फारसा अनुभव नसलेल्या या नटांचे नियंत्रण राहत असे, हा केवळ त्यांच्या भूमिकेशी तद्रूप होण्यातून घडलेला चमत्कार होता! ... 'लोककथा'७८'च्या संगीताचा स्वाभाविकपणा, आणि वाद्यांऐवजी प्रत्यक्ष वस्तूंमधून येणाऱ्या नादाचा आगळा जिवंतपणा मनाला इतका भिडत असे की, त्या वर्षीच्या नाट्यसंमेलनात पु. ल. देशपांडेंनी त्याचा गौरवपूर्ण उल्लेख केला. 'आक्रोश'च्या शूटिंगआधी दिग्दर्शक गोविंद निहलानीने 'लोककथा' आवर्जून पाहिले (त्यातल्या सोमण, कानडे, औंधे व आणखी एक-दोघांना 'लोककथा'मधल्या वेशभूषेसकट त्याने 'आक्रोश'मध्ये घेतले) आणि शक्य तर मी माझ्या संगीत-दिग्दर्शकाला 'आक्रोश'साठी या पद्धतीने संगीत करायला सांगेन, असे म्हटले.

'लोककथा'च्या नेपथ्यामध्ये पात्रांनी केलेल्या रिंगणामुळे अभिनयाचे क्षेत्र निश्चित होत असे. यातली महत्त्वाची स्थळे म्हणजे (प्रेक्षकांच्या) डावीकडची जगन्याची झोपडी, आणि उजवीकडचा पाटलाचा वाडा. झोपडी आणि वाडा यांच्या दारांच्या झडपा म्हणून नटच उभे राहत, आणि घाव घालताच उन्मळून पडणे, हातांनी लाल-पिवळ्या पट्ट्या हलवून झोपडी पेटल्याचे दाखवणे इत्यादी

गोष्टी कौशल्याने, 'टाइमिंग' सांभाळून करत. काही प्रवेश तर विशिष्ट स्थलकालाच्या बंधनाबाहेर होते. उदाहरणार्थ, पोलीसचौकी (त्यातल्या आसनांसाठी खेडुतांनी आणलेली चहाची खोकीच!) आम्ही नेमकी दाखवत असू. पण चांभाराच्या मुलीवरच्या अत्याचाराच्या चौकशीसाठी सबंध गाव वारंवार चौकशी करून फौजदाराची कोंडी करतो, याचे स्थळ कुठले, तर सबंध गाव हेच. तो नजरेसमोर यावा, यासाठी एक जण चौकशी करतो, त्याला टाळून फौजदार पुढे होतो, तोच दुसरा भेटून विचारतो, त्याला टाळताच तिसरा, असे होतहोत फौजदाराला अडवणारी आणि त्याने वाट काढून जाताच, दुसरीकडून त्याच्यासमोर येणारी, अशी खेडुतांची एक भिंतच भिंत तयार होत असे. ती भिंत पाठमोरी होताच पाटलाच्या वाड्याची होत असे,   आणि तिच्यातल्या दारांवर थापा मारून, घाबरलेला फौजदार वाड्यात शिरत असे.

नाटक अनुभवाच्या पातळीवर जावे, यासाठी आम्ही रंगमंचाचा विस्तार करून नाट्यगृहाचा वापर वेळोवेळी करत राहिलो. पाटलाचे गुंड काळोखात एकमेकांना टॉर्च दाखवून इशारे करत, आणि नाट्यगृहाच्या दारातून काठ्या आपटत आपटत रंगमंचावर जात. जगन्याला घरातून खेचून काढल्यावर तसेच फरफटत खाली आणत व अंधारात घेऊन जात. पुढे गावात पत्रकार आल्याची बातमी द्यायला धावत येणारी मुलगी नाट्यगृहातूनच धावत येई आणि सावित्रीने घालवल्यावर तशीच पहिल्या दारातून पळत बाहेर येई. बाजारात पत्रके वाटणारी सावित्री प्रेक्षकांत उतरून येई आणि पुढच्या काही रांगांमध्ये जाऊन पत्रक वाटल्याप्रमाणे (खऱ्या पत्रकाशिवायच) 'माइम' करी. प्रेक्षकही त्याच गंभीरपणाने तिच्या हातून ती काल्पनिक पत्रके घेत.

नाटकाचे नाटकपण कमी व्हावे, आणि घटनेचे 'घटित'पण अधिक जाणवावे, म्हणून काही प्रवेश आम्ही एकामागून एक न करता एकाच वेळी समांतर घडवत असू. (स्पर्धेतील नाटकाच्या लांबीच्या प्रश्नातून आम्ही आधीच स्वतःला मुक्त करून घेतले होते!) उदाहरणार्थ, वर दिलेल्या पत्रकदृश्याच्या वेळी रंगमंचावर फौजदार पाटलाकडे समितीने पत्रक काढल्याची तक्रार करत असे, तर ध्वनिवर्धकावरून पत्रकातील मजकूर, पाटलाच्या वाक्यांच्या मध्ये आणि फौजदाराची वाक्ये पुसून टाकून, वाचला जात असे. झोपडीत जगन्या सावित्रीला, मी मेलो, तर तू लढ, असे सांगत असताना पाटील गुंडांना दारू पाजून, पैसे देऊन जगन्याच्या खुनाची सुपारी पक्की करतो, हे एकाच वेळी दिसायचे.

नेपथ्य ही चीजच नाहीशी करून आम्ही स्थलकालाचा विस्तार केला खरा; पण प्रत्यक्षात नाटक जिथे करायचे, तिथल्या मूळच्या पार्श्वभूमीचे आम्ही काय करणार होतो? ... खेडूत जर नाट्यगृहात शिरून स्वतःची कैफियत मांडू लागले, तर त्यांना नाट्यगृहाचे व्यवस्थापक थोडेच सहकार्य देतील? मग नाट्यगृहाच्या विंगा, पाठीमागचा काळा अथवा निळा पडदा, हे काहीच त्यांना उपलब्ध होणार नाही! म्हणजे नाट्यगृहाची पाठीमागची भिंत हीच नाटक करतानाची पार्श्वभूमी राहील! त्यासाठी आम्ही एकदा रिकाम्या रवींद्र नाट्यगृहात गेलो. अपेक्षेप्रमाणे पाठीमागची भिंत कमानदार आणि सफेद होती. मात्र अतिशय मळली होती, आणि तिच्यावर थुंकीचे डागही होते. आम्ही तिचा बराचसा भाग व्हाइटवॉशने रंगवला. मग असे लक्षात आले की, या भिंतीपुढची डावी-उजवी बाजू प्रेक्षकांना सहज दिसू शकते. तिथे एकीकडे पाण्याचा 'कूलर' दिसत होता, तर दुसरीकडे इतर नाटकांच्या विंगांची थप्पी! आता हे झाकणे अपरिहार्यच होते. म्हणून आम्ही रवींद्रच्या भिंतीचीच प्रतिकृती असा एक पांढराशुभ्र पडदा (सायक्लोरामा) शिवून घेतला व त्याने डावीपासून उजवीपर्यंत संपूर्ण रंगमंच 'कव्हर' केला. मध्ये विंगाबिंगाची भानगडच राहिली नाही. सर्व पात्रे पहिल्यापासून शेवटपर्यंत रिंगणातच बसत किंवा सरळ नाट्यगृहात ये-जा करत. 'इमर्जन्सी'साठी पहिले विंग तेवढे मोकळे ठेवले होते. वरवर पाहता 'प्रायोगिक' काळ्या पडद्याऐवजी पांढऱ्या पडद्यावर केल्या गेल्यासारख्या वाटणाऱ्या या नाटकाच्या पांढऱ्या पडद्यापर्यंत पोहोचायला आम्हांला खरे तर इतका विचार-प्रवास करावा लागला होता! आम्ही नुसते, पांढरा पडदा वापरायचा, असे ठरवले नव्हते. आम्ही, नको त्या गोष्टी कमी करत करत त्या पांढऱ्या पडद्यापर्यंत पोहोचलो होतो!

प्रकाशयोजनादेखील, त्या खेडुतांच्या आटोक्यातलीच असावी, असे मला वाटत होते. त्यासाठी माझ्या डोक्यात सबंध नाटक पेट्रोमॅक्सच्या प्रकाशात करावे, असे होते. मी एकदा सहकाऱ्यांच्या साहाय्याने पेट्रोमॅक्सच्या बत्त्या घेऊन गेलो व बालमोहन विद्यामंदिराच्या स्टेजवर त्या वापरून पाहिल्या. पण त्यांचा प्रकाश थोड्या भागात पडत होता, आणि प्रखरपणे डोळ्यांवर येत होता. त्यासाठी बत्त्यांना ढापणे लावून पाहता आली असती, बत्त्यांची संख्याही वाढवता आली असती, पण त्यांचा आवाज हा नाटकातील ध्वनीला विक्षेप ठरू शकतो, हेही लक्षात आले. मग मात्र मी बत्त्यांचा नाद सोडला. तरीही अजून ती कल्पना मला आकर्षक वाटते. गावोगावी

पेट्रोमॅक्सवर नाटके, तमाशे होतही असतील, मग आपल्याला तसे का करता येऊ नये, या विचाराने खंत वाटते. मात्र एकदा कर्जतजवळच्या एका गावातल्या प्रयोगात नेहमीची प्रकाशयोजना उपलब्ध नसल्यामुळे वर पेट्रोमॅक्सचे दिवे लावून त्या प्रकाशात नाटक केल्याचे प्रतिभाला आठवते. मी मात्र त्या प्रयोगाला हजर नव्हतो.

प्रकाशयोजनेमध्ये एका जागी मी चक्क तडजोड केली होती! प्रकाशयोजना (जयवंत देसाई) फार डोळ्यांत येऊ नये, फक्त प्रसंग स्पष्ट होण्यासाठी अर्थपूर्णपणे ती वापरावी, असाच आमचा हेतू होता. तरीही एका जागी पांढऱ्या पडद्यामागून आम्ही प्रखर प्रकाश दिला. त्यायोगे प्रखर ऊन आणि त्यात खडी फोडणाऱ्या लोकांच्या छायाकृती (सोबत प्रत्यक्ष खडी फोडण्याचा आवाज) दिसत. कामकरी लोकांचे हे दृश्य इतके प्रत्ययकारी वाटे की, त्याला टाळ्याच पडत. इथे प्रकाशयोजना अर्थपूर्ण होती; पण तंत्राच्या दृष्टीने चुकीची होती. जो पडदा केवळ रंगमंचाची अखेरची भिंत आहे, त्याच्या मागून प्रकाश कसा काय येईल? पण 'इफेक्ट'साठी थोडासा अप्रामाणिकपणा केला!

एक प्रश्न शिल्लक राहिला. हे लोक नाट्यगृहात शिरतात, पण तिथपर्यंत येतात कुठून? ग्रीनरूममधून तयारी करून त्यांनी इतर नाटकांप्रमाणे प्रवेशाच्या वेळीच फक्त विंगेऐवजी दारातून प्रवेश केला असता, तर ते खोटे वाटले असते. म्हणून विचार केला की, ही मंडळी जर बाहेरगावहून येऊन कैफियत देण्यासाठी थांबली असतील, तर ती नाट्यगृहाबाहेरच ताटकळत बसली असणार! मग नटांची दोन-तीन, तीन-चार जणांची अशी युनिट्स केली. ती बरोबर आणलेल्या सामानासह बाहेरच जमेल तिथे, जमेल तशी बसली! एक अत्यंत कृश तरुण तर आजारी असल्याप्रमाणे आडवाच झाला. त्याची काळजी घेणारे एक जोडपे! शिवाय ही मंडळी नाटकातल्या 'अन्याय निवारण समिती'च्या वतीने आलेली असल्यामुळे त्यांच्याजवळ लाकडी पट्ट्यांवर लावलेले 'चौकशी झालीच पाहिजे!' वगैरे बोर्डही (कार्डबोर्डचे, लाकडाचे) असत. एवढे करून हे लोक थांबत नसत. दरवाजांवर, भिंतींवर ठळकपणे दिसतील असे कागदी पोस्टर्सही ते चिकटवत. यांतले बरेच पोस्टर्स चक्क वर्तमानपत्रावर शाईने लिहिलेले असत. थोडक्यात, या सगळ्यामुळे अन्यायग्रस्त लोक दाद मागायला आले आहेत, असा जबरदस्त माहौल नाटक सुरू होण्यापूर्वीच तयार होत असे. (पोद्दार कॉलेज, माटुंगा इथल्या दलित परिषदेतल्या, तिसऱ्याच प्रयोगाला लोकांचा तर असा गैरसमज झाला की, मोर्चा आल्यामुळे नाट्यप्रयोग रद्द झालाय!)

या मंडळींनी आपल्याबरोबर बाळगलेल्या सामानात नाटकाची (पण त्यांच्या बरोबर सहजच असू शकेल, अशी) सगळीच प्रॉपर्टी असायची. कपड्यांची गाठोडी (यांत बदलण्याचे शर्ट, इतर फडकी वगैरे), कंदील, ते पेटवण्यासाठी एका बाटलीत घासलेट, डबे, थाळ्या, दगड, काठ्या आणि दोन मोठी चहाची खोकी, असे बरेच काही. म्होरक्या सुरुवातीला एकटाच डबा बडवत यायचा, आणि आपले बोलून झाले की इतरांना हाकारायचा. मग गडबड करत, एकमेकांना गप्प करत ही सर्व मंडळी स्टेजवर चढायची. म्होरक्याने 'बसून घ्या', 'बसून घ्या' सांगितल्यावर सगळे गर्दी करून बसायचे. प्रेक्षकांशी बोलणाऱ्या म्होरक्याला 'हे सांगून ठेवा', 'ते असं करून जमेल' वगैरे वगैरे सूचना आपल्या परीने द्यायचे. म्होरक्या गावाची ओळख करून देणारे गाणे म्हणायला दोघा-तिघांना बोलवायचा. बाकीचे, गाण्याला ताल देत रिंगण धरून बसायचे. कपड्यांची गाठोडी सोडली जायची. दोघे-तिघे, कपडे ज्याच्या त्याच्या जागी नेऊन देत. दोघे-तिघे, कंदील, पुढे लागणारी जळपाची तयारी, तिकाटणी इत्यादी तयार करत. दोघीजणी मिळून चिंध्यांचे बाळ तयार करत आणि 'सावित्री' त्याला मायेने नेऊन आपल्या जागी ठेवी. हात तुटल्यामुळे सैन्यातून घरी पाठवून दिलेल्या 'जगन्या'चा हात पाठीमागे बांधायला, (प्रेक्षकांच्या डोळ्यांसमोरच तो असा थोटा होई.) आणि वरून युनिफॉर्मचा शर्ट चढवायला एक जण मदत करी. हे सगळे गाण्याच्या दोन-तीन मिनिटांतच (शिवाय गाण्याच्या अर्थानुसार) विलक्षण चपळाईने पार पडे आणि गाणे संपतासंपताच नाटकाला सुरुवात होई.

या सर्व गोष्टी म्हणजे नाट्यगृह आणि रंगमंच यांच्यातील अभेदापासून ते नटांनी प्रेक्षकांसमोरच नाटकाची तयारी करण्यापर्यंत, एरवी 'गिमिक' वाटू शकल्या असत्या, पण इथे त्या तशा वाटत नसत, कारण त्या सर्वांमध्ये एक सुसूत्रता होती. शिवाय प्रेक्षकांना एक थेट अनुभव देण्याचा आमचा एकलक्ष्यी हेतू आम्ही अतिशय प्रामाणिकपणे त्यांच्यापर्यंत पोहोचवत असू, आणि जे काय सांगतोय ते तुमच्यासाठी आहे, आणि ते याच मार्गाने कळणार आहे, असे जाणवून देत असू. एरवीचे लांबून पाहण्याचे परक्याचे नाटक हे नव्हे, यात आपलाही सहभाग आहे, हे त्यांना या प्रयोगात क्षणोक्षणी जाणवे. हे झाले हेतूविषयी. पण प्रत्यक्ष 'एक्झिक्युशन'चे काय? त्यात कृत्रिमता आल्यास ते हास्यास्पद ठरेल, हे जाणून आम्ही प्रत्येक गोष्टीतल्या धोक्याचा अगदी बारकाईने विचार केलेला होता. नुसता विचारच नाही, तर अगदी नाट्यगृहाबाहेर कोणी कसे बसायचे इथपर्यंत प्रत्येक गोष्टीचा सरावही केलेला होता. या नटांच्या घरची माणसे त्यांच्याशी बोलायला यायची, पण ते खेडूताचे बेअरिंग घट्ट पकडून असायचे; ते बोलत नाहीत, याचा अर्थ, थोड्या वेळाने, कुटुंबीयांच्या लक्षात यायचा. नाटकातील 'ॲक्शन'साठी नाट्यगृहाचा वापर करताना तो अतिशय सांभाळून, फार पुनरावृत्ती वाटणार नाही असा नेमका आणि थोडक्यात करावा लागतो. मुख्य म्हणजे रंगमंचावरचा प्रसंग आणि नाट्यगृहातला प्रसंग यांचे टाइमिंग इतके चांगले जमावे लागते की, मध्ये रिकामा सेकंदभरही सुटणार नाही! प्रत्येक नाट्यगृह वेगळे, त्याप्रमाणे टाइमिंग बदलणार! त्यातून कोणी वाट अडवणे, कुठल्या दाराला कडी असणे इ. अनेक अनपेक्षित अडचणी येऊ शकणार! त्यासाठी, तयारीला लागण्याआधीच नटांना नाट्यगृहाच्या रचनेची पाहणी करून ठेवायला मी बजावलेले होते. 'गुंडां'पैकी दोघांनी ही जबाबदारी घेतली होती. न सांगताच ते योग्य वेळी हे काम करून ठेवत. पुढे शेकडो प्रयोगांत कधीही अशी काही आपत्ती आली नाही, हा त्यांच्याच सावधानतेचा पुरावा!

स्पर्धेतल्या प्रयोगाच्या आधी अंतिम सरावासाठी एक 'झीरो शो' पार्ल्याच्या नवीनभाई नाट्यगृहात केला. तालमी कितीही मनासारख्या झाल्या, तरी प्रयोग कसा होतो, याची धाकधूक असतेच! प्रयोगाला माधव मनोहर, अशोक दातार आणि आणखी एक-दोघा नाट्यमर्मज्ञांना मी मुद्दामच बोलावले होते. कारण हे जे काही मी केले होते, ते त्यांना रंगभूमीच्या संदर्भात कदाचित

मुळातच न पटण्याची शक्यता होती! ... प्रयोग संपला. एकही टाळी पडली नाही. मी आणि माझे सहकारी थोडेफार खट्टू झालो. नटांना खट्टू व्हायला फारसा वेळ नव्हता. कारण ते लगेच अंगाचा काळा रंग पुसण्यात गर्क झाले होते. पण मी तसाच खाली आलो. तिथे दातार भेटले. ते म्हणाले, ''आम्ही सगळे नि:शब्द झालो आहोत. टाळ्याही वाजवू शकलो नाही, कारण जे पाहिले ते काहीतरी अनपेक्षित आणि विलक्षण होते!...'' एकदा बोलायला लागल्यानंतर दातार इतके भरभरून बोलू लागले की, नंतर गाडीत ते आणि माधव मनोहर, या एकाच विषयावर बोलत राहिले. तरीही बोलणे पुरे झाले नाही म्हणून ते दोघे आमच्या घरी आले आणि किती तरी वेळ बोलतच राहिले! इतक्या उत्साहाची प्रतिक्रिया मला अनपेक्षित नसली, तरी भलतीच उत्तेजक होती! आता प्रयोगही असाच होवो, अशी मी मनोमन प्रार्थना केली!

प्रयोगाला ठेचून गर्दी होती. गँगवेमध्येही माणसे बसली होती. त्यामुळे सोमणला डबा वाजवत गँगवेमधून जाणेही कठीण जात होते. त्यात काही प्रेक्षक तिसऱ्या घंटेलाच आत शिरत होते, ते त्याच्याबरोबरच! कसाबसा तो पोहोचला. आता, त्याने बोलावल्यावर सामानासकट आत येणारी रांग धडपडणार तर नाही ना, याची मला भीती वाटली; पण प्रेक्षकांनी त्यांना जागा करून दिली, आणि तेही सांभाळून, पण धडपडल्यास अडाणीपणाचे नाटक करून, एकमेकांना सावरत, बेअरिंग न सोडता रंगमंचावर पोहोचले. दुसरी काळजी होती, मास्तर (श्याम पोक्षे) गाणे सुरात सुरू करील ना, याची. ते बऱ्यापैकी सुरू झाले. मग मी काळजी करणे सोडून दिले, आणि प्रेक्षक नाटक कसे पाहताहेत हे पाहू लागलो. जगन्याची निवडणुकीची सभा आणि त्याच वेळी उजवीकडे पाटील आणि कंपनीचे त्यावरचे भाष्य अशी समांतर रचना प्रेक्षकांना आवडत होती. पाटलाच्या खबऱ्यांपैकी एकाने 'काल पाटलाचं बाव्हलं करून जाळलं म्हनूत्यात!' असे सांगताच डावीकडे, तिकाटण्यावरचा सदरा पेटवण्यात आला, आणि हा पेटलेला सदरा काही घातपात तर नाही करणार, अशी चिंता प्रेक्षक करत असतानाच 'जळून गेला, जळून गेला, जमीनदार जळून गेला!' अशा घोषणा करत, नाचतनाचत सगळे आत निघून गेले, तेव्हा प्रेक्षकांचा जीव भांड्यात पडला! (सदरा पेटवायचा कसा, पेटल्यावर तो धरायचा कसा, त्याचे जळके तुकडे पडल्यास ते विझवायचे कसे, याचा सराव तर केलेलाच होता, पण बॅकस्टेजला एक जण पाण्याची बादली घेऊन उभा असायचा, त्या बादलीत तो कसा सरळ उभा बुडवायचा म्हणजे एकदम विझेल, हेही आधी ठरलेलेच होते!)

प्रेक्षक हळूहळू नाटकात घुसू लागला होता. अशा गर्दीच्या रंगलेल्या प्रयोगात एकही चूक होऊन चालत नाही. आलेल्या ताणावरचा 'रीलिफ' म्हणून प्रेक्षक 'चक् चक्' करतात आणि नाटकाचा प्रभाव सैलावतो. यासाठी आम्ही खूप काळजी घेतली होती. फौजदाराचे काम करणारा नट दिसायचा रुबाबदार, हालचालीही चांगल्या करायचा, पण कधी कुठले वाक्य विसरेल, याचा नेम नसायचा! तेव्हा त्याचीही तरतूद करणे भाग होते. त्याला सांगून ठेवले होते की, 'वाक्य विसरल्यास गप्प बस – चुकीचे बोलू नको किंवा दुसऱ्याच्या बोलण्यावर 'ओव्हरलॅप' करू नकोस. तुझे वाक्य दुसरा घेईल. काळजी करू नकोस.' कुठल्या प्रवेशात तो विसरल्यास कोणी वाक्य घ्यायचे, हेही ठरवून दिले होते. यथावकाश तो एक वाक्य विसरला; पण आधीच तजवीज केलेली असल्यामुळे ते दुसऱ्याने घेतले, व प्रसंग निभावला! (दिग्दर्शकाला जसे योग्य ते निर्णय घेणे आवश्यक असते, तसे धोके टाळण्यासाठी खबरदारी घेणेदेखील! — विशेषत: स्पर्धेसारख्या ठिकाणी!)

नाटकाच्या शेवटी पुन्हा म्होरक्या प्रेक्षकांना विचारतो, 'या अडल्या-पिडल्यांसाठी तुम्ही काय काय करणार? आणि ओरडतो — 'बोला!' त्यानंतर तो पेटवलेला कंदील वर धरून समोरच्या काळोखात पाहत राहत असे. पंधरा सेकंदांच्या त्या शांततेत 'बोला' म्हटल्यावरही कोणी काहीच बोलत नसे. सगळे स्तब्ध होत. वेगळे काही होऊन चाललेच नसते, कारण 'पॉज'नंतरचे त्याचे वाक्य होते – 'ते काहीच बोलत नाहीत! ... चला परत आपल्या गावाला!' मग एक जण संथ लयीत गाणे सुरू करी. कोणी तरी एक मोठे फडके मध्ये आणून ठेवी. त्यात गातगातच कपडे गोळा केले जात. सगळे सामानसुमान गोळा करून मंडळी निघत. म्होरक्या पुढे आणि सर्वांत शेवटी सावित्री – डोक्यावर कपड्यांचे मोठे गाठोडे घेऊन! ... गातगात ही मंडळी नाट्यगृहात उतरली आणि टाळ्या सुरू झाल्या – त्या थांबल्या. सगळे दिसेनासे झाल्यावर मात्र ज्या टाळ्या सुरू झाल्या, त्या किती तरी वेळ चालूच राहिल्या.

नाटक रवींद्र केंद्रातून पहिले आले, आणि आमची अंतिम फेरीची तयारी सुरू झाली. मुळात पत्रकामुळे माझा बेटक बिलोली या गावाशी जो संबंध आला होता, तो होता तिथले सामाजिक कार्यकर्ते जोडपे ज्योत्स्ना व राजा मराठे यांच्याद्वारे. नाटकाचे यश मी त्यांना कळवलेच. अंतिम फेरीला काही दिवस होते, पण तालमीत खंड पडून चालला नसता.

मी अनेक प्रवेशांवर नटांना फेरविचार करायला लावून, काही प्रवेश पुन्हा नव्याने बसवल्यासारखे करून, प्रयोगात यांत्रिक सफाई येणार नाही, याची काळजी घेतली! आधीच्या फेरीचा अनुभव लक्षात घेऊन मी तीन घंटांनंतर प्रेक्षक नाट्यगृहात स्थानापन्न झाल्यावर चौथी घंटा देऊन मगच नाटक सुरू करण्याची परवानगी मागितली. संचालक, त्यांच्या खासगी कारणांमुळे चिडलेले होते, ते तडकले – 'तुम्हांलाच कशाला सगळे नियम मोडावे लागतात? माणसे बाहेर बसली आहेत – भिंतीवर पोस्टर्स लावलेयत – आता चौथी घंटा मागताय!' परीक्षकांपैकीच एका सद्‌गृहस्थाने मध्यस्थी केली, आणि आम्हांला चौथ्या घंटेची परवानगी मिळवून दिली! मग मी अनाउन्समेंटसाठी आत पळालो. (मी आणि मीनल सुरुवातीची अनाउन्समेंट करत असू. मी गावोगावच्या अत्याचारांच्या बातम्या वाचत असे, आणि ती श्रेयनामावली.)

अनाउन्समेंट संपवून मी बाहेर येतो तो आमचा भलादांडगा मदतनीस मित्र मधुकर नाईक एका काटकुळ्या, अव्यवस्थित अवतारातल्या बाईंना 'अजिबात जागा नाही' म्हणून घालवून देताना मला दिसला. मी पुढे होऊन चौकशी केली, तर त्या होत्या बेटक बिलोलीच्या कार्यकर्त्या ज्योत्स्ना मराठे. मी त्यांची माफी मागून त्यांची बसण्याची कशी तरी व्यवस्था केली, आणि चौथी घंटा देऊन नाटक सुरू केले!

दोन–तीन दिवसांतच रिझल्ट लागणार होता. रिझल्टच्याच दिवशी दूरदर्शनवर 'लोककथा'७८'चे पूर्ण रेकॉर्डिंग झाले. त्या दिवशी स्टुडिओ आणि एडिटिंग रूम यांत खालीवर करताना माझा पाय मुरगळला व मस्तपैकी दुखू लागला. पण मला त्याचे दुःख नव्हते, कारण 'लोककथा'७८' पहिले आल्याचे मला सकाळीच कळले होते! प्रतिभाशिवाय दुसऱ्या कुणालाच मी ते सांगितले नव्हते. रात्रीपर्यंत रिझल्ट आउट झाला. न बोलावताच रात्री सगळे घरी जमणार, हे ओळखून मी प्रतिभाला पार्टीच्या सूचना आधीच देऊन ठेवल्या होत्या...

आधीपासूनच आम्हांला प्रयोगाच्या सुपाऱ्या येऊ लागल्या होत्या. त्यातून आम्ही हा प्रयोग कुठेही करू शकत होतो. त्यासाठी नाट्यगृहच हवे होते, असे नव्हते. 'साहित्य सहवास'च्या मधल्या हिरवळीवर आमचा प्रयोग ठरला. प्रयोगाची नेमकी जागा ठरवण्यासाठी मी 'साहित्य सहवास'मध्ये गेलो असतानाच निकाल देणाऱ्या बातम्यांची वेळ झाली. इंदू पेंढारकर मला टीव्ही पाहायला, जीवनाचा सकारात्मक विचार करणाऱ्या, श्रोत्यांना आनंदी करून

सोडणाऱ्या, सर्वांचे वाढदिवस ध्यानात ठेवणाऱ्या एका प्रसन्न लेखकांच्या घरी घेऊन गेली. त्यांनी 'या बसा, चहा ठेवतो', वगैरे म्हटले. पण 'लोककथा'ला पहिले पारितोषिक मिळाले, त्याची बातमी ऐकण्यासाठी आम्ही आम्ही आलो आहोत, म्हणताच आम्हांला टीव्ही चालू करून देऊन ते जे आत जाऊन बसले, ते बसलेच! ते किंवा त्यांच्या पत्नी दोघांपैकी कोणीच बाहेर आले नाही. चहा तर सोडाच! पण साधे अभिनंदनाचे सौजन्यही त्यांच्याने दाखवले नाही. आम्ही दोघे थोडी वाट पाहून बाहेर पडलो!

प्रेक्षकांना जरी नाटक तुफान आवडले असले, तरी त्याला पहिले पारितोषिक मिळणे एवढे सोपे नव्हते, असे मला नंतर कळले. परीक्षक मंडळातल्या एक विदुषी या नाटकाला 'पहिले' पारितोषिक द्यायचेच नाही, यासाठी हटून बसल्या. इतर दोघांना सर्वच विभागांत (नसलेल्या नेपथ्यामागच्या विचारासाठी, त्याही.) ते उत्कृष्ट वाटत होते, आणि पहिल्या पारितोषिकाचीच त्याची योग्यता आहे. अशी खात्री होती! पण बाई (ही तिसरी वेळ!) इतक्या हटून बसल्या की, शेवटी त्या दोघांना तडजोड करावी लागली. इतर विभागांत सर्व पारितोषिके तुम्हांला पाहिजे त्या नाटकांना घ्या, पण पहिले पारितोषिक याच नाटकाला मिळायला हवे, असा आग्रह त्यांनी धरला. शेवटी तसेच झाले, नाटक पहिले आले; पण त्याला एक वेगळा वैशिष्ट्यपूर्ण आकार ज्याच्या दिग्दर्शनप्रतिभेमुळे आला, त्याला दिग्दर्शनाचे दुसरे पारितोषिक मिळणे, अशी विसंगती स्वीकारावी लागली. अर्थातच ही बाब तुलनेने लहान होती! मी ज्यांच्याविषयी अत्यंत कृतज्ञ आहे, त्या, या नाटकाच्या बाजूने लढणाऱ्या परीक्षकांचे नाव आता मात्र मला सांगितल्याशिवाय राहावत नाही! - ते दोघे होते, जयवंत दळवी आणि मनोहर काटदरे!

इथून या नाटकाची तुफानी घोडदौड सुरू झाली. समांतर-हौशी नाटकांना लाभणे केवळ अशक्य, असा प्रतिसाद त्याला मिळाला. सर्व वृत्तपत्रांनी त्याचे जोरदार कौतुक केले. 'माणूस'ने व 'सोबत'ने त्याची मुखपृष्ठ-कथा केली, 'भरतवाक्य' या, विनायक पडवळच्या, नाटकाला वाहिलेल्या मासिकानेही 'लोककथा'चे मुखपृष्ठ दिले. बाबा आढावांनी 'शंभर व्याख्यानांपेक्षा अधिक प्रभावी' म्हणून लातूरच्या 'विषमता निर्मूलन आंदोलन' परिषदेत प्रयोग करण्याचे आमंत्रण दिले. पुण्यात प्रयोग झाले. पुढे सोलापूरलाही रांगेने झाले. नागपूरमध्येही प्रयोग झाला. तिथे 'झीरो शो'सारखाच अनुभव आला.

अभिनंदनासाठी कोणीही आत आले नाही. शेवटी बाहेर पडलो तर नाट्यगृहाच्या प्रांगणात सगळे भारावून थांबले होते! तरीही तिथल्या वृत्तपत्रांत एक-दोन नापसंतीच्या प्रतिक्रिया आल्या. त्यावरही मला अशी पत्रे आली की, 'हा या विशिष्ट व्यक्तींचा स्वभावच आहे! तुम्ही मनावर घेऊ नका.' 'केसरी'ने आग्रह केला, म्हणून मी या टीकाकारांना उत्तर दिले. (केसरी, नोव्हेंबर १९८०). एवढे सोडून तशी टीका जवळजवळ झालीच नाही म्हटले पाहिजे! सर्वत्र कौतुकाचा वर्षाव होत होता. दूरदर्शनवर 'लोककथा'७८' लगेच दाखवले गेले. मात्र तिथल्या आमच्या हितचिंतक मित्रांनी टेप दुसऱ्याच दिवशी पुसून स्वच्छ केली! पण ज्या 'साहित्य सहवास'मधल्या एका लोकप्रिय मराठी लेखकाचा अनुभव वर दिला, त्याच 'सा. स.' मधल्या हिंदीभाषक धर्मवीर भारतींनी प्रयोग पाहून तोंडभर कौतुक तर केलेच, पण त्यांच्या 'धर्मयुग'मध्ये 'लोककथा'७८' ची समीक्षा (शांता गोखले, विशेष छायाचित्रे : अरुण खोपकर) प्रसिद्ध केली, एवढेच नाही तर संगीत नाटक अकादमीच्या डॉ. अवस्थींना प्रयोग पाहण्याची खास शिफारस केली. आम्ही डॉ. अवस्थींना आंबेडकर जयंतीच्या निमित्ताने एका दलित वस्तीत आयोजित केलेला शो दाखवला. तो त्यांनी तिथल्या रहिवाशांबरोबर, खाली बारदानावर बसून पाहिला...

'लोककथा'७८' च्या यशाचे प्रमुख भागीदार होते, त्यातले नट. सर्वच जण एका धुंदीत हा प्रयोग करत असत. कितीही वेळा तालमी करायला सांगितले, तरी त्यांची तयारी असायची. कुठल्याही प्रथम चमत्कारिक वाटणाऱ्या कल्पनेला त्यांनी विरोध केला नाही. दिग्दर्शकाला एखादा प्रयोग करून पाहायचा असेल, तर त्याला वळवावेत तसे वळणारे नट मिळायला हवेत, हे जवळजवळ अशक्यच असते. पण इथे ते शक्य झाले होते खरे! ... फायनलच्या प्रयोगाच्या दुसऱ्याच दिवशी प्रमुख भूमिका करणारा बाबा राणे नाटक सोडून पुण्याच्या 'टेल्को'मध्ये नोकरीसाठी निघून गेला. 'लोककथा'चा नायक म्हणून त्या वेळी त्याच्या हातात जो टेल्कोचा नाट्यकलाविभाग (कलासागर) आला, तो आजतागायत राहिला! आमची मात्र पंचाईत! आता त्याच्या जागी कोणाला घेऊन परत सारे काम बसवणार? पण पत्रकाराचे लहान काम करणारा नट (युधिष्ठिर वैद्य) म्हणाला, 'मला ट्राय तर करून पाहा!' युधिष्ठिरने आमच्याकडे कधी मोठ्या भूमिका केलेल्या नव्हत्या. तो मुख्यतः व्यवस्थापन पाहायचा. पण कधी कधी माणसे स्वयंस्फूर्तीने गरजेच्या वेळी

'राइजिंग टू द ऑकेजन' म्हणावे तसे आव्हान पेलूनही जातात. हे लक्षात घेऊन मी युधीला 'कर' म्हटले. त्यानेही मन लावून चांगले काम केले. पुढच्या सर्वच प्रयोगांत! काही कारणाने दुसरा प्रमुख नट बाजीराव पोपळकर (पाटील) हादेखील सोडून गेला. कसोटीचा वेळ होती. पण वसंत सोमण म्होरक्या व पाटील या दोन्ही परस्परांच्या विरोधातल्या भूमिका एकाच वेळी करायला तयार झाला. उघड्या अंगाने तो म्होरक्या म्हणून वावरायचा. केवळ अंगात पांढरा सदरा चढवला, आणि डोक्यावर पांढरी टोपी घातली की तो क्षणात पाटील व्हायचा. आविर्भाव, बोलण्याची शैली, भाषा, सारेच बदलून. सोमणचा हा डबल रोल पाहून प्रेक्षक चकित व्हायचे. त्यांना वाटायचे की हीच पहिल्यापासूनची योजना आहे! ... दोन प्रमुख नट बदलूनही नायक जसे होते, तसेच चालू राहिले! याला इतरांची नाटकावरची श्रद्धा हेही एक कारण होते! अरविंद औंधे याने जळगाव आकाशवाणीवर या नाटकाविषयी मुलाखत दिली. मिलिंद कोकजे या नटाने १९७९च्या मनोहर दिवाळी अंकांत 'लोककथा'७८'ची डायरी' असा लेख लिहून तालमीच्या पूर्ण इतिहासाची नोंद ठेवली!

पॉप्युलर प्रकाशनने नाटकाचे पुस्तक काढले, आणि वसंत बापटांनी त्याला सुबक प्रस्तावना लिहिली. चित्रकार वसंत सरवटेंनी या पुस्तकात छायाचित्रे दिली, पण ती नाटकाची नसून 'लोकराज्य' मधली, सरकारी विकासकामांची – औपरोधिक अशी होती. या पुस्तकालाही त्या वर्षीचे छपाईचे पहिले पारितोषिक मिळाले. त्या वेळी शिक्षणमंत्री असलेल्या प्रा. सदानंद वर्दे यांनी मला विचारले, ''तू एक सामाजिक महत्त्वाचं काम केलंस. आम्ही तुझ्यासाठी काय करू?'' मी म्हटले, ''माझं लिहायचं खूप बाकी आहे! मला बँकेतून दोन वर्षं विनापगारी रजा मिळेल, असं बघा.'' त्यांनी लगेच आमचे (बँक ऑफ इंडिया) जनरल मॅनेजर श्री. तलवार यांना फोन लावला, आणि मला दोन वर्षांची रजा मिळवून दिली. पुढे मी ती आणखी एका वर्षाने वाढवली. तीन वर्षे पुरी झाल्यावर मी नोकरीच सोडून दिली, आणि पूर्ण वेळ लेखन-दिग्दर्शनाला देऊ लागलो.

थोडे मागे जाऊन सांगतो. नाटक लिहिण्यापूर्वी बेटक बिलोलीला जाऊन 'सावित्री' आणि तिचा परिसर ही दोन्ही तपशिलात पाहून यावी, असे निकडीने वाटत होते; पण तेव्हा तेथे नामांतराची इतकी धामधूम चालू होती की, श्री. ग. माजगावकरांनी मला जाण्यापासून परावृत्त केले. मात्र अंतिम निकालांनतर मी 'बेटक बिलोली'ला जाऊन आलो. राजा मराठेंच्या मदतीने मी खऱ्याखुऱ्या

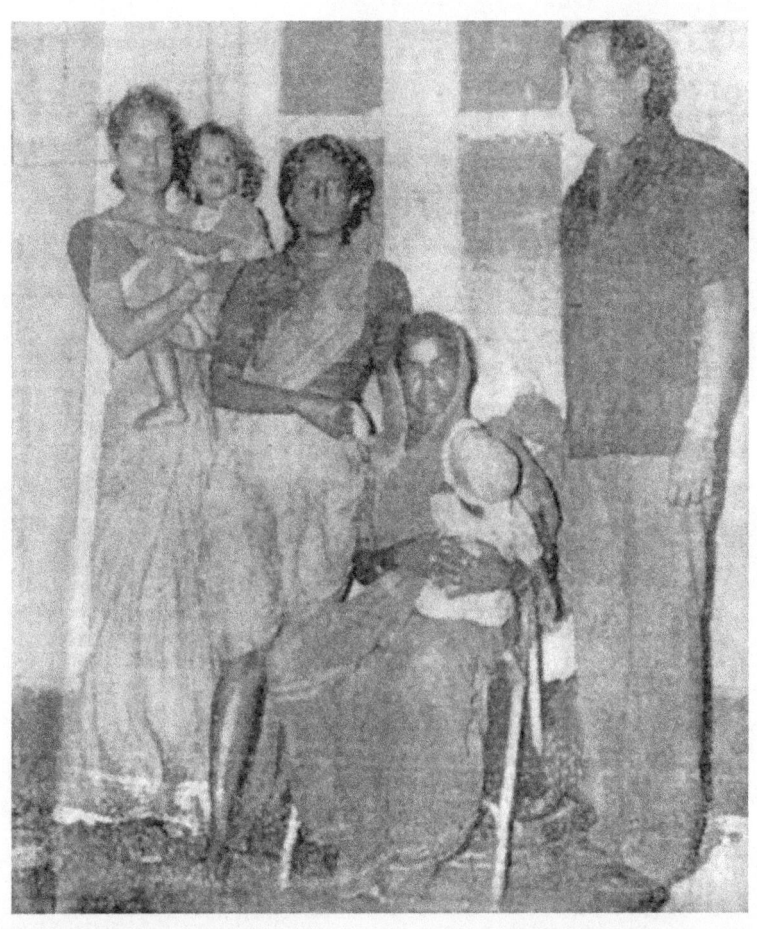

सावित्रीच्या सासूच्या व तिच्या स्वतःच्या, दोन्ही घरी गेलो. स्पर्धेचा निकाल लागला, त्याच सुमाराला तिच्या केसचाही निकाल लागला होता. पण ती मात्र हरली होती. वर कोर्टात खोटी साक्ष दिल्याचे असमाधान तिच्या मनात होते. मराठेंना भेटणेही ती टाळत होती. ती शेतात कामाला गेल्याचे कळल्यामुळे आम्ही सासूला भेटलो. पाहुण्याला तसेच पाठवायचे नाही, या संस्कारांमुळे तशाही परिस्थितीत या सासूने आम्हांला चुरमुरे खायला दिले. मुलाला पाटलाने कसे मारले याचा वृत्तांत सांगितला. मराठेंनी मला पाटलाचा वाडा आणि सावित्रीची झोपडीही दाखवली. आश्चर्य म्हणजे झोपडीचा आकार, दारांची जागा, ही आम्ही नाटकात दाखवल्याप्रमाणेच होती.

ज्योत्स्नाबाईंना मी 'सावित्री'ला घेऊन मुंबईला या, म्हटले. त्या आल्या. 'लोककथा'७८' च्या बक्षीस समारंभात आम्ही प्रेक्षकांना खरी सावित्री दाखवली. तिला साडीचोळी देऊन तिचा सत्कार केला. रात्री ती आमच्याकडे राहिली. दुसऱ्या दिवशी बेटक बिलोलीला परत गेली. तिच्यावर खूपच अन्याय झाला होता. पाटलाने पंधरा हजार रुपयांची लालूच दाखवली होती (दीड रुपया रोजावरच्या स्त्रीला हे खूप होते.), ज्यातले अर्धेमुर्धेसुद्धा तिला मिळणार नव्हते. शिवाय जवळच्यांचे, आणि पोलिसांच्या रोजच्या छळाचे बळी झालेल्या महादेव कोळ्यांचेही दडपण तिच्यावर होतेच! त्यातून पाटलाने सगळीकडे पैसे ओतून साक्षीपुरावे बदलले होते. प्रत्यक्ष कोर्टातही गुंडांची दहशत होतीच! त्यामुळे तिला खोटी साक्ष देण्याखेरीज इलाज राहिला नव्हता! 'मला सांगायचं ते पोटातच राहून गेलं बघा-' तिचे हे उद्‌गार ऐकून मी ठरवले, की हा सगळा भाग पुढे कधी तरी वाचक-प्रेक्षकांना सांगितल्याशिवाय राहायचे नाही!

आमच्या पुण्याच्या एका प्रयोगाला विजय परुळकर (नामवंत छायाचित्रकार व सामाजिक कार्यकर्ते) आणि आदी पटेल (टर् डी होम्स या वेस्ट जर्मन संस्थेच्या पुणे शाखेचे प्रमुख) हे दोघे आले होते. आदी म्हणाले की, 'तुमच्या म्होरक्यानं जेव्हा, या अडल्यापिडलेल्यांसाठी तुम्ही काय काय करणार, असं विचारलं, तेव्हा आम्हांला अतिशय 'इम्पोटन्ट' वाटलं! ... आम्ही काहीतरी करूच!' त्यानंतर त्यांनी टर् डी होम्सतर्फे 'लोककथा'७८'च्या सोळा प्रयोगांचा मराठवाडा दौरा ठरवला (१९७९). औरंगाबाद आणि आजूबाजूच्या परिसरातल्या गावांच्या या दौऱ्यात दररोज, रात्रीच्या 'लोककथा'बरोबर संध्याकाळी मुलांचे 'अलिबाबाचे खेचर आणि ३९ वा चोर'देखील करायचे होते. तसेच सकाळी संघटनांमधून, विद्यालयांमधून चर्चासुद्धा होणार होत्या. दौऱ्याचे आयोजन, मराठवाड्यात त्या वेळी अतिशय सक्रिय असलेल्या 'युक्रांद'ने केले होते. शांताराम पंदेरे, सुभाष लोमटे, आनंद करंदीकर आणि त्यांचे सहकारी त्या वेळच्या सामाजिक प्रश्नांच्या आचेने धगधगलेले तर होतेच; पण अतिशय कार्यक्षमही होते. ठरलेल्या कार्यक्रमात कसलाही बदल (जयप्रकाशजींच्या निधनाच्या दिवशी संध्याकाळचे मुलांचे नाटक रहित होण्याखेरीज) त्यांनी होऊ दिला नाही. सर्वांची राहण्याजेवण्याची व्यवस्था चोख ठेवली, आणि दौऱ्यानंतर त्याच्या परिणामांचा इंग्रजी 'फीड बॅक रिपोर्ट'देखील टर् डी होम्सला दिला.

रंगभूमीच्या दृष्टीने आमच्या सर्जकतेला या दौऱ्यात भरपूर करायला

मिळाले. नाटकाच्या 'प्रोसिनियम' — कमानी चौकटीमधून बाहेर पडण्याचा माझा जो प्रयत्न पहिल्यापासून होता (दर्शनी पडदा न वापरणे, नाट्यगृहाचा उपयोग करणे इत्यादी.), त्याला इथे मोकळे रान मिळाले. औरंगाबादच्या बंदिस्त नाट्यगृहात आम्ही दोन प्रयोग केले. (त्यांतला एक होता, नाटकाचा पंच्याहत्तरावा प्रयोग!) मात्र इतर सर्वच गावांमधून उघड्यावर प्रयोग करावे लागत. माझ्या दृष्टीने ही खूपच मोठी संधी होती. विशेष म्हणजे नटवर्ग आणि इतर साहाय्यक यांचाही दृष्टिकोन जवळजवळ माझ्यासारखाच असल्यामुळे तेही उत्साही असत. सकाळी नाटकावरची कार्यकर्त्यांशी वा महाविद्यालयीन चर्चा आटोपून आम्ही दुसऱ्या गावाला जायला निघत असू. तिकडे पोहोचताच आम्ही कुठे नाटक करता येईल हे, स्थानिक कार्यकर्त्यांच्या मदतीने ठरवत असू. बहुधा एखाद्या पारावर, मोठ्याशा कट्ट्यावर किंवा मिळेल त्या मोकळ्या जागेत! कधीकधी त्यासाठी हालचालींत थोडे बदल करावे लागत; पण एव्हाना त्याला सगळेच सरावले होते!

टर् डी होम्सला सामाजिक कार्यकर्त्यांचा जो 'फीड बॅक' मिळाला, तो अतिशयच उत्साहवर्धक होता. गावोगावच्या कार्यकर्त्यांनी असेही म्हटले की, या नाटकाच्या फॉर्मने आमच्या हातात, आमच्यावरचे अन्याय मांडण्याचे एक शस्त्रच दिले! दिग्दर्शक विजय केंकरे एक आठवण नेहमी सांगतो. 'लिट्ल थिएटर'च्या नाटकाच्या मराठवाडा दौऱ्यावर असताना तो, निवेदिता जोशी, लक्ष्मीकांत बेर्डे असे, औरद शहजानी या गावात संध्याकाळी फिरत असताना त्यांना काही मुले 'डोंगरमाथ्याला आमुचा गाव' हे गाणे म्हणताना दिसली. 'हे कुठले गाणे?' असे विचारले असता त्यांनी 'आमच्याकडे एक नाटक येऊन गेलं, खूप छान होतं, त्यातलं हे गाणं,' असे सांगितले. 'लोककथा'७८' च्या प्रभावाचे असे कितीतरी पुरावे नेहमीच मिळत आले आहेत!

एक प्रसंग आठवतो. एका गावात पोहोचलो, तो समोर एक टेकाड (प्रेक्षकांना बसण्यासाठी) आणि खालच्या, सखल भागात दोन पार. एक मारुतीचा, एक वडाचा, मधून एक गल्ली गेलेली. पण दोन्ही पार स्वतंत्रपणे इतके लहान होते की, त्यांवर नाटक करणेच अशक्य होते! ... काय करायचे? सगळे विचारात पडले. हे एक आव्हानच होते. मी सुचवले, 'दोन्ही पारांचा एकत्र उपयोग करूया. शिवाय गल्लीही त्यातच घेऊया.'

कोणीही विरोध केला नाही, आणि एक रुंद असा ७० एमएमचा रंगमंच तयार झाला! ... थोडे बदल करून घेतले, पण तेही सत्याच्या निकट जाणारे!

गुंडांनी जगन्याला फरफटत नेले ते मधल्या गल्लीतून! खरोखरीच्या मारुतीच्या पारावर भजन चालले असताना त्याला ठार मारण्यात आले, ते वडाच्या पारावर!... पाहणारे, हे विराट नाट्य पाहताना थरारून गेले, आणि आम्हीही उघड्या रंगमंचाच्या शक्यता लक्षात येऊन अधिक अनुभवसमृद्ध झालो!

सध्या कॅनडात वास्तव्य करून असलेले अरुण प्रभुणे यांनी या दौऱ्यातली एक आठवण मला नुकतीच सांगितली. ते उद्‌गीर येथील प्रयोगाला आले होते. प्रयोग चालू असताना मध्येच वीज गेली. अर्थातच रंगमंचांवरचे ध्वनिवर्धक आणि विजेचे दिवे हे दोन्ही निकामी झाले. आवाज वाढवून नटांनी ध्वनिवर्धकाचा प्रश्न थोडाफार सोडवला, पण उजेडाचे काय? प्रभुणेंच्या आठवणीप्रमाणे आम्ही प्रयोगात खंड पडू न देता वापरत असलेल्या सर्व टॉर्चेसचा एकत्र उपयोग करून त्या मिणमिणत्या उजेडातही नाटक चालूच ठेवले. कालांतराने वीज परत आली. नाटक तसेच चालू राहिले. श्री. प्रभुणे यांच्या म्हणण्याप्रमाणे नाट्यप्रयोग इतका प्रभावी होत होता की, मधल्या या मोठ्या अडथळ्यानेही विचलित न होता प्रेक्षकवर्ग मंत्रमुग्ध झाल्याप्रमाणे अपुऱ्या प्रकाशातही नाटक पाहतच राहिला!

नाटक संपल्यावर आमची माणसे आणि कार्यकर्ते लोकांत मिसळून त्यांच्या प्रतिक्रिया विचारत. बहुतेकांचा समज असा असे की, नुकताच त्यांच्या गावात ('नामांतर आंदोलना'त) घडलेला अत्याचार मुंबईवाल्यांना सांगून हे नाटक बसवून घेतलेले आहे! यातील शिवीगाळीची भाषा तुम्हांला खटकते का, विचारल्यावर ते उलट विचारत की, नाहीतर कशी हो बोलणार ही माणसं? ... पण तुम्हांला आमची भाषा कशी काय येते? सत्य हे होते की, 'लोककथा'ची भाषा ही एका विशिष्ट गावाची खरी ग्रामीण भाषा नव्हतीच. तिचा आभास निर्माण होईल अशी भाषा मी तर्काने तयार केली होती, एवढेच! पण एका विशिष्ट ठिकाणची 'ऑथेन्टिक' भाषा नसल्यामुळेच प्रत्येकाला ती आपली वाटायची! ... औरंगाबाद, अंबेजोगाईपासून वीरगावपर्यंत सर्वच शहरांना, खेड्यांना नाटक आपले वाटे. कॉलेजांमधली पोरे टवाळकी करायला म्हणून येत, आणि चूपचाप नाटक पाहत. अगदी म्होरक्याच्या 'बोला!'लाही कुणाचे टवाळ उत्तर येत नसे. प्रेक्षकांत (आणि कधीकधी आमचे सत्कार करणाऱ्यांतही) पाटील कंपनी असे. 'कोणाच्या विरोधातले नाटक तुम्ही बघताय?' असे कधीकधी त्यांना विचारावेसे वाटे!

नंतर एकदा पंढरपूरला प्रयोग करण्याचा (म्हणजे सर्वांनाच विठ्ठलवारीचा) योग आला! एका शासकीय होस्टेलमध्ये आमची सोय करण्यात आली होती. तिथे आरामात झोपलो असताना कोणीतरी उठवून सांगितले की, संध्याकाळचा प्रयोग बहुधा रद्द होतोय. कारण तो ज्या ओपन एअर थिएटरमध्ये होणार होता,ते पावसाने भिजून चिंब झाले आहे. थोड्या वेळाने माफी मागायला प्रत्यक्ष कलेक्टरसाहेब - करंदीकर आले. मी विचारले, "प्रयोग करण्यासाठी ओपन एअर नाही, पण एखादा बंद हॉलही नाही का?" ते म्हणाले, "असा एक मध्यम आकाराचा हॉल आहे. पण त्याला स्टेज नाही. पाठीमागच्या लोकांना नाटक दिसणार नाही!" मी म्हटले, "गावातून टेबले तर आणता येतील ना?" ... त्यांनी बरीच टेबले मागवली. आमच्या बॅक-स्टेज वर्कर्सनी ती एकाला एक जोडून रंगमंच तयार केला, आणि प्रयोग रहित होऊ दिला नाही! ... प्रयोगानंतर खूपच भारावलेले करंदीकर म्हणाले, "व्यावसायिक कंपनीने असे कधीच केले नसते! प्रयोग रद्द करून, पेमेंट घेऊन ते निघून गेले असते!" मी म्हटले, "त्यांना सुखासीन नाट्यगृहात, सुखासीन मंचावर काम करण्याची सवय असते!... पण हे लक्षात घेतले पाहिजे, की नाटक म्हणजे, सुखासीनता नव्हे! ... सुखसोयी, पोशाखीपणा, स्टार ग्लॅमर, हे सगळे कमी करूनही शिल्लक उरते, ते नाटक! — नाटकाचे 'स्पिरीट' — त्याचे मूलद्रव्य जर तुम्हांला सापडले, तर तेच तुमचे नाटक! नाटक करताना शोध घ्यायला पाहिजे तो त्या मूलद्रव्याचा! — बडेजावाचा नव्हे! आम्ही प्रत्येक प्रयोग अडचणीत करतो, आणि प्रत्येक अडचण आम्हांला रंगभूमीच्या मूलघटकांचा नव्याने विचार करून पुन्हा वेगळा उपयोग करायला शिकवते!"

असे जरी असले, तरी 'लोककथा'७८'चे कितीतरी प्रयोग निरनिराळ्या निमित्ताने सुसज्ज नाट्यगृहातही झाले, आणि सेलिब्रिटीज ते पाहून गेले. सत्यदेव दुबे यांनी काही प्रयोग पृथ्वी थिएटरला लावले, आणि 'फॅशनेबल क्राउड'ही ते बघून गेला. इंडियन पीपल्स थिएटर - 'इप्टा'साठी सागर सरहद्दींना ते करायचे होते; पण ते आमच्या घरी येऊनही त्यांची माझी भेट झाली नाही. मात्र थोड्या दिवसांनी रमेश तलवार येऊन परवानगी घेऊन गेले. त्यांच्या तालमीही सुरू झाल्या. (अनुवाद : अंजन श्रीवास्तव.) मग एकदा त्यांचा निरोप आला. ते आमच्या प्रयोगाला अनुसरूनच नाटक बसवत होते;

पण त्यांना अडचणी येत होत्या, आणि थोडी मदत हवी होती! मी एकदोघांना
बरोबर घेऊन तालमीला गेलो. त्यांची तालीम बघितली.

त्यांच्याकडे सुधीर पांडे, मुश्ताक, अशोक पंडित असे उत्तम नट होते;
पण 'स्टारपणा' विसरून साधेपणाने नाटकाशी एकजीव होणे त्यांना कठीण जात
होते. मी सुचवले की, ते शर्ट काढून मोकळेपणाने रिंगणात बसतील, असे
पाहा. 'बसेरा'सारख्या, त्या वेळी गाजत असलेल्या चित्रपटाच्या दिग्दर्शकाला
हे बाहेरचे लोक काही शिकवताहेत, हेच मुळी त्या नटमंडळींना पटत नव्हते.
मला तशी शंका आली म्हणून मी स्वतःच दुसऱ्या दिवशी जायचे नाही असे
ठरवले, पण रमेशजी अत्यंत नम्रता दाखवून स्वतःच येऊन मला घेऊन गेले,
आणि त्यांनी, त्यांचे दिग्दर्शन साहाय्यक व (स्वतः उत्तम नट असलेले) जावेद
खान आणि अंजन श्रीवास्तव यांनी नटवर्गाची समजूत घालून तालमी चालू
केल्या.

तसे प्रवेश चांगले बसलेले होते, आणि नटही कसलेले होते; त्यांना गरज
होती ती नाटकाकडे पाहण्याच्या एका दृष्टिकोनाची. तो आम्ही त्यांना दिला.
आमच्यातल्या काही जणांनी तालमीला जाऊन काही प्रवेश त्यांना करूनही
दाखवले. काळ्या रंगाचा मेकअप कसा करायचा हे शिकवले. लवकरच या
'स्टार मंडळीं'ची आमच्याशी चांगली मैत्री झाली. मध्यंतरी कैफी आझमीसाहेब
यांनी मला त्यांच्या घरी बोलावून सविस्तर ओळख करून घेतली.

हिंदी 'लोककथा'चे प्रयोग मुख्यतः 'पृथ्वी थिएटर'ला व्हायचे, आणि ते
उच्चभ्रू प्रेक्षकवर्गच पाहायचा. प्रयोग उत्तम व्हायचे. शंभर प्रयोग त्यांनी केले.
'रंगकर्मी' या कलकत्त्याच्या उषा गांगुली यांच्या संस्थेनेदेखील वेगळा अनुवाद
करून शंभर प्रयोग केले. भोपाळच्या भारत भवनसाठी नीलम मानसिंह चौधरी
यांनीही हिंदीत 'लोककथा' केले. गोव्याच्या 'कला शुक्लेंदू' या संस्थेने
'८३च्या राज्य नाट्यस्पर्धेत ते सादर केले व अंतिम स्पर्धेपर्यंत पोहोचवले.
राष्ट्रसेवा दलानेही, मी ऐकले त्याप्रमाणे, शेकडो प्रयोग केले. (किती ते त्यांनी
मला कळवले नाही!) शिवाय गावोगावी मला न कळवता कितीतरी प्रयोग
झाले (जणू काही हे नाटक म्हणजे मी समाजाला दिलेली 'फ्री गिफ्ट' होती!).
बरेच जण नाटक अधिक सुंदर करण्यासाठी त्यात गाणी, शेरोशायरी वगैरे
घालत. त्याचे सौंदर्य त्याच्या साध्या, स्वाभाविक उघडेवाघडेपणातच आहे,
हे लक्षात न घेता. त्यामुळे तो 'अनुभव' न राहता एक साधा नाट्यप्रयोग होई.
याउलट, आम्ही दिल्लीला शेड्यूलबाहेरचा एक प्रयोग 'नॅशनल स्कूल ऑफ

ड्रामा'च्या विनंतीवरून केला, तो त्यांच्या एका लहान सभागृहात, सकाळच्या प्रकाशात आणि आमच्या 'संगीत'वाल्या अशोक कीर्तनेच्या अनुपस्थितीत! ... तरीही तो इतका रंगला की, अजून तेव्हाच्या विद्यार्थ्यांच्या तो लक्षात आहे! मूळ नाट्यप्रयोगात एक जादू होती, जिच्यामुळे आम्ही कुठेही, कशाही परिस्थितीत केला तरी तो रंगत असे! अहमदाबादच्या नाट्य महोत्सवात (मार्च १९८१) आम्ही गुजराती प्रेक्षकांसमोर 'आरण्यक' आणि 'लोककथा'७८' –दोन्ही सादर केली. त्यानंतर काही दिवसांनी गोवा हिंदू असो.च्या गाडीला (एप्रिल १९८१) अपघात झाला, त्यात मीनल जोशीही सापडली होती. अहमदाबादहून आमच्याकडे फोन आले : 'सावित्री' सुखरूप आहे ना?' चेन्नईलादेखील आम्ही 'लोककथा' आणि 'अलिबाबाचे खेचर'चे एकत्र प्रयोग केले. 'लोककथा' पाहताना तिथल्या तामीळ प्रेक्षकांना भाषेची अडचण आली नाही. याचे स्पष्टीकरण, हेच नाटक पाहून डॉ. नॅगी लॅस्झलो या हंगेरिअन नाट्यदिग्दर्शकाने दिले : 'आय डीड नॉट फॉलो द लँग्वेज. बट गुड थिएटर नीड्स नो लँग्वेज — ॲण्ड धिस वॉज गुड थिएटर!'

१९९८ मध्ये, म्हणजे मूळ प्रयोगानंतर वीस वर्षांनी, नेहरू सेंटरच्या नाट्य महोत्सवात आम्ही 'लोककथा'७८' चे पुनरुज्जीवन केले – अर्थातच नव्या, तरुण नटसंचात, (सुप्रिया विनोद, पंकज विष्णू, दीपक भावे, हृदयनाथ जाधव, श्रीपाद सावंत वगैरे).

या नटसंचानेही तशीच मेहनत घेतली. पण त्यांना आधीचे 'मॉडेल' होते. शिवाय आधीच्या प्रयोगाची व्हीडीओ कॅसेटही होतीच! ... याच सुमारास विद्यापीठाने 'लोककथा'७८' अभ्यासक्रमाला लावले. त्यामुळे आम्ही कॉलेजांमध्येही काही प्रयोग करू लागलो! ... नंतर पाच वर्षांनी दूरदर्शनने 'लोककथा' करण्यासाठी 'कमिशन' केले (२००३). आम्ही त्या वेळी प्रयोग करतच होतो, तरीही स्क्रीनसाठी अधिक योग्य म्हणून काही चेहरे नवीन घेतले. ('लोककथा'मध्ये काम करण्याचा उत्साह तरुण नटांमध्येही इतका होता की, चौदा जणांबरोबर तालीम सुरू केली असताना, प्रत्यक्ष रेकॉर्डिंगपर्यंत तेवीस जण भरती झाले होते. कॅमेरामन शिरीष देसाई आणि ऑनलाइन एडिटर मंगेश कदम हेही तालमींना हजर राहत. कलादिग्दर्शक अजित दांडेकरने स्क्रीनसाठी म्हणून, रात्रीच्या आभाळासमोर दिसणारी गावातल्या घरांची छायाकृती पडद्यावर रंगवली, त्यामुळे प्रत्येक फ्रेम उठावदार झाली! ऑनलाइनखेरीज, एडिटिंग

स्टुडिओत वेगळे एडिटिंग करून, आम्ही, मुद्राभिनय, एवढेच नव्हे तर दगड, ताटल्या वाजवणाऱ्यांचे हात इत्यादी क्लोजअपमध्ये दाखवून नाटकाला या माध्यमाचा अधिक फायदा दिला; पण मूळचे फारसे काही जाऊ दिले नाही. थिएटरबाहेर ताटकळणाऱ्या खेडुतांचे शॉट्सही भाईदासच्या थिएटरच्या बाहेर घेतले. मात्र कॅमेरा हा प्रेक्षक समजूनच त्याला नाटक दाखवले, त्यामुळे प्रेक्षकांचा सहभाग नाटकासारखा नव्हता.

या पडद्यावरच्या पुनरुज्जीवनात एक महत्त्वाची गोष्ट घडली. मूळ
प्रयोगाच्या तालमी चालू असताना बेटक बिलोलीत जे घडले, कोर्टात जे
घडले, ते मला नंतर कळले होते. सावित्रीला खोटी साक्ष द्यावी लागली,
आणि 'सांगायचं ते पोटातच राहून गेलं!' असे ती म्हणाली होती. त्याच वेळी
तिच्यावर झालेला हा पुढचा अन्याय लिहून काढायचे वचन मी स्वतःला दिले
होते. या कमिशन्ड प्रोग्रॅमच्या निमित्ताने पंचवीस वर्षांनंतर का होईना, मी ते
प्रत्यक्षात आणले आणि हा पुढचा अर्धा तास आधीच्या दीड तासाला
जोडला. हे जोडकाम अजिबात जाणवणार नाही, किंबहुना हा भाग आधी कसा
नव्हता, (कारण तेव्हा तो घडलाच नव्हता) असे वाटावे, इतकी आता ही
स्क्रीन व्हर्जन परिपूर्ण आहे! दूरदर्शन ती एखाद्या चित्रपटाप्रमाणे अधूनमधून
दाखवते!

माझ्या डोळ्यांसमोरचे नाटक राज्य नाट्यस्पर्धेच्या निमित्ताने मला करून
पाहता आले. वर्षानुवर्षे वेगवेगळ्या प्रकारच्या प्रेक्षकांकडून त्याच्या प्रतिक्रिया
मिळवता आल्या. लौकिकार्थाने तर ते फारच यशस्वी झाले. तरीही, अजून
मी अस्वस्थच आहे. वाटते, आधी अंधूकपणे जाणवणारे भास — खरोखर
तेच एका यशस्वी नाटकाचे रूप घेऊन आले, की हे दुसरेच कुणी आहे, आणि
मनातले मनातच राहून गेले? ... याचा शोधही यापुढे चालू ठेवायलाच हवा!
सुप्रसिद्ध साहित्यिक गंगाधर गाडगीळ यांचे मात्र 'लोककथा'७८' च्या
संदर्भातले दुःख वेगळेच आहे! ते म्हणतात, 'रत्नाकर मतकरींवर... अन्याय
झाला आहे, तो 'लोककथा'७८' या त्यांच्या नाटकाबाबत... संतापाचा जितका
प्रभावी उद्रेक ढसाळांच्या कवितेत आढळतो, तितकाच तो या नाटकात आहे.
रंगभूमीवर ते इतकं प्रभावी होतं, की ते पाहिल्यावर मन अगदी सुन्न होतं.
दलित साहित्य म्हणून साहित्याची एक वेगळीच शाखा आहे असं मानलं, तर
त्या शाखेतल्या उत्कृष्ट कलाकृतीत त्या नाटकाची गणना व्हायला हवी! पण
दलित साहित्याच्या चर्चेत त्या नाटकाचं नावही घेतलं जात नाही. कारण काय,
तर ते लिहिणारा लेखक पूर्वास्पृश्य जातीतला नाही... पुरोगामित्वाच्या
नावाखाली जी संकुचित जातीयता आज समाजजीवनात बोकाळली आहे,
तिचं, हे उत्तम उदाहरण आहे!'

'दैनिक पुढारी', दि. २० डिसेंबर १९९८
'माझे रंगप्रयोग'मधून

लेखकाशी संवाद

मुलाखतकार : राजीव नाईक

● *हा प्रकार मुळात कसा आणि कधी सुचला?*

मराठी रंगभूमीवर अनेक भाषांतरित नाटकांचे प्रयोग होतात. पण ह्यामुळे फारसं काही साधलं जात नाही. इंग्रजी न समजणाऱ्यांपर्यंत ते नाटक पोचतं ह्या पलीकडे काही होत नाही. फार्स किंवा मिस्टरीज् आपण रूपांतरित करू शकतो. पण सामाजिक संदर्भ असलेली नाटके रूपांतरित कशी होऊ शकणार? त्यामुळे ब्रेख्तची नाटके आपण ॲडप्ट करतो, ते बरोबर नाही असं मला वाटतं. पण त्याचा मोकळा फॉर्म मात्र आपल्याकडे यायला हवा. मी त्यानेच प्रभावित झालो. शिवाय 'नाटक बघणे' ह्यापेक्षा 'नाटक अनुभवणे' हे अधिक प्रमाणात व्हायला हवेसे वाटते. हे असे विचार मनात चालू असताना दलितांवरील अत्याचारांच्या अनेक बातम्या वाचनात येत होत्या. त्या, अशा मोकळ्या फॉर्ममधून 'हॅपनिंग'च्या अंगाने प्रेक्षकांना अनुभवायला लावल्या पाहिजेत, असं वाटत होतं. आणि तेव्हाच बेटक बिलोली मधील एका बाईनं प्रसिद्ध केलेल्या पत्रकाबद्दल 'माणूस'मध्ये एक वार्तापत्र वाचलं. लगेच असं वाटलं की, ह्याच्यामध्ये एक तयार नाट्यवस्तूच आहे.

● *मग आता दिसतं त्या स्वरूपात हे नाटक कसं आकारास आलं?*

नाटक लिहिताना एखाद्या स्क्रीन प्ले सारखं लिहीत गेलो. वेळेचं, घटनांचं, प्रवेशांचं कसलंही बंधन न पाळता. संवाद अतिशय त्रोटक होते. नाटकात अनेक 'लूज एण्ड्स' आल्या – त्या तशाच राहू दिल्या, उदाहरणार्थ, मध्येच नाटकाचा नायक जगन्या मरतो. जेव्हा रिहर्सल्स चालू झाल्या तेव्हाही नटांना नाटक आधी वाचून दाखवलं नाही. त्या बाईचं पत्रक फक्त वाचलं. नंतर एकेका प्रवेशाचं सूत्र सांगून तो इंप्रोवाईझ करून उभा करायला सुरुवात केली.

सुरुवातीला घेतलेला प्रवेश म्हणजे त्या मुलीचा खून झाल्यावर घाबरलेले तिघे जण येतात, तो. अशा तऱ्हेने प्रवेश उभे राहिल्यावर ते जुजबी फरक करून लिंक अप् केले.

● *अशा इंप्रोवायझेशन्सच्या तालमींबद्दल काही...*

हो. तालमीमध्ये जर एखाद्याचं काम नसलं तर तो चहा पीत सिगारेट ओढीत गप्पा मारत बसतो. त्याची इन्व्हॉल्वमेंट होत नाही, म्हणून आम्ही सर्व, एक वर्तुळ करून मध्ये इंप्रोवायझेशन्स करत होतो. प्रत्यक्ष प्रयोगात त्या वर्तुळाचं अर्धवर्तुळ केलं आहे, एवढंच. शिवाय सुरुवातीच्या काही तालमी सोडल्या तर आम्ही कॉस्च्युम्समध्येच तालमी घेतल्या, त्यामुळे सराव तर होतोच पण इन्व्हॉल्वमेंटलाही मदत होते.

● *तुमची पंचे नेसण्याची पद्धत योग्य वाटली.*

खरं म्हणजे ते धोतर आम्ही 'ट्रायल अॅण्ड एरर'नेच इन्वॉल्व केलंय. शक्य तितकं आखूड आणि तरीही सुरक्षित अशी पद्धत आम्ही शोधत होतो. मग आमच्यातला एकजण एकदा बेलापूरला गेला होता. तेव्हा तिथल्या लोकांकडून धोतर नेसायची पद्धत शिकून आला. तीच मग आम्ही थोडी मॉडिफाय करून वापरली.

● *इंप्रोवायझेशन्समधून नाटक उभं राहिलं म्हणता, तर मग भाषेची ऑथेंटिसिटी कशी काय राखली?*

इंप्रोवायझेशन्समधून प्रवेश बसवले पण स्क्रीनप्लेच्या पद्धतीचं स्क्रिप्ट होतं, फक्त शब्द तेच वापरले पाहिजेत असा आग्रह धरला नाही. त्यामुळे काही शब्द उत्स्फूर्तपणे तोंडात येत, ते राहू दिले. शहरी शब्द काढून टाकले. शिवाय आम्ही ह्या नाटकात, मुद्दाम, काही गिरणीत काम करणारे कामगारही घेतले आहेत. त्यांना या भाषेचा सराव होता. आमच्यातली एक दोन माणसं बारामतीकडची आहेत. त्यामुळे काही चपखल शब्दही संवादात आले. (उदा. 'बुळगी लोक सुधरायचे न्हाईत कधी.') काही लकबी लक्षात आल्या त्याही पुढे पाळल्या - म्हणजे तिकडची माणसं र चा उच्चार कमी करतात-जा फासाव (र), घासा पायाव (र) वगैरे.

● *ह्या नाटकात तंत्राचा बडेजाव नाही असं तुम्ही नाटकाच्या वेळी वाटलेल्या पत्रकात म्हटलं आहे. जरा अधिक स्पष्ट करता?*

ह्या तऱ्हेच्या नाटकाला नेपथ्य, प्रकाश योजना वगैरेचा बडेजाव करणं योग्यच नव्हतं, म्हणून तर पडदा प्रथम पासूनच उघडा ठेवला आहे. विंगा वगैरे

काढून टाकायचाच विचार होता, पण मग स्टेजच्या आतील भागांत असलेल्या नको त्या वस्तू दिसायला लागल्या, म्हणून मग पांढऱ्या कपड्यांनी दोन्ही बाजू कव्हर केल्या. प्रकाशयोजनेच्या बाबतही मला स्पॉट्स वगैरे काही वापरायचे नव्हते. सर्व पूर्णपणे खेडुतांना उपलब्ध असलेल्या दिव्यांमध्ये करायचं होतं. खरं म्हणजे गॅस बत्त्यांचा वापरही आम्ही करून पाहिला. पण एक तर त्यांचा उजेड खूप कमी येतो. प्रेक्षकांनाही उजेड अंगावर पडल्यामुळे त्रास होतो. त्यासाठी एका बाजूने बत्त्या कव्हर केल्या. पण तरी त्यांचा खूप आवाजही येतो. म्हणून मग तडजोड म्हणून स्टेज लायटिंग पत्करलं. वेगवेगळे एरिआज दाखवायचे असल्यामुळे फुल लाईट्समध्ये संपूर्ण प्रयोग सादर केला नाही. तरीही आगीच्या प्रवेशाच्या वेळी 'लाईट इफेक्ट्स' न देता लाल, पिवळी कापडं हलवूनच परिणाम साधायचा प्रयत्न केला आहे.

● *मग प्रेक्षकांत अनेकदा उतरण्याच्या तांत्रिक क्लृप्तीचे काय? ती फारदा वापरली गेली, असं नाही वाटत?*

जिथे जिथे अंतर दाखवायचे होते तिथेच फक्त तिचा वापर केला आहे. मोर्चा निघतो, मैत्रीण लांबून सावित्रीला खबर द्यायला येते, गुंड टॉर्चने खाणाखुणा करून संकेतस्थळी भेटतात आणि पाऊलवाटेवरून सावित्रीच्या घराकडे येतात, अशा वेळीच प्रेक्षागृहाचा उपयोग केला आहे.

● *नाटक सुरू व्हायच्या आधी बाहेर धरणं धरून बसायची कल्पना कशी काय सुचली?*

विंगा बंद केल्यावर आतून नटांनी प्रवेश करायचा प्रश्नच संभवत नव्हता. रवींद्रला गेलो असताना टागोरांच्या पुतळ्याकडे बघून एक कल्पना सुचली. आमच्यात एक जण अतिशय हडकुळा आहे. त्याला जर ह्या पुतळ्याखाली निदर्शनासाठी झोपवले तर? आणि तो जर असा बाहेर लॉबीमध्ये तर मग इतरही सगळे का नकोत? अशा तऱ्हेने ही कल्पना सुचली. त्याचे दोन फायदेही झाले. एक तर नाटकाआधीचे वातावरण व मूडनिर्मिती साधली आणि नटांना कॉन्सन्ट्रेशनची चांगली संधी मिळाली. एरवी ऐन वेळेपर्यंत, म्हणजे अगदी तिसऱ्या घंटेपर्यंत ग्रीनरूममध्ये धांदल चालू असते, ह्याचा नटांवर विपरीत परिणाम होतो. तो टाळणं ह्यामुळे शक्य झालं. पण एलिमिनेशनच्या प्रयोगाला तिसऱ्या घंटेनंतरही सगळे प्रेक्षक जागेवर बसलेले नव्हते, आत जातच होते. त्यांच्यातूनच घुसून सोमणला आत जावं लागलं. म्हणून मग

फायनल्सला आम्ही परवानगी मागून चार घंटा दिल्या. आणि तिसऱ्या घंटेनंतर, प्रेक्षक बसल्यावरच, सोमणला आत पाठवलं.

● *आता स्पर्धेचा विषय निघालाय म्हणून विचारतो. हे नाटक स्पर्धेत करावंसं का वाटलं? स्पर्धेचं उत्सवी स्वरूप ह्या नाटकाच्या बाबतीत नकोसं वाटलं नाही?*

उलट स्पर्धेत टेन्स आणि रिसेप्टीव्ह ऑडियन्स मिळतो. तो नवीन तऱ्हेचा अनुभव घ्यायला आणि स्वीकारायला तयार असतो. ह्यामुळे नवीन प्रयोग करणं सुलभ पडतं.

● *नाटकातल्या संगीताबद्दल आपण काहीच बोललो नाही...*

सुरवातीचं गाणं मी लिहिलं तेव्हाच असं वाटलं की, आणखी गाणी आली तर नाटक उगाचच रोमँटिक होत जाईल. फक्त जिथे दोन लिंकअप् करायचे होते तिथे कोरसमध्ये अगोदरच्या प्रवेशामधील शेवटची ओळ घोळवली, कोणाला कोणाचं दुःख दिसतंय इत्यादी. जी काही वाद्यं होती ती नटांनीच जशी येतील तशी वाजवली. त्यांतला कुणीही संगीतज्ञ नसताना.

● *टेपरेकॉर्डर बिलकूल वापरला नव्हता? मुलाच्या रडण्याच्या वेळीही.*

छे, बिलकूल नाही. खरं तर मुलाच्या रडण्याचा आवाजही एकजण अगदी पुढे बसून तोंडाने काढतो. तरी ते कुणाच्या लक्षात येत नाही.

● *आणि शेवटच्या 'सर्वात्मका सर्वेश्वरा' या भैरवीचे काय? मला ती फारच खटकली. अशा तऱ्हेने सहानुभूतीची याचना करण्याची काहीच जरुरी नव्हती. त्यामुळे नाटकाचा इम्पॅक्ट एकदम बोथट होऊन जातो.*

सहानुभूती मिळाली तर नकोय का? त्यामुळे जर जाणीव वाढणार असेल तर काय हरकत आहे, ते गीत वापरायला? पण या बाबतीत दोन मते आहेत, हे मात्र खरं. माझी भूमिका अशी, की त्या गीताकडे आजवर आपण मध्यमवर्गीय लोक नुसतं गोड नाट्यसंगीत म्हणून पाहत आलो. किंबहुना एकूण रंगभूमीकडेच रंजनाचं साधन म्हणून पाहिलं. 'लोककथाच' प्रयोजन वेगळं आहे. हा वेगळेपणा आणि ही विसंगती या गाण्यामुळे खाडकन लक्षात यावी, हा उद्देश. 'इट्‌ इज्‌ अ पॅच' ऑल राईट, बट इट्‌स ॲन्‌ इन्टेशनल पॅच.

● *मी ह्या नाटकाचा एक प्रयोग साहित्यसहवास मध्ये उघड्यावर पाहिला. खरं म्हणजे हे नाटक उघड्यावरचंच आहे. पण तरीही ते जिथं केलं जाणार*

आहे त्या जागेच्या रचनेप्रमाणे काही फेरफार करायला नकोत का? सगळाच पसारा उघड्यावर मांडला असल्याने नटांनी मुद्दामहून प्रेक्षकांतून जाणे वगैरेचा काही परिणाम होत नाही.

'साहित्य-सहवास' मधला प्रयोग हा अशा तऱ्हेचा पहिलाच होता. पुढे असे बाहेर करायचे प्रयोग त्या त्या ठिकाणच्या एकूण स्वरूपावरून, प्रेक्षागृह मॉडिफाय् करूनच करायचे आहेत.

● *ह्या नाटकाच्या एका परीक्षणात त्याला 'पाहिलेली बातमी' असं म्हटलंय. Do you take it as a compliment? हाच नाटकाचा उद्देश नव्हता का?*

हो खरंच. हाच उद्देश होता. तटस्थता हा नाटकाच्या संदर्भात मला गुण वाटतो. लेखकानं त्यात कमीत कमी दिसावं, हाच हेतू होता.

● *बरं, परत एकदा ब्रेख्तकडे जायच म्हटलं तर त्याच्या 'एलियनेशन' आणि 'नॉनइमोशनलिझम' ह्यांना इथे चक्क फाटा दिलाय. मग त्याच्या 'एपिक थिएटर'चा आणि 'लोककथा ७८'चा नेमका संबंध काय?*

ब्रेख्तियन नाटकाच्या अतिशय मोकळ्या फॉर्मपासून स्फूर्ती घेतली हाच काय तो संबंध. ब्रेख्त सगळाच्या सगळा कशासाठी स्वीकारायचा?

● *तर मग हँडआऊटमध्ये ब्रेख्तचे नाव कशासाठी?*

ह्या स्फूर्तीचा एक प्रामाणिक उल्लेख कुठंतरी असावा म्हणून.

● *पण तुम्ही तर असा मोकळा फॉर्म अगदी पहिल्यापासूनच वापरताहात. म्हणजे अगदी 'निम्मा शिम्मा राक्षस' आणि 'अचाट गावची अफाट मावशी' या बालनाट्यांपासूनच.*

हो. म्हणून तर मी बालनाट्य लिहायला लागलो. केवळ मुलांचे मनोरंजन करावे ह्यापेक्षाही वेगवेगळे फॉर्म्स हाताळता यावेत म्हणून.

● *मग 'लोककथा ७८' मध्येही तुम्ही आशयापेक्षा फॉर्मनेच अधिक प्रभावित झालात का? एक नवा आशय लोकांपुढे मांडण्यापेक्षा एका वेगळ्या फॉर्मचा प्रयोग करणं तुम्हांला महत्त्वाचं वाटतं का?*

'लोककथा ७८'च्या बाबतीत मला फॉर्म आधी जाणवला. लक्षात घ्या. फॉर्म सुचला नाही. तो जाणवला. याच वेळी त्याला योग्य अशी 'ड्रॅमॅटिक क्वालिटी' असलेल्या आणि अस्वस्थ करणाऱ्या ह्या बातम्या वाचनात आल्या. दोन्ही एकमेकांना पूरक ठरले.

● ह्याच्यानंतर अशाच तऱ्हेच्या सामाजिक प्रश्नावर नाटक लिहाल काय? नक्की सांगता येत नाही.

● आणि असा फॉर्म वापराल?

असाच असं नाही. कारण फॉर्म हा शैलीतून हळूहळू 'इव्हॉल्व्ह' होत जातो. हा एक लांबलचक प्रवास आहे. त्यात निरनिराळ्या जागी थांबून पुढं जायचंय.

● मला तरी तुम्ही आशयापेक्षा फॉर्मनेच अधिक झपाटलेले दिसता. म्हणजे पहा, महाभारतातील व्यक्तिरेखा घेऊन ग्रीक ट्रॅजेडीच्या वळणाने लिहिलेले 'आरण्यक', ब्रेख्तियन फॉर्म आणि आपल्या येथील सामाजिक परिस्थिती घेऊन लिहिलेले 'लोककथा ७८' आणि आपल्याकडील दंतकथेवर आपल्याकडीलच फोक फॉर्म्स घेऊन लिहिलेले 'विठोरखुमाय' (ज्याचा अजून प्रयोग व्हायचा आहे). हा फॉर्मचा प्रवास असाच चालू राहील काय?

जोपर्यंत त्यात चॅलेंज वाटतंय आणि नवं काही मिळतंय तोपर्यंत तरी नक्कीच! आणि अजून तरी तसं खूप मिळेल असं वाटतंय. आणि आशयापेक्षा फॉर्म असं नाही. आशयाला योग्य असा फॉर्म.

– भरतशास्त्र, मार्च–एप्रिल

निर्मितीची डायरी

मिलिंद कोकजे

यंदाच्या राज्य-नाट्यस्पर्धेत 'बालनाट्य'च्या 'लोककथा'७८' या नाटकाला पहिलं मानाचं बक्षीस मिळालं. कोल्हटकर, आळतेकर या स्पर्धांतही बक्षिसं मिळाली. नाट्यपरिषदेचा रौप्य नटराज मिळाला. दिग्दर्शनाची, अभिनयाची बक्षिसं मिळाली. या नाटकात काम करीत असल्यामुळे या गौरवाकडची वाटचाल आम्ही कशी केली, ते मला चांगलं ठाऊक आहे. गावोगावी दलितांवर होणाऱ्या अत्याचाराची एक कहाणी अगदी जशीच्या तशी प्रेक्षकांसमोर जिवंत उभी करायची हा लेखक, दिग्दर्शक रत्नाकर मतकरी यांचा हेतू! स्पर्धा, बक्षिसे इ. सारं काही दुय्यम समजून केवळ हा अनुभव जिवंत करण्यासाठी आपण साऱ्यांनी झटायचंय ही त्यांची पहिल्या दिवसापासूनची भूमिका. ही अवघड भूमिका पार पाडायला त्यांना वेळ फारच थोडा होता. दोघंतिघं सोडली तर बाकीची नटमंडळी नवखी होती. पण अवघ्या एकेचाळीस दिवसांत आम्ही प्राथमिक स्पर्धेचा प्रयोग बसविला. नंतर वीस तालमींमध्ये अंतिम फेरीचा प्रयोग केला. नाटक अवघं दीड तासाचं होतं. जरी त्याची लांबी मुद्दाम कमी केलेली होती, तरी गरज तीन तास लांबीच्या नाटकाइतक्याच मेहनतीची होती. सगळे नट नेहमी हाताशी नसत. त्या त्या भूमिकेला अनुकूल नट मिळणं कठीण जाई. नाटकाचा आकार काय आहे हे आम्हांला नीटसं कळलेलं नव्हतं. अशा परिस्थितीत नाटक हळूहळू उभं कसं राहिलं, आणि त्याच्या यशामागे काय काय प्रेरणा होत्या, याचा मी वेळोवेळी लिहून काढलेला आलेख.

११५

५-१०-७८

स्टेट काँपिटिशन जवळ येऊ लागली आहे. सर्व ग्रुप्समध्ये संहितेची निवड, पात्रयोजना, तालमीची जागा इ. गोष्टींची गर्दी उडाली आहे.

'चुटकीचं नाटक' नंतर दोन-तीन वर्षांनी 'बालनाट्य'ने प्रवेशिका दिली आहे. त्या संबंधीची एक मीटिंग आज रत्नाकर मतकरी यांच्या घरी झाली. 'बालनाट्य' तर्फे 'लोककथा- '७८' हे नाटक सादर केले जाणार आहे. लेखक दिग्दर्शक स्वत: मतकरीच आहेत. दिवस कमी उरले असल्याने रिहर्सल्स कशा सीरियसली कराव्या लागतील हे मतकरींनी सांगितलं, तसंच रिहर्सल्स बऱ्याचशा प्रमाणात इंप्रोवायजेशन पद्धतीने घेतल्या जातील हेही त्यांनी सांगितलं. शनिवारपासून डिसिल्व्हा टेक्निकल हायस्कूलच्या गच्चीवर तालमीसाठी जमण्याचे ठरले.

प्रेमकहाणी, आरण्यक, चुटकीचे नाटक-स्टेटला सादर केलेल्या प्रत्येक नाटकात मतकरींनी रंगभूमीला काहीतरी नवीन देण्याचा प्रयत्न केला आहे. यावेळीही असाच काहीतरी नवीन प्रयोग लोककथामध्ये असणार, बघू या हळूहळू कळेलच ऐकेक.

९-१०-७८

आज डिसिल्व्हा टेक्निकल हायस्कूलमध्ये तालमींना सुरुवात झाली. परंतु ही सुरुवात नाट्यवाचनाने न होता एका पत्रकाच्या वाचनाने झाली. प्रस्तुत नाटक हे काही सत्य घटनांवर आधारलेले आहे. गावोगाव होणारे दलितांवरील अत्याचार हे या नाटकाचे प्रमुख सूत्र! यातील मुख्य घटनेमधील ज्या माणसाचा खून झाला आहे, त्याच्या बायकोने एक पत्रक काढून नवऱ्याच्या खुनाच्या चौकशीची मागणी केली आहे. हे पत्रक मतकरींनी मिळवलंय व त्याच्याच वाचनाने तालमींना आरंभ झाला आहे.

पत्रकाचे वाचन पूर्ण झाल्यावर 'माणूस'मध्ये वाचलेले 'बेटक बिलोली' खुनाची चौकशी होईल काय?' हे वार्तापत्र आठवले. म्हणजे नाटक बेटक बिलोली घटनेवर आधारित आहे तर! घरी गेल्यावर परत एकदा ते वार्तापत्र वाचण्याचे ठरविले. पहिल्याप्रथम ते वाचले तेव्हाच अंगावर काटा आला होता. त्या घटनेवरचे नाटक म्हणजे खरोखरच एक वेगळा अनुभव असेल.

अजूनपर्यंत नाटकात काम करायचं की नाही हे ठरवलं नव्हतं. पत्रकाच्या वाचनानंतर नकळत काम करायचं ह्याचा निर्णय घेतला गेला.

प्रत्यक्ष रिहर्सल्सचा भाग म्हणून प्रथम आवाजासाठी काही एक्झरसाइज

केले. त्यानंतर दोन, तीन इंप्रोवायझेशन्स केली. रेल्वे ॲक्सिडंट बघताना, वक्त्याचे भाषण ऐकताना यासारखी रिॲक्शनला महत्त्व असलेली इंप्रोवायझेशन्स करायला दिली होती.

आजचा रिहर्सलचा दिवस काहीजणांच्या दृष्टीने थोडासा कंटाळवाणाच झाला. स्क्रिप्टचा पत्ता नाही. नाटकाचं वाचन नाही. उलट इंप्रोवायझेशन, आवाजाचा एक्झरसाइज यांतच दिवस वाया गेला, अशीही रिॲक्शन झाली.

आवाजाचे एक्झरसाइज, इंप्रोवायझेशन यांचा उपयोग कळायला अजून काही दिवस जावे लागतील.

१२-१०-७८

आज गेल्यागेल्या मतकरींनी एक वर्तुळ करून बसायला सांगितले. सात-आठ जण मिळून एक छोटंसं वर्तुळ करून बसलो. असं वर्तुळ करून बसण्याचं कारण म्हणजे नाटकातील सर्व लोक स्टेजवर येताच वर्तुळ करून बसत ते शेवटपर्यंत. वर्तुळाच्या मध्ये एकएक दृश्य सादर केलं जातं व त्या दृश्यातील लोक तेवढ्यापुरते उठून मध्ये येतात आणि दृश्य संपल्यावर आपापल्या जागी जातात. मतकरींनी नाटकाचा मुख्य आराखडाच आमच्यासमोर सादर केला. वर्तुळात बसलेल्या लोकांनी मध्ये घडणाऱ्या दृश्यांना रिॲक्शन देणं अत्यंत महत्त्वाचं असल्यानं सर्वांनी आत्तापासून न बोलता रिॲक्शन देण्याची सवय करण्याबद्दल मतकरींनी सांगितले. इतर नट काम करीत असताना रिकाम्या नटांनी गप्पा मारून रिहर्सल डिस्टर्ब करू नये. सिगरेट्ससुद्धा फक्त चहाच्या मध्यंतरात. एरवी जखडूनच बसावं लागणार. आमच्या दृष्टीनं हे तसं गैरसोयीचंच आहे.

प्रत्यक्ष रिहर्सल्सना सुरुवात झाली ती बलात्काराच्या दृश्याने. प्रथम संपूर्ण दृश्य वाचण्यात आले. आणि नंतर त्या दृश्यासाठी योग्य अशा कलाकारांना निवडून त्यांना त्यांच्या भूमिका सांगितल्या. मलाही त्यात भूमिका होती. आम्ही तिघाचौघांनी आपापसांत थोडासा विचार करून ते दृश्य सादर केले. वर्तुळात दृश्य सादर करण्याचा अजून एक फायदा जाणवला. सर्वजण रिहर्सल बघत असल्याने पहिलीच रिहर्सल प्रत्येकजण सीरियसली करू लागला.

एकदा दृश्य सादर केल्यानंतर परत त्याचे वाचन करून दोन-तीन वेळा ते दृश्य सादर करायचं ही रिहर्सलची पद्धत अमलात येऊ लागली. तेच दृश्य परत परत सादर केलं गेल्यावर, प्रत्येक वेळी त्यात थोडीथोडी सुधारणा केली जायची! आज बलात्काराचे दृश्य व पाटील, फौजदार, सरपंच यांचं दृश्य या पद्धतीने बसविण्यात आलं.

१६-१०-७८

ग्रुप हळूहळू मोठा होऊ लागला आहे. नवीन लोकांप्रमाणे 'बालनाट्य'चे काही जुने कलाकारही या प्रॉडक्शनमध्ये काम करण्याकरता आले आहेत. सर्वजण मिळून शेवटी २०-२२ जण होतील असं वाटतंय.

१८-१०-७८

आज काहीजणांना स्क्रिप्ट्स देण्यात आली. संपूर्ण नाटक गाडीत वाचून काढलं. आत्तापर्यंत केलेल्या तालमी व आज केलेले नाटकाचे वाचन यांमुळे नाटकाच्या फॉर्मची थोडीशी कल्पना येऊ लागली आहे.

२०-१०-७८

तालीम संपल्यानंतर थोडा वेळ गप्पा मारल्यावर साहजिकच स्क्रिप्टबद्दल बोलणं झालं. 'प्रथम मूळ घटनेवरून स्क्रीनप्लेप्रमाणे एक एक दृश्य लिहून काढले. आणि मग त्या दृश्यांमध्ये आवश्यकतेप्रमाणे संवाद लिहिले.' लोककथेच्या लिखाणाबद्दल मतकरींनी अशी माहिती दिली. या घटनेवर नाटक लिहिण्यामागची प्रेरणा, प्रत्यक्ष लेखन, दिग्दर्शक म्हणून कलाकारांकडून अपेक्षा इ. विषयांवर त्यांनी चिक्कार गप्पा मारल्या. तालमीनंतर मारलेल्या या गप्पांचे विषय पाहता हाही लोककथेच्या तालमीचा एक भाग असावा असं वाटतंय. हे विधान म्हणजे सहज केलेली गंमत नसून त्यात सत्याचा अंश चिक्कार आहे, कारण एखाद्या वेगळ्या प्रकारचं नाटक सादर करताना सतत त्या नाटकाबद्दल बोलून कलाकारांना सतत त्या प्रयोगाबद्दल विचार करायला लावणं हाही तालमीचाच एक भाग असतो.

नाटकाबद्दल बोलणे हा तालमीचा भाग सोडला तरी प्रत्यक्ष तालमीचा वेळ मात्र दिवसेंदिवस वाढत आहे.

२१-१०-७८

आज 'अन्याय निवारण समिती'चा प्रवेश बसविला गेला. अन्यायाला तोंड देण्यासाठी समितीची स्थापना होते. पण पाटलाला भिणारे गावकरी समितीला विरोध करतात. अशा वेळी, खून झालेल्या इसमाची बायको अनपेक्षितपणे प्रथमच प्रतिकाराला उभी राहते. असा हा नाट्यपूर्ण प्रवेश सूत्र सांगितल्यावर आम्ही सर्वांनी प्रतिक्रिया नाटकातील पात्रे म्हणून दिल्या. त्या सर्वसाधारणपणे

बसल्या. मग मीनल जोशीचा आवेशपूर्ण 'आऊट बर्स्ट'! तिला त्यातले मुद्दे समजावून देताच तिनं पहिल्याच वेळी तो संवाद धडाधडा म्हटला. एखाद-दोन वेळांत तिचं ते अर्ध्यापानाचं भाषण शब्दश: पाठ झालं. हा प्रकार आश्चर्यकारक होता. इंप्रोवायझेशन हा प्रकार आणि मीनलची ग्रहणशक्ती ही दोन्ही इथं मानायला हवीत. नाहीतर पाठांतराअभावी एखादा प्रवेश चार चार दिवस रखडलेला आपण पाहतोच की! तिच्या अभिनयाचं दुसरं वैशिष्ट्य म्हणजे तिच्या आवेशामुळे इतर कलाकारांनी निसर्गत:च आवश्यक त्या रिॲक्शन्स दिल्या. त्यामुळे सर्वचजण घाबरट खेडूत वाटले.

२२-१०-७८

आज तालमीला सर्वजण हजर होते म्हणजे सर्वचजण. वर्तुळ पूर्ण झाल्याने ॲक्टिंग एरियाचा अंदाजही येऊ लागलाय.

बरीचशी दृश्यं आता बसवून झाली आहेत. आज मुख्य म्हणजे भजनी मंडळीचं दृश्य बसवून घेतलं. हिंसाचाराकडे बघण्याची मंडळीची हताश दृष्टी हा या दृश्याचा विषय. 'मारुतीच्या देवळात भजन चाललं होतं' या स्क्रिप्ट-मधल्या विधानाचा फायदा घेऊन गावकऱ्यांच्या रिॲक्शन्स एका भजनातच दाखवायच्या आहेत, म्हणजे ही मंडळी भजन गात गात रिॲक्शन्स देतात. या दृश्यात आम्ही सगळेच होतो. पहिल्या दिवशी केलेल्या इंप्रोवायझेशनचा फायदा आज सर्वांना दिसला. त्या दिवशी कुरबुर करणाऱ्यांनाही आज इंप्रोवायझेशनचे महत्त्व पटलं.

२३-१०-७८

कालचा २१ चा आकडा आज २० वर आला आहे. एकाचा काम करू शकत नसल्याबद्दल निरोप आला आहे. त्याला अजून कोणतंच मुख्य काम दिले नसल्याने अडचण येईल असं वाटत नाही.

२४-१०-७८

रिहर्सल्स आता थोड्या रेंगाळताहेत. प्रमुख भूमिका करणारा नट अजून नाटकाच्या पद्धतीशी समरस होत नाही. त्याचं पाठांतरही पक्कं नाही. म्हणून त्याचे प्रवेश नको इतके रेंगाळताहेत. नाटकाचा आकार अजून आम्हांला नीटसा

कळत नाही. एखाद्या वेळी हा सगळाच 'फियास्को' ही होण्याची शक्यता आहे. सर्व दृश्यं मात्र आता जवळ जवळ बसवून झाली आहेत.

२८-१०-७८

मारामारीचे सीन्स बसवायला सुरुवात होते न होते तोच प्रमुख नटाचा पाय मुरगळला, न सांगितलेल्या पवित्र्यात अतिउत्साहाने उडी मारताना! दोनतीन दिवस झाले, त्याचा पत्ताच नाही. त्याचा पाय फार दुखत असल्याचा निरोप आलाच. तालमीविषयी आम्हांला समाधान वाटत नाही.

नाटकात दोन गाणी आहेत. पैकी पहिल्या गाण्याला मतकरींनी चाल लावली आहे. काल आमची तालीम संपल्यानंतर (सातच्या तालमी आता अकरापर्यंत चालल्यात.) मतकरींनी दोघाचौघांना ती चाल दाखविली. मतकरींनी ती स्वतःच म्हणून कॅसेटवर टेप केलीय. त्यामुळे ती पुनःपुन्हा ऐकता आली. चाल गमतीदार आहे.

२९-१०-७८

आज येतानाच मतकरींनी आपल्याबरोबर डबे, ताटल्या, चमचे इ. वस्तू आणल्या होत्या. या सर्व वस्तूंवर निरनिराळ्या प्रकारे ठेके धरून त्यातून संगीत तयार करण्याची त्यांची कल्पना आहे. ही कल्पना नाटकाच्या फॉर्मशी कशी सुसंगत आहे हेदेखील त्यांनी सांगितलं. या नाटकाचा फॉर्म हा एनॲक्टमेंटचा आहे. गावाकडील सर्व लोक येऊन काय घडलं ते करून दाखवितात. अशा वेळी त्यांच्याकडे उपलब्ध असलेल्या वस्तूंतूनच ते संगीत निर्माण करतील.

आवश्यक तेथे कसा काय ठेका धरायचा ते ठरलं. गाणं कसं म्हणायचं हेही ठरलं! मुख्य म्हणजे हा ठेका धरायचं कामही नाटकात काम करणाऱ्या कलाकारांनी स्टेजवर करायचं आहे. आजच्या दुपारच्या रिहर्सलचा बराच वेळ या संगीत प्रकारात गेला. तालमीच्या जागेवर ऊन. संगीतवाले सोडले तर इतरांना त्यातून रिहर्सल कंटाळवाणी झाली. आपापले कपडे बदलणे, संगीत साथ करणे, मशाली वगैरे पेटविणे हे सर्व एकावेळी करण्याची सवय करण्याकरिता उद्यापासून रनथ्रू करण्याचे ठरले. उद्या मशाली, कंदील वगैरे साहित्यही मिळेल. तेव्हा उद्यापासून रोज एक प्रयोगच करायचा. त्यात येणाऱ्या अडचणी सोडवत जायचं.

एकदा एखाद्या वेगळ्या फॉर्ममध्ये नाटक सादर करायचं ठरलं की त्या फॉर्मच्या अनुषंगाने इतर गोष्टी कशा बदलतात याचं उत्कृष्ट उदाहरण म्हणजे या नाटकातील संगीत व प्रकाशयोजना. खरोखर प्रत्येक कलाकाराने या गोष्टींचा अभ्यास केला पाहिजे.

३०-१०-७८

आज रिहर्सलच्या वेळी एक जुन्या कपड्यांचं गाठोडं आणण्यात आलं. त्यातील धोतरं सर्वांनी नेसली. ती नेहमीपेक्षा वेगळी असावीत म्हणून पुष्कळच वरती नेसली. तरीही ती आदिवासी पद्धतीने नेसल्यासारखी वाटली नाहीत. धोतर नेसण्याच्या पद्धतीवर अधिक विचार रविवारी करण्याचे ठरले.

३१-१०-७८

आजच्या रिहर्सलला वेशभूषेत चटकन बदल (Quick Change) करण्याची एक फॅन्टॅस्टिक युक्ती मतकरींनी सुचविली आहे. संपूर्ण चेंज न करता खाली धोतर कायम ठेवून एक वरचा कपडा बदलायचा. प्रातिनिधिक स्वरूपाचा, म्हणजे मारेकऱ्यांना काळे शर्ट, गुंडांना लाल टी-शर्ट, पत्रकारांना पांढरे झब्बे इ. प्रत्येक पात्राने वर्तुळात बसूनच प्रेक्षकांसमोर आपापल्या रोलप्रमाणे कपडे बदलायचे, ही कल्पना अतिशय वेगळी वाटली. मला एक टी-शर्ट व एक झब्बा मिळालाय. त्यामुळे मी पाटलाचा तरुण पुतण्या आणि मध्यमवयीन पत्रकार हे दोघेही आहे, असं लगेच वाटायला लागलंय. बसण्यासाठी तीन ठोकळे आणले आहेत. पण ते खूप जड असल्यामुळे हलवायला कठीण वाटतात. तसेच रंगीबेरंगी असल्याने 'सोफिस्टिकेटेड' वाटतात. म्हणून ते मतकरींना पसंत नाहीत. पण अजून पर्याय सुचलेला नाही.

२-११-७८

दिवस दिवाळीचे आहेत. संगीताच्या तालमीच्या दुसऱ्या दिवसापासून आमची 'हिरॉईन' पसार झाली आहे. आज नाटकाचा जवळजवळ पूर्ण आकार हातात यायला हवा म्हणून मतकरींनी दिवसभरासाठी माहिमचे सरस्वती मंदिर घेतलं आहे. सगळ्यांना वेळेवर येण्याची ताकीद दिली आहे. सगळे आले आहेत, पण नायक-नायिकेचा पत्ता नाही. दोघेही नाहीत, मग रिहर्सल कसली करतात? कसोटीची वेळ आहे.

खरं तर दिवाळीच्या दिवसांत तालमी नसतील असं वाटलं होतं. पण मतकरींनी ऐकलं नाही. विशेषत: आधीच्या तालमी मनासारख्या न झाल्यामुळे त्यांचंही बरोबर वाटत होतं. भाऊबिजेचा दिवस सोडून एरवी रोज तालमी आहेतच. पण आज तालीम कशी घेणार?

पण आम्हां सर्व मरगळलेल्या मंडळींना मतकरींनी कामाला लावलं. पहिल्यांदा त्यांनी गाण्यावरचे बिझनेसेस बसवून घेतले. गाणं नेहमीसारखं नृत्यमय हालचालींवर न बसविता (असल्या लालित्यपूर्ण गोष्टींना या नाटकात स्थानच नाही.) ते 'वर्कर्स साँग' सारखं बसवलं. म्हणजे गाणं म्हटलं जात असतानाच आम्ही सगळे नाटकाची तयारी प्रेक्षकांसमोरच करतो. म्हणजे कोणी ठेका धरायचा, कुणी कपडे वाटायचे, कुणी चिंध्यांचं मूल बनवायचं, कुणी जमीनदाराचं बाहुलं बनवायचं, कुणी दिवे पेटवायचे, जगन्याचा तुटलेला हात दाखविण्यासाठी तो बांधून त्यावर शर्ट घालायचा, आणि हे सर्व प्रेक्षकांसमोर करायचं आणि त्याच वेळी गाणं म्हणायचं.

गाणं बसविल्यावर हिरो-हिरॉइनबद्दल डमी ठेवून आमची सगळ्यांची कामं अधिक पक्की केली. न बसलेल्या जागा पक्क्या केल्या. गोंधळाच्या जागा स्वच्छ केल्या. आम्हांला उलट वाटायला लागलं की, मुख्य नटनटी आले नाहीत ते बरं झालं. इतरांना अधिक वेळ मिळाला. रिहर्सल इतकी रंगली की रात्री ती साडेनऊपर्यंत चालली. तरी आणखी केली असती तरी बरं झालं असतं असं वाटायला लागलं. नाटकाचा आकार आज प्रथमच अगदी स्पष्ट दिसला. आणखीही एक गोष्ट लक्षात आली की, चांगला दिग्दर्शक हा चांगला संचालक असतो. आणि तो तालमीचा वेळ कुठल्याही कारणासाठी फुकट जाऊ देत नाही.

३-११-७८

तालमीमध्ये मला एक गोष्ट नेहमी जाणवते. हे स्क्रिप्ट स्वत: मतकरींनीच लिहिलेलं असलं, तरी ते त्याकडे त्रयस्थपणे दिग्दर्शकाच्या भूमिकेतून पाहतात. मूळ नाटक दोन अंकी होतं. दिग्दर्शक या नात्याने मतकरींनी त्यातलं मध्यंतर काढून टाकलंय. नाटकाची गती सांभाळण्याच्या हेतूनं काही प्रवेश साफ उडविले आहेत. काही वाक्यांना सहज चाट दिली आहे. स्वत:च्या स्क्रिप्टविषयी ते इतके अलिप्त कसे राहू शकतात?

स्वत:च्या दिग्दर्शनाविषयीदेखील ते कधी कधी असेच अलिप्त वाटतात. हे सगळे विचार आजच सुचायचं कारण म्हणजे, त्यांनी बसवलेल्या पाटलाच्या पूजेचा प्रवेश. स्क्रिप्टमध्ये तर पूजेचा उल्लेखही नाही. नुसता पाटील व पत्रकार यांच्यातला संवाद आहे. मतकरींनी सहजपणे पाटलाला पूजा बसून करायला सांगितलं आणि आम्हांला देवघराच्या दारात उभं राहाल तसे राहा, असं म्हटलं. मग ग्रुपमध्ये जो सोमण म्हणून आहे, तो पूजेचे सगळे विधी ठाऊक असलेला आहे. पाटलांना पूजेचे विधी दाखव, असं मतकरींनी त्याला सांगितलं आणि स्वत: त्या प्रवेशातलं अंग काढून घेतलं. आपोआप बसावा असा तो सीन बसला. मग त्यांनी तो बसलेला सीन पाहून घंटा वाजविण्याची जागा हेरली आणि शेवडेला विचारलं की, तुला यांच्या हात हलविण्याबरोबरच अचूक घंटेचा आवाज काढता येईल का? शेवडेनं ते आव्हान घेतलं. अशा रितीनं आम्ही सगळेच त्या प्रवेशात गुंतलो गेलो. दिग्दर्शकानं स्वत: त्या प्रवेशात केलं तरी काय? पण तरीही दिग्दर्शकाशिवाय तो प्रवेश बसला असता का? दिग्दर्शनाविषयीच्या माझ्या कल्पना मला आता बदलायला हव्यात.

९-११-७८

रिहर्सल्स व्यवस्थित होताहेत. एकएक प्रॉब्लेम सुटत चाललाय. धोतरांचा एक मुख्य प्रॉब्लेम मात्र लांबणीवर पडत चालला आहे. तो रविवारी सोडविण्याचे नक्की ठरवले आहे.

प्रमुख नट आज आला. मतकरींनी सर्वांना एकत्र बसविलं. एकंदर शिस्तीवर ते बोलले. लेक्चरच दिलं म्हणा ना! (चित्रकाराला रंग हवे तसे मिळतात.संगीतज्ञाला तयार वाद्यं मिळतात. दिग्दर्शकाचं काम असतं माणसांशी. त्यांच्या सहकार्याशिवाय दिग्दर्शकाच्या मनातलं चित्र उभं राहायचं कसं?) नियमित येता येत नसेल तर काम करू नये असंही त्यांनी सुचविलं. एवढंच नाही, तर ग्रुपमध्ये स्वतंत्र अस्तित्व न ठेवता इतरांमध्ये मिसळणं आवश्यक आहे असंही सांगितलं. वागणूक सुधारण्याची गॅरंटी नटांकडून घेतली. या बोलण्यातलं काही संतापाचं नव्हतं, मात्र लागायचं त्याला लागण्यासारखं होतं.

११-११-७८

परवा मारामारीत डोक्याला काठी लागल्याचं निमित्त करून प्रमुख नट

लवकर घरी गेला. पाय दुखतो या सबबीवर तो रिंगणातही बसत नव्हताच. काल तो आला, पण आज पुन्हा दांडी! रिहर्सल संपल्यावर मतकरींनी आम्हांला एकत्र केलं आणि नट बदलल्यास कसं होईल, असं विचारलं. सगळे विचारात पडले. पण कुणालाही ठाम उत्तर देता आलं नाही.

१२-११-७८

आज मोठी रिहर्सल. बिर्ला क्रीडा केंद्राच्या बोट हाऊसमध्ये! आज आणि उद्या या दोन दिवसांच्या रिहर्सलवर खूप काही अवलंबून आहे. कारण नाटकाच्या स्पर्धेतल्या प्रयोगाला आता पंधरा दिवसदेखील उरलेले नाहीत.

आज आल्याबरोबर बातमी कळली ती नट बदलल्याची! नवीन नट तालमीतलाच. इतर लहान कामे करणारा होता. दोनतीन तालमींत त्यानं हे काम वाचलं होतं (की मुद्दामच त्याला सांगितलं होतं?) आज तो अशा काही आत्मविश्वासानं उभा राहिला होता, की आम्हांला काल आलेल्या सगळ्या शंकाकुशंका पार नाहीशा झाल्या.

आणखी एक गोष्ट. आमच्यातला एकजण बेलापूरला जाऊन तिथले आगरी लोक धोतरं कशी नेसतात, ते पाहून आला. त्यांच्या पद्धतीनं धोतरं नेसायची म्हणजे उठता बसताना बराच भाग उघडा राहायचा. या गोष्टीला काहीजण तयार झाले, काहीजण नाही. बराच वेळ गेला. पण दोन तास घालवून का होईना धोतरं कशी नेसायची ते पक्कं ठरलं. पूर्ण धोतरांचे चौकोनी रुमाल फाडून ते कसे बांधायचे ते सर्वांना सांगितले. सर्वजण खरोखरीचे 'महादेव कोळी' वाटू लागले. त्यामुळे दोन तास सार्थकी लागल्यासारखे वाटले. तरीही, रिहर्सलचे दोन तास वाया गेले अशी एक प्रतिक्रिया एकदोघांकडून उमटलीच. रंगभूषा, वेशभूषा, प्रकाशयोजना या सर्व गोष्टी ट्राय-आऊट करूनच नक्की कराव्या लागतात. हा धडा त्या लोकांना आता मिळाला असेल अशी आशा आहे.

१३-११-७८

रंगभूषेबाबतही एक महत्त्वाचा निर्णय घेण्यात आला. इतर कुठलाही मेकअप न करता केवळ रापलेला वाटेल असा काळा रंग अंगाला लावण्याचा ठरते आहे. हा काळा रंग मात्र लाईट रिहर्सलसच्या दिवशी ट्राय आऊट करून पाहण्याचे ठरले.

१४-११-७८

बालनाट्याचे जुने मित्र, संगीत दिग्दर्शक यशवंत देव येऊन गेले. त्यांच्या सूचना लक्षात घेऊन संगीतात थोडेसे बदल करण्यात आले. संगीताबरोबरच एक चांगली गोष्ट ठरविण्यात आली. कामकऱ्यांची दृश्ये, पत्रकारांचे दृश्य, सावित्री ढोलकीवाल्याचे दृश्य, ही दृश्ये संपताना व पुढील दृश्ये सुरू होताना सावित्रीच्या बोलण्यातील शेवटची वाक्ये निवडून ती निरनिराळ्या चालींत म्हणायची. एक प्रकारे हेही बॅकग्राऊंड म्यूझिकच! त्या त्या दृश्यासाठी ते उत्तमच वाटतं. या नाटकातील वेगवेगळ्या वस्तूंच्या सहाय्याने म्यूझिक दिले आहे.वाक्यांचा उपयोग संगीतासारखा केला आहे. याखेरीज एक वैशिष्ट्य म्हणजे संगीत अतिशय कर्कश आहे.आगीचे दृश्य, खुनाचे दृश्य, गुंडांचे दृश्य यावेळी संगीताचे हे तिसरे वैशिष्ट्य विशेषत्वाने लक्षात येते. प्रेक्षकांना कसं वाटतं ते बघायचं! फॉर्मच्या दृष्टीने संगीताचा विचार न करता केवळ ते कर्कश आहे, अशीच प्रतिक्रिया उमटेल बहुतेक. संगीतच नव्हे तर पात्रांचं प्रेक्षकांमधून येणं जाणंही लोकांना खटकेल. गँगवेचा उपयोग रस्त्यासारखा केला आहे हे किती लोकांच्या लक्षात येतं कोण जाणे! पहिला प्रयोग झाल्यावरच या सर्व गोष्टीही कळतील.

१५-११-७८

ठोकळ्यांऐवजी चहाची खोकी वापरावयाची ठरली आहेत. ती मात्र नाटकाच्या एकंदर रंगरूपाबरोबर सुसंगत वाटतात. शिवाय उचलायला हलकी आहेत. आणि त्यांत इतर सामानही भरून आणता येतं.

आज एक महत्त्वाचा बदल करण्यात आला. पाटील फौजदार यांच्या दृश्यातील फौजदाराची वाक्ये न घेता फक्त पाटलाची वाक्ये ठेवली व तो गाळलेला प्रवेश परत घेतला. पार्श्वभूमीला बातमीची अनाउन्समेंट. फौजदाराचे मायमिंग, बातम्यांमधील वाक्यं,पाटलाची वाक्यं या सर्वांचं सुरेख सिंक्रोनायझेशन झालेलं आहे. मूळ प्रवेशापेक्षा हा नवीन प्रवेश जास्त परिणामकारक वाटतो. हे दृश्य चालू असतानाच सावित्रीने प्रेक्षकांमध्ये पत्रकं वाटण्याचं ठरलं.

नाटकाची पहिली अनाउन्समेंटही आज ठरविण्यात आली. त्यासाठी जानेवारी ते डिसेंबर ७८ या काळातील अस्पृश्यांवरील अत्याचाराच्या पाच-

सहा बातम्या निवडण्यात आल्या. एक बातमी व त्यानंतर संस्थेचे नाव, दुसरी बातमी व त्यानंतर नाटकाचे नाव या पद्धतीने अनाउन्समेंट ठरविण्यात आली. संपूर्ण अनाउन्समेंटमध्ये वैयक्तिक उल्लेख कोणाचाच नाही हे आम्हांला काही जणांना पटलेलं नाही. लेखक, दिग्दर्शक म्हणून मतकरींचं नाव हवं. परंतु त्यांना स्वत:ला हे पसंत नाही. त्यांच्यामते हे नाटक ग्रुपचं आहे, त्यामुळे माझाही वैयक्तिक उल्लेख नको.

सर्व गोष्टी नक्की झाल्याने सर्वांचेच लक्ष लाईट रिहर्सलकडे लागले आहे.

१७-११-७८

लाईट रिहर्सल उत्तम झाली. नाटकाचा एक प्रयोगच केल्यासारखे वाटले. मतकरींपासून सर्वचजण खूष होते. 'बालनाट्य'ची सीनियर मंडळीही आली होती. त्यांनाही हा सर्व प्रकार आवडला. आता दोन दिवस रिहर्सल, मग प्रयोग. सर्वांचे लक्ष प्रयोगाकडे लागले आहे. ऑडियन्स रिॲक्शन जाणून घ्यायला सगळेच उत्सुक आहेत. काळा रंग अंगाला लावल्यावर खोटा वाटतो, त्याऐवजी तपकिरी रंग वापरायचे ठरले आहे. तो अधिक खरा वाटेल.

१८-११-७८

दोन दिवस येऊन सरळ रिहर्सल्स करून घरी जायचं अशी कल्पना होती. पण या दोन दिवसांतही दोन नवीन गोटी ठरविल्या गेल्या.

एक म्हणजे थिएटर्सच्या फॉयेरमध्ये या विषयाला अनुसरून पोस्टर्स लावायची व दुसरी म्हणजे सर्व कलाकारांनी नाटक सुरू होण्याआधी दहा-पंधरा मिनिटे फॉयेमध्ये येऊन बसायचे आणि अनाउन्समेंट झाल्यावर ठरल्याप्रमाणे प्रेक्षागृहात प्रवेश करायचा. फॉर्मच्या अनुषंगाने बदललेली ही अजून एक गोष्ट. फॉर्मचा विचार शेवटपर्यंत कसून केला गेला हे दाखविण्यासाठी. सर्व लोक आपली फिर्याद मांडण्यासाठी फॉयेमध्ये येऊन बसली आहेत. तसेच त्यांनी गावातून तयार करून आणलेली पोस्टर्स सगळीकडे लावलेली आहेत.या सर्व गोष्टींमुळे नाटकाला हॅपनिंगचं किंवा एनॲक्टमेंटचं स्वरूप जास्त प्रकर्षाने येईल, अशी कल्पना.

कोणी कुठं बसायचं, गप्प कसं बसायचं, याची रिहर्सलही लगेच घेण्यात आली. पोस्टर्ससाठी काही बातम्या, काही वाक्ये निवडण्यात आली. पोस्टर्स

तयार करण्याची जबाबदारी दोघांवर देण्यात येऊन ती वर्तमानपत्रावर, मळक्या ब्राऊनपेपरवर लेटरिंगची काहीही स्टाईल न ठेवता कशी करायची ते त्यांना सांगितलं. उद्या शेवटची रिहर्सल. उद्या मात्र नक्कीच काही नवीन गोष्टी ठरणार नाहीत असं वाटतंय.

२०-११-७८

आज पार्ल्याला पहिला प्रयोग झाला. प्रेक्षकांकडून चांगली दाद मिळाली. अपेक्षेप्रमाणे प्रेक्षक 'थ्रिल्ड' झाले होते. सॉफिस्टिकेटेड थिएटरविषयक सर्व कल्पना धुडकावून नाटकाने ज्या एका वेगळ्याच फॉर्ममध्ये आकार घेतला, त्यांनीच सर्व प्रेक्षक स्तंभित होऊन गेले.

आता स्टेटला काय होतं बघायचं.

२२-११-७८

पाटलाच्या पूजेच्या प्रवेशात आज एक सूक्ष्म भर टाकण्यात आली. पाटील घंटा खाली ठेवतो त्यावेळी घंटेचा बारीक आवाज अचूक वेळी देता येईल का? असं मतकरींनी शेवडेला विचारलं. त्यानं तो देऊन दाखवला, आणि दिग्दर्शनाचा आणखी एक बारकावा दिसून आला. हाच प्रवेश मुळात बसवताना मतकरी किती अलिप्त वाटले होते. पण ते खरोखरीचे अलिप्त असते तर त्यांना हा बारकावा सुचला असता का? मला या मुद्द्यावर अधिक विचार करायला हवा.

२४-११-७८

स्टेटचा प्रयोग मस्त झाला. पार्ल्याला जागेची अडचण जाणवली. ती रवीन्द्रला जाणवली नाही. ऑडियन्सही पार्ल्यापेक्षा जास्त मॅच्युअर्ड वाटला. नाटकाच्या तालमी सुरू होण्याआधी मतकरींनी स्टेटलाच नाटक करण्याचा उद्देश सांगितला होता. तो पटला. नवीन नवीन गोष्टी ट्राय-आऊट करण्यासाठी स्टेटसारखा तयार 'ऑडियन्स' इतरत्र मिळणे क्वचितच शक्य आहे.या नाटकाद्वारे हा एक नवीन फॉर्म तयार ऑडियन्सपुढे ट्राय-आऊट करता आला आणि ऑडियन्सने तो ॲप्रीशियेटही केला. फॉयेमध्ये लावलेली पोस्टर्स, कलाकारांनी फॉयेमध्ये येऊन बसणे, या सर्वच गोष्टी लोकांना अतिशय आवडल्या.

आता रिझल्टपर्यंत शांत, मग कदाचित परत...

१३-१२-७८

कदाचित परत म्हणता म्हणता खरंच तालमी पुन्हा सुरू करायची वेळ आली. नाटक अंतिम फेरीत तर आलंच आहे, पण मधेही काही प्रयोग आहेत, त्यासाठी.

१७-१२-७८

आगीच्या दृश्यामध्ये एक महत्त्वाचा बदल करण्यात आला. प्रथम स्पॉट व फायरिंग डिस्क यांच्या साह्याने आग दाखविली जायची, परंतु हे सर्वांना खटकले होते. बाकी सर्व गोष्टी उपलब्ध वस्तूंतून सूचित केल्या जात असताना आगच फक्त तांत्रिक साधनांनी का दाखवायची, हा प्रश्न होता. आज केलेला बदल खूपच चांगला होता. दरवाजाचे काम करणारे दोघेजण हातात पिवळी, लाल, केशरी फडकी (लांब पट्ट्या) फडकवतात. नवीन केलेले हे बदल मूळ दृश्यांपेक्षा चांगले वाटतात. प्रेक्षक ते कसे स्वीकारतात, ते पाहायचं.

२-१-७९

मधल्या गॅपनंतर आज अंतिम स्पर्धेसाठी तालमी सुरू झाल्या. मध्यंतरी चार प्रयोग - एकूण सहा प्रयोग झाले. आता त्यानंतर कोल्हटकर स्पर्धा आणि मग अंतिम स्पर्धा. इतक्या प्रयोगांच्या सवयीत आम्ही या स्पर्धांमध्ये यांत्रिकपणे प्रयोग करून जाऊ अशी चिंता मतकरींना वाटतेय. म्हणून त्यांनी एका नवीनच दिशेने प्रयत्न करायचे ठरविलेत. आम्ही सगळे केवळ शरीराच्या सवयीने काम करतो. त्या कामात त्या क्षणी चित्त पूर्णपणे एकाग्र झालेलं नसतं, असं त्यांचं म्हणणं! त्यामुळे तालीम चालू असताना हसावंसं, गप्पा माराव्यातसं वाटणं संभवतं. तेव्हा आम्ही करीत होतो तेच आता पुन्हा 'बॉडी'बरोबर 'माइन्ड' ॲप्लाय करून करावं म्हणजे आजवर न सापडलेल्या अनेक जागा सापडतील असं त्यांचं म्हणणं!

८-१-७९

या पद्धतीनं सगळं नाटकच जसं काही उसवलं गेलंय. प्रत्येक सीन, प्रत्येक भूमिका नव्यानं बसवली जातीय.

१३-१-१७९

आज एक गंमत झाली. तुमच्या काही अडचणी असतील तर सांगा, आपण त्या नीट वाटेला लावू असं मतकरी म्हणाले, तशी जो तो लहानमोठी अडचण सांगायला लागला. शेवटी यातच दीडदोन तास गेल्यावर कुणी अडचणी सांगायच्या नाहीत असं ठरवलं. अर्थात यातून काही प्रश्न सुटलेच पण आज सगळे तालमीच्या मूडमध्ये होते.

१६-१-७९

आज दामोदर हॉलला कोल्हटकर स्पर्धेचा प्रयोग झाला. पूर्वी एक तास वीस मिनिटे होणारं नाटक आज चक्क दहा-बारा मिनिटांनी वाढलं. नवीन कुठलाही भाग न वाढविता, म्हणजे मधल्या काळात आम्ही ज्या तालमी केल्या, त्यामुळे प्रत्येक प्रवेश अधिक 'डेव्हलप' झाला की काय? बहुधा तसंच असावं.

१७-१-७९

आज अंतिम स्पर्धेचा प्रयोग झाला. हा प्रयोग माझ्या जन्मभर लक्षात राहील. जत्रेसारखी गर्दी, दोन्ही बाजूला जागा न मिळाल्यामुळे उभ्या राहिलेल्या लोकांच्या थप्पी लागलेल्या. ही गर्दीदेखील दर्दी आणि उत्सुक लोकांची, जीव

डोळ्यांत आणून पाहणाऱ्या, क्षणोक्षणी दाद देणाऱ्या. दर पाचदहा मिनिटांनी टाळ्यांचा कडकडाट. एखादी मैफल जमून यावी तसा रंग जमला होता. या अनुभवाचं वर्णन करायला माझ्याकडे शब्द नाहीत.

१८-१-७९

फायनल निकाल लागला. 'लोककथा'७८' सर्वप्रथम, शिवाय तीन वैयक्तिक पारितोषिके. सर्वांनाच खूप आनंद झालाय. त्याचबरोबर हे नाटक लोकांपर्यंत कसे पोचेल याचाही विचार चालू आहे.

गेले तीन-साडेतीन महिने चाललेली धडपड आता थांबली आहे. आज तीन महिन्यांनंतरही एकच विचार मनात येतो. या नाटकाचं यश मुख्यतः दिग्दर्शकाच्या सादर करण्याच्या उद्देशांमध्येच आहे. बक्षिसाचा विचार न करता केवळ एक नवीन प्रयोग आणि अशा प्रकारच्या अत्याचाराच्या घटनांना वाचा फोडण्याचा एक प्रयत्न हा उद्देश, दिग्दर्शकाने मनाशी धरला आणि तोच उद्देश कलाकारांच्या मनात निर्माण केला. त्यातूनच रंगभूमीला वळण देणारा खराखुरा, -जिवंत प्रयोग निर्माण झाला — यशस्वी झाला!

- साप्ताहिक मनोहर,
दिवाळी चित्र-नाट्य-कथा
विशेषांक, २१-२७ ऑक्टोबर, १९७१

प्रयोगासंबंधी काही सूचना

रत्नाकर मतकरी

या नाटकाचा बाज सांकेतिक नाटकापेक्षा अर्थातच खूप वेगळा आहे. म्हणजे त्यातील पात्रे, त्यातील प्रसंग व संवाद हे नाटकाच्या हिशेबाने जाणून-बुजून बेतलेले नाहीत. या प्रकारच्या अत्याचाराच्या घटना जशा घडतात, तशा त्या सरळ रंगमंचावर मांडल्या आहेत. कुठल्याही प्रकारचे 'लेखकीय' संस्कार न करता. म्हणजे या घटनांच्या कारणावर मल्लिनाथी न करता, किंवा पात्रेप्रसंग आवश्यक त्यापेक्षा किंचितही अधिक घासूनपुसून नाटकाच्या चौकटीत न बसवता. याचे कारण असे की, आपण नाटक पाहत आहोत असे न वाटता प्रेक्षकाला स्वतःलाच या घटनेचा 'अनुभव' यावा.

'अनुभवा'च्या पद्धतीनेच हा प्रयोग सहसा सादर केला जावा. हे साधण्यासाठी मी स्वतः बसवलेल्या प्रयोगात रंगमंच आणि प्रेक्षागृह यांचा वापर सर्रास केला होता. रंगमंचाचाच एक भाग म्हणून, जिथे जिथे लांबचे अंतर दाखवले गेले तिथे तिथे पात्रांनी प्रेक्षागृह वापरले. प्रेक्षकांनी अमुक एका अंतरावरूनच नाटकाशी समरस झाले पाहिजे, हे जुने तत्त्व 'अनुभव' पद्धतीत बसत नाही, हे वेगळे सांगायला नकोच.

खेडूत मंडळीच येऊन सारे नाटक करून दाखवतात, अशी भूमिका असल्यामुळे त्यांना एकापेक्षा अधिक कामे करता येतील; पण संहितेमध्ये साधारण शुद्ध बोलणारी पात्रे ही (उदा. पत्रकार) मग प्रयोगात, खेडुतांनी शुद्ध बोलण्याचे सोंग आणल्याप्रमाणेच बोलतील, इकडे लक्ष द्यावे. संहितेमध्ये वाचकाच्या सोयीसाठी खऱ्या गोष्टींचे उल्लेख दिले आहेत. उदा. दारे खिडक्या, आग इ. प्रत्यक्षात या गोष्टी रंगभूमीवर दाखवू नयेत. नटमंडळीच कामापुरती दारे, भिंती होऊ शकतील. आगदेखील पिवळी, तांबडी फडकी हलवून

दाखवता येईल. येथे पूर्ण माइम् अपेक्षित नाही. पण खेडूत मंडळींकडे जेवढे सामान आहे त्यांतून नाटक उभे केले आहे, हे दिसावे. म्हणजे, आगीबद्दल फडकी वापरूनही, ती मंडळी कंदील किंवा मशाल पेटवू शकतात. कारण तेवढे सामान, त्यांच्यासोबत आहे. कुऱ्हाडी नाहीत, पण काठ्या आहेत. त्यामुळे काठ्या काठ्या म्हणून, आणि काठ्याच कुऱ्हाडी म्हणून ते वापरतील. फक्त धरण्याच्या पद्धतीत बदल करून.

संगीतही त्यांनी स्वत:च तयार केलेले डबे, चमचे, दगड, थाळ्या इत्यादीचे असावे. त्यात माधुर्यापेक्षा कर्कशपणा असणेच योग्य. तांत्रिक मदत कमीत कमी घ्यावी.

**

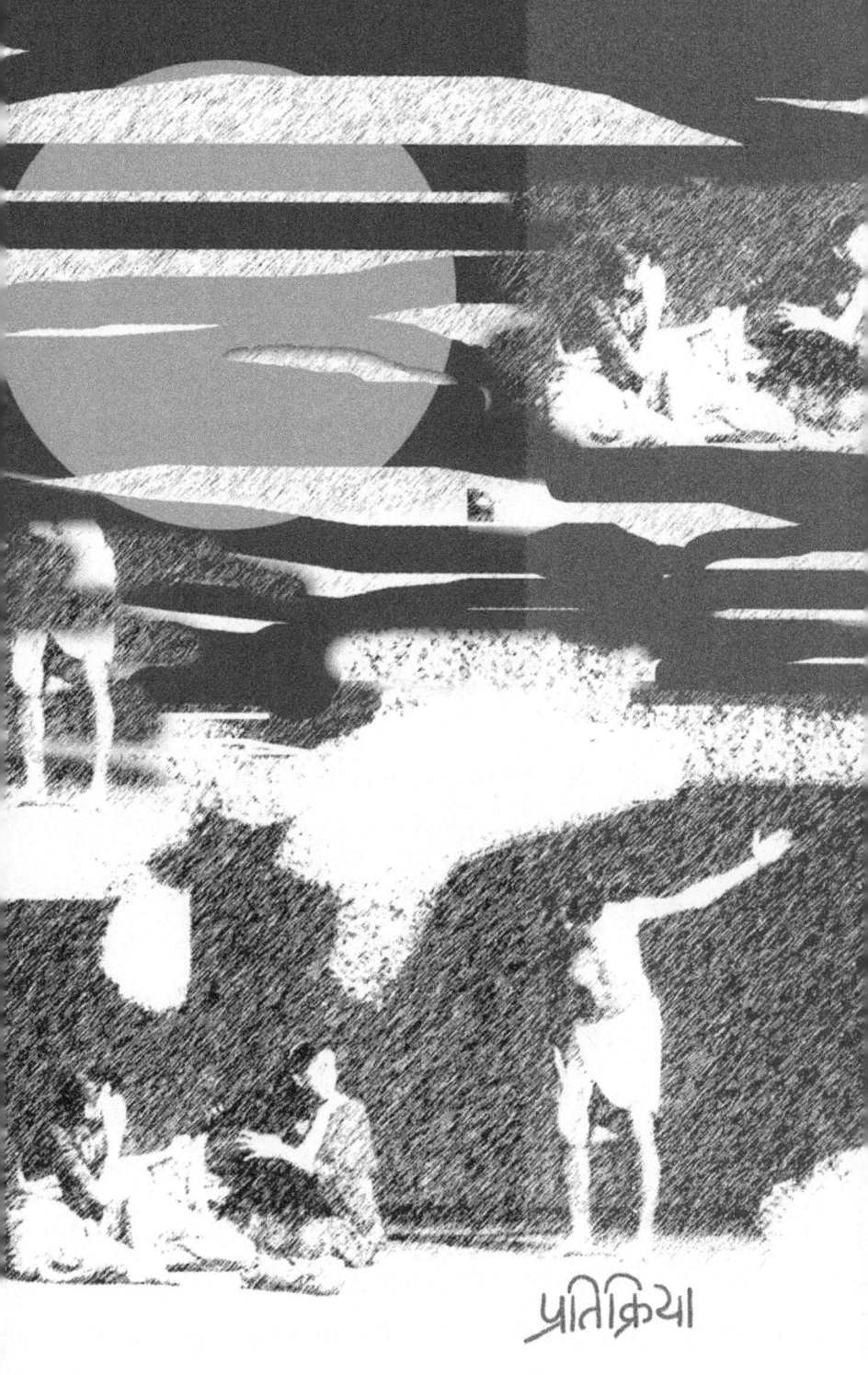

प्रतिक्रिया

अनेक हकिगतींची कैफियत

वसंत बापट

लोककथा'७८ : म्हणजे लोककथा १९७८ नव्हे. कैक वर्षे आगेमागे कानोसा घेऊन पहा, प्रत्येक संवत्सराची हीच कथा आहे.

लोककथा'७८ : म्हणजे लोककथा क्रमांक ७८ नव्हे. तसा हिचा क्रमांक आहे सत्राशे साठ! नित्याची कहाणी. पुन: पुन्हा घडत राहिलेली. बंद कानांना आणि मंद मनांना सवयीची झालेली. वास्तविक ही कथादेखील नव्हे. न कथा, न कहाणी, न हकिगत. अनेक हकिगतींच्या साधारण विभाज्यावर आधारलेली ही कैफियत आहे एक.

ही कैफियत रत्नाकर मतकरींनी जबरदस्त ताकदीने मांडलेली आहे. पण या कामासाठी कसलेही वकिली कौशल्य त्यांनी वापरलेले नाही. या कैफियतीला एक अंगचीच तीव्रता असल्यामुळे वकिली खटपटीची तिला गरजही नाही. लोककथेची संहिता वाचताना ही तीव्रता जाणवते; परंतु तिचा उत्कट प्रत्यय येतो तो या नाटकाचा खेळ पाहताना. याचा अर्थ असा मात्र नव्हे की, मुळात क्षीण असलेले हे नाटक तंत्रबळावर तरले आहे. ज्या वार्ताशृंखलेवर या नाटकाची उभारणी झाली आहे तिची जिव्हारी लागणारी बोच, त्या वार्तांच्या मुळाशी असणाऱ्या घटनांच्या दर्शनाने दुणावते, एवढेच. तशी तर प्रत्येक नाटकाच्या आस्वाद्यतेची आणि परिणामकारकतेची पूर्णता त्याच्या रंगदर्शनानेच सिद्ध होत असते. हे जाणूनच कालिदासाने नाट्यकलेला सुंदर 'चाक्षुष' यज्ञ म्हटलेले आहे. नाट्यकलेचा हा स्वभाव लोककथा'७८ मध्ये विशेष जाणवतो. 'हे नाटक बघण्यासाठी नसून अनुभवण्यासाठी आहे', असे मतकरी यांनी एक मुलाखतीत म्हटले आहे. या विधानाचा हेतू शिष्ट आत्मस्तुतीचा नसून त्यात या कृतीच्या वेगळेपणाचे भान व्यक्त झालेले आहे.

येथे एक प्रश्नमाला मनात उभी राहते : आधुनिक रंगभूमीवर येणाऱ्या बऱ्याच नाट्यकृतींचे, साहित्य म्हणून, सौंदर्य बेताचेच असते का? ही नाटके नुसती वाचली तर त्यांची सगळी बलस्थाने ध्यानात येतात का? ही नाटके का हे खेळ? ही कितपत 'टिकाऊ' आहेत? ही तंत्रशरण आहेत का? काही काळ गाजल्यानंतर ही कोठीमधल्या अडगळीत गंजून जातात का?

मला वाटते की हे प्रश्न आजचे नाहीत; हे पूर्वीही होते आणि पुढेही असतील. तंत्रांचे स्वरूप बदलते आणि रंगभूमीच्या नेपथ्य-प्रकाश-संगीतादी अलंकारांचे महत्त्वही युगधर्मानुसार कमीजास्त होते. साहित्य म्हणून वाचनीय असणारी नाटके खेळ म्हणून मार खातात; आणि यशस्वी खेळांची संहिता हातात धरवत नाही. सीनसीनरी (!), ड्रेपरी आणि लखलखाटाचे वैभव यांनी दिपून जाणारे प्रेक्षक पुष्कळ असतात; म्हणून तर पडदा उघडल्यावर 'सेट'ला टाळी पडली असे कौतुक आपण ऐकतो. संगीताने अफाट लोकप्रिय झालेल्या मानापमानाची कथावस्तू पाहावी म्हणजे साटणीच्या खोळीत भरलेला कचराकापूस हाती लागेल; 'वाचण्या'साठी आणि 'करण्या'साठी असणारी नाट्यकृती वारंवार जन्माला येत नाही. सौभद्र, शारदा, संशयकल्लोळ अशा नाटकांना भावंडे कमी होतात! दशकात एखाददुसरे!! पोवाड्यांत वाचनीय पोवाडे (Literary Ballads) आणि अभिनेय पोवाडे वेगळेच असतात. तीच गोष्ट नाटकांची. 'यस्य उभयं साधु' अशी उदाहरणे क्वचित भेटतात. मराठी रंगभूमीची केवळ नव्हे, प्रत्येक रंगभूमीची हीच तऱ्हा आहे, हीच तऱ्हा असू शकते. तेव्हा परंपराभिमानी काय किंवा नूतनाभिमानी काय, तंत्रामुळे खेळ यशस्वी करण्याबद्दल कोणी कोणाचे उणेदुणे काढू नये हेच बरे. हे विवेचन मी या नाटकाच्या समर्थनासाठी केलेले नाही. म्हणजे असे की, लोककथा'७८ हे नाटक सामान्य असून त्याचा खेळ उत्कृष्ट होतो, असे मला येथे सूचित करावयाचे नाही. उलट मुळात खेळ म्हणूनच त्याची गर्भधारणा झालेली आहे असे मला वाटते.

मुजोर होऊन बसलेल्या उच्चवर्णीय मिरासदारांकरवी दलित, पीडित वर्गाची सतत छळणूक चालत आलेली आहे. अलीकडे संक्रमणमाध्यमे संख्येने आणि सामर्थ्याने खूपच वाढलेली असल्यामुळे या छळाला वाचा फुटली आहे. समाजपरिवर्तनासाठी जिवाची बाजी लावणाऱ्या थोर पुरुषांनी अन्यायाच्या अंधाराला अनेकवार चूड लावली असली तरी तो अंधार हटलेला नाही, उलट

हट्टी होत चालला आहे. प्रतिकारासाठी उचललेले हात छाटले जातील, प्रगतीचे पाऊल मुरगाळून टाकले जाईल, निषेधाचा आवाज काढील त्याचा गळा घोटला जाईल, अशा अनुक्त प्रतिज्ञा घेतलेले मस्तवाल लोक आपले हितसंबंध धोक्यात येत असल्याच्या भावनेने पिसाळून गेल्याचे दृश्य गावगन्ना दिसू लागले आहे. अत्याचार, बलात्कार, होरपळ, वृत्तिच्छेद असल्या अघोरी साधनांनिशी समर्थांनी असमर्थांशी युद्ध पुकारले आहे. अशा परिस्थितीत माणुसकीचे झरे मोकळे करील, विवेकाचा आवाज बुलंद करील, न्यायाची चाड वाढवील असा कोण आहे? असा कोणी महापुरुष अवतरणार असला तर अवतरो बापडा. पण खरे म्हणजे समाजपुरुषाच्या जागृतीवरआणि सदसद्विवेकाच्या पुनरुज्जीवनावरच आपली दृष्टी खिळायला हवी. ही गोष्ट घडेल तेव्हा घडो, तोपर्यंत छळणूक, पिळणूक, अत्याचार,बलात्कार यांचे भयानक सत्र चालू राहाणार आहे काय? ह्या कहाण्या सनसनाटी वार्ता मानून आपण 'रोज सकाळी चहा पिताना' वाचणार आहोत काय? की या वार्ता म्हणजेच स्फोटक, करुण, बीभत्स, रौद्र सामाजिक संघर्षाच्या गजघंटा आहेत? तर मग संघर्षाधिष्ठित नाट्यकलेने तिकडे नजर फिरवलीच पाहिजे.आता, समाजाशी आपली कसलीच सांधिलकी-बांधिलकी नाही, असे मानणाऱ्यांची गोष्ट अर्थातच वेगळी. रत्नाकर मतकरी हे बहुलक्ष्यी नाटककार आहेत. नाजूक भावसंघर्षांपासून हिंस्र सामाजिक संघर्षांपर्यंत, त्यांच्या रंग-पटात अनेक छटा आहेत. लोककथा'७८ लिहिताना आपल्या सामाजिक बांधिलकीची त्यांची जाणीव पूर्ण जागी आहे. माणुसकी पायदळी तुडवली जात असल्याच्या दाहक वार्ता प्रत्यही कानावर येत असल्यामुळे त्यांच्या मनात उडालेल्या खळबळीमधून त्यांची ही कृती जन्माला आली आहे. 'मला काय त्याचे' असे म्हणून खांदे उडवण्याची तटस्थ भूमिका ते घेऊ शकले नाहीत. वार्ताकथनाला (Reportage) दृक्-साहाय्य दिले आणि संकलकाची कैची चालवली तर एका स्फोटक आणि प्रभावशाली नाटकाचा खेळ उभा राहील हे जाणून त्यांनी लोककथा'७८ आपल्यासमोर सादर केलेली आहे. तिच्यातील नाट्य स्वयंभू आणि स्वत:सिद्ध आहे. त्यात कल्पनाविहाराला आणि क्लृप्त्या लढवायला जागाच नाही. प्रचार, टीकाटिप्पणी, तात्पर्यबोध असल्या कुबड्या घेण्याची येथे जरूर नाही. इतकेच नव्हे, तर एका कुटिलजटिल प्रश्नाला सोपे उत्तर शोधल्याचा आवही नाटककाराने आणलेला नाही. अजागळ भाबडेपणाने निरगाठीची उकल करण्यापेक्षा या निरगाठीचा काच प्रश्नांकित शेवटाने जाणवून देणेच श्रेयस्कर हे

ओळखून या कैफियतीच्या अखेरीस मतकऱ्यांनी पूर्णविरामाचे सील ठोकलेले नाही. नाटकाच्या अंती आहे ते काळजाशी रुतलेल्या गळासारखे एक जळजळीत प्रश्नचिन्ह. हे भलेमोठे प्रश्नचिन्ह सर्व समाजासमोर उभे केलेले आहे; कारण आज मुर्दाडपणे मख्ख बसणाऱ्या समाजाची भावशक्ती जेव्हा जागी होईल तेव्हा हा समाजच अपेक्षित परिवर्तन घडवून आणील, हे नाटककाराला पुरते माहीत आहे. त्यामुळे नाटकाचा प्रश्नचिन्हांकित शेवट फार बोलका आहे. खलप्रवृत्तीच्या माणसांचे अष्टसात्त्विक भाव एकाएकी जागे होऊन सर्व प्रश्नांचे कुलूप हृदयपालटाच्या किल्लीने कसे पटकन उघडते, हे आपण अनेक नाटकी नाटकांतून पाहातोच. तसे न करता आंधळी आणि निगरगट्ट होऊन बसलेली समाजाची नैसर्गिक न्यायबुद्धी जागृत करू पाहणारा प्रश्नांकित शेवट नाटककाराने पसंत केला आहे. या नाटकाच्या भरतवाक्याच्या क्षणी, रंगभूमी आणि प्रेक्षागृह यांच्यामधले धगधगीत प्रकाशरेषेचे अंतर निबिड अंधाराने बुजवून टाकून, केवळ एक मिणमिणता कंदील आपल्या अंधुकल्या डोळ्यांसमोर धरून सूत्रधार आपल्या सदसद्विवेकाचा मूलकंद गदागदा हलवणारा प्रश्न आपल्याला विचारतो... संपणार आहे का कधी हे नष्टचर्य... करणार आहात का काही उपाय या मर्मभेदक वेदनेवर... थांबेल का कधी हे दुष्टचक्र...? खरे म्हणजे ज्यांना पाचा उत्तरांशिवाय कहाणी सफळ संपूर्ण वाटतच नाही त्यांनाही या प्रश्नांच्या मागे लपलेले उत्तर तसे स्वच्छ दिसायला हरकत नाही.

नाटकातील 'जगन्या' आणि 'सावित्री' यांची ससेहोलपट आपण पाहतो आणि तिला जबाबदार असणाऱ्या अनेक माणसांची आपल्याला चीडही येते. पण ही सुष्ट आणि दुष्ट पात्रांची बाळबोध विभागणी नव्हे हे ध्यानात येण्यासाठी

नाटक पाहायलाच पाहिजे. तेथे दिग्दर्शक मतकरी आणि नाटककार मतकरी
यांची परस्परांची गुणवत्ता वाढवणारी जुगलबंदी आपण अनुभवतो. 'जगन्या'चा
विजय होणे शक्यच नाही, हे त्याचा एक हात तुटलेला आहे या प्रतीकाच्या
दर्शनानेच आपल्या लक्षात येते. पण त्याच्यासकट सर्व पात्रे एका वर्तुळात
किंवा अर्धवर्तुळात रंगमंचावर बसवून मतकरींनी जणू असे सूचित केले आहे
की, हे सगळेच एका वर्तुळातले बिंदू आहेत. यात कोणाच्या भूमिकांची केव्हा
उलटापालट होईल हे सांगता येत नाही. एका व्यक्तीने अनेक भूमिका करणे
ही या खेळातली क्लृप्ती नाही, काटकसर नाही. चूष म्हणून एकाने अनेक
भूमिका करण्यातले कौशल्य दाखवावे, असाही त्यात हेतू नाही. नाटकामधील
जीवनदर्शनाचा तो एक अटळ भाग आहे.

या नाटकातली उघडीवाघडी माणसे, त्यांच्यातील तणावांचे व हिंस्रतेचे
होणारे कच्चट दर्शन, कानांवर आदळणारे एकाघाती ढोल, रंगमंचावरून अंतर्धान
पावण्याच्या फटींचा आणि वाटांचा अभाव, खर्जापासून रौद्र तारसप्तकात किंवा
उलट चालणारे वेदनांचे घोष म्हणजेच सुरेल पार्श्वसंगीताऐवजी बुद्धिपुरस्सर
आणलेला अनघड आणि एकसुरी मानवी ऑर्केस्ट्रा... या आणि अशा अनेक
समजदार योजनांमुळे नाट्यसंहितेतील मर्मस्थाने सजग आणि अर्थपूर्ण होत
जातात, आणि तरीही, हा तंत्राचा साहित्यावर झालेला वरचष्मा ठरत नाही.
नाही तरी या नाटकाचे सौंदर्य आणि सामर्थ्य, तरल कल्पकता आणि व्यंजक
शब्दन्यास यांच्यात नाहीच; ते आहे चटके देणाऱ्या वास्तव घटनांच्या
भाष्यशून्य प्रत्ययात.

माझ्या मराठीचिये नगरी हा प्रत्यय प्रत्येकाने एकदा तरी घ्यावाच...

दि. १ मे १९७९   – *लोककथा'७८* च्या पहिल्या
मुंबई   आवृत्तीची प्रस्तावना

तळचा समाज, नाटक आणि 'लोककथा'७८'

कमलाकर नाडकर्णी

साहित्य वाचकांसाठी, गायन श्रोत्यांसाठी तसेच नाटक हे पाहणाऱ्यांसाठी म्हणजेच प्रेक्षकांसाठीच असते. अर्थात ही दृक्श्राव्य कला असल्यामुळे ती वाचकाला आणि गानप्रेमिकाला हवा तो आनंद देऊनही आणखी बरेच काही बहाल करते. आजच्या परिभाषेत त्याला अनुभव म्हणतात. हा नाट्यानुभव आमच्या मराठी नाटकांनी आजतागायत कुणाला दिला आहे याचा आज गंभीरपणे विचार करण्याची आवश्यकता निर्माण झाली आहे.

शंभर वर्षांची थोर परंपरा सांगणारे आमचे अनुभवी आणि चिरंतन नाटक शंभर वर्षांनंतरही समाजाच्या किती तळच्या थरांपर्यंन्त पोहोचले आहे हे जर जिज्ञासूने निरखून पाहिले तर काय दिसेल? आजही नाटक ही एका विशिष्ट वर्गाचीच करमणूक राहिलेली आहे.

नाटक महागडे असते. तिकिटाचे दर ज्यांना परवडतात तेच नाटकाला येऊ शकतात, हे एक कारण नाटक विशिष्ट वर्गापुरतेच मर्यादित राहण्याचे असू शकेल, पण तेवढे एकच कारण मात्र खासच नव्हे. कारण तसे असते तर प्रायोगिक नाटकांनी तरी तळच्या थरापर्यन्त पोचायला हवे होते. ती नाटके कमी खर्चाची आणि म्हणून स्वस्त तिकिटांची होऊ शकतात, पण खरा मुद्दा तिकिटांच्या दरांचा किंवा वारेमाप खर्चाचा नसून नाटक तळच्या थरांपर्यंत पोचवण्याचा कुणी प्रयत्नच अजूनपर्यंत केलेला नव्हता, हे आहे.

युवक क्रांतिदलाने आणि दर्डी होम्स या जर्मन संस्थेने 'लोककथा'७८' या 'सूत्रधार' संस्थेच्या नाटकाला घेऊन असा प्रयत्न केल्याचे वृत्त नुकतेच वाचनात आले. मराठवाड्यातील सोळा गावांतून या नाटकांचे प्रयोग झाले. ('लोककथा' या नाटकाबरोबरच 'अलिबाबाचे खेचर आणि ३९ चोर' हे

बालनाट्यही होते.) लोकांपर्यंत पोचण्याचा हा उपक्रम मराठी नाट्यक्षेत्रात तरी सर्वप्रथम आणि लक्षणीय आहे.

आमचे नाटक आमच्या पुरतेच

व्यावसायिक नाटकांचे वर्षभर गावोगावी प्रयोग होत असताना 'लोककथा'च लोकांपर्यंत पोचले असे मी म्हणतो त्यावेळी व्यावसायिक नाटकांचे वर्षभर चालणारे गावोगावचे दौरे मी नजरेआड करतोय असे कृपा करून कुणी समजू नये. पण व्यावसायिक नाटकांनी गावेच्या गावे आपल्या चालत्या बसने पादाक्रांत केलेली असली तरीसुद्धा त्यांच्या नाटकांना येणारा बहुसंख्य प्रेक्षकवर्ग तोच - मध्यम अथवा आर्थिक सुबत्ता असलेलाच असतो. तिकिटे काढून नाट्यगृहांत येणारा असतो. व्यावसायिक नाटक पैसे देणाऱ्या प्रेक्षकांना खेचते, ते प्रेक्षकांत जात नाही. (तसे ते जाऊही शकणार नाही.) 'लोककथा'७८' प्रेक्षकांत गेले. तळच्या थरापर्यन्त गेले. अशिक्षित आणि खेडूत समाजात गेले म्हणून त्यांचे महत्त्व!

घाबरवणारी 'बांधिलकी'

'सामाजिक आशय असलेलीच नाटके समाजापर्यंत पोचू शकतात. आमच्या मराठी नाटकांचे विषय ज्या समाजाचे होते त्या समाजापर्यंत ती पोचली.' हे विधान असत्य आहे असे कुणीच म्हणणार नाही, पण 'शारदे'चा प्रश्न किंवा 'एकच प्याला'तील सुधाकरची शोकांतिका काय फक्त मध्यम वर्गाचीच होती?

'एकच प्याला' पाहणारे बहुसंख्य प्रेक्षक दारूच्या थेंबालाही स्पर्श न करणारे असतात. त्यांना त्या नाटकातला सामाजिक आशय भिडत नसतो. त्यांना किक येते ती गडकऱ्यांच्या भाषा सौंदर्याची, त्यातल्या गाण्यांची आणि अभिनयाची! हिटलरचे नाव ऐकूनदेखील माहीत नसलेल्या हजारो प्रेक्षकांसमोर उत्पल दत्त हिटलरवरचे नाटक करू शकतो. बादल सरकारांचे परिकथा सांगणारे नाटक रस्त्यावर उभे राहते आणि आमची 'शारदा' फक्त नाट्यगृहातच कोदंडाला किंवा श्रीमंतांना भेटते. आम्ही आमचे नाटक आमच्या पुरतेच ठेवत आलो आहोत याचाच हा पुरावा आहे.

फक्त रंजनच!

रंजन आणि फक्त रंजनच हा आम्ही नाटकाचा प्रधान हेतू मानला. नाटक त्या पलीकडे जाऊन काही करू शकते यावर आमचा कधी विश्वासच बसला नाही. 'सामाजिक बांधिलकी' हे शब्द ऐकले की आमच्यातले प्रथितयश नाटककारदेखील कावरेबावरे होतात. 'अब्रह्मण्यम' म्हणतात.

झोपेत लहान मुलाने अंग काढावे तसे ते या शब्दाला घाबरतात. बांधिलकी म्हटली की त्यांना त्यात पक्षीय वास येतो.प्रचार दिसतो आणि प्रचार हा अकलात्मकच असतो अशी त्यांची ठाम समजूत असल्यामुळे त्या शब्दांपासून ते शक्यतो दूर पळण्याचा प्रयत्न करतात.

खरे तर काही सामाजिक आशय व्यक्त करणारे नाटककार त्या विषयाची बांधिलकी अंतर्यामी मानतच असतात. म्हणून तर ते त्या विषयावर नाटक लिहू शकतात, पण उघडपणे तसे कबूल करणे त्यांना अप्रशस्त वाटते. सामाजिक बांधिलकी न मानणारी सामाजिक आशयाची नाटके उथळ होतात, वरवरची वाटतात, आम्हांला कुठचीच बांधिलकी स्वीकारावी असे वाटत नाही आणि तरीदेखील सामाजिक आशय प्रकट केल्याचे श्रेय मात्र घ्यायचे आहे म्हणूनच आमचे नाटक तळच्या थरांपर्यन्त पोचत नाही. तसं नसतं तर 'एकच प्याला'ची सुटसुटीत, रंजनापेक्षा आशयावर भर देणारी अशी संहिता तयार करून आम्ही ती खेडोपाडी, रस्त्यावर, वडाच्या पारावर आणि झोपड्याझोपड्यांतून पोहोचवली असती.

तळचा समाज सवंग हिंदी चित्रपट पाहतो म्हणून त्याला दोष देण्याचा आपल्याला काय अधिकार आहे? चित्रपट ज्याचे कदापि अनुकरण करू शकणार नाही असे शारीर अभिनयाचे आगळे वैशिष्ट्य आत्मसात करून बादल सरकारांनी त्याच हिंदी चित्रपटाचा सवंग वर्ग आपल्या बिनखर्ची उघड्याबोडक्या नाटकांकडे वळवलाच ना? आमच्या प्रायोगिकांनी फक्त समूह आणि कवायत उचलली आणि त्यातल्या सामाजिक आशयाला कुठच्या कुठे धुडकावून लावले. अशी नाटके 'ड्रील' वाटली नाही, तरच नवल.

जखडलेले नाटक

कमीतकमी दीड दोन हजारांचा खर्च झाल्याशिवाय आमचे छबिलदासमधले नाटकसुद्धा उभे राहू शकत नाही; मग हा झालेला खर्च वसूल करण्याच्या अनेक पद्धतीही त्याबरोबरच जन्म घेतात. त्यामुळे नाटक कुठेही होऊ शकत नाही. अधिकाधिक लोकांपर्यंत ते पोहोचू शकत नाही. आमचे नाटक कसलेही असो, त्याला रंगमंच लागतो. सेट्स लागतात. लाईट्स लागतात. रंगभूषा हवी. वेषभूषा तर हवीचहवी. प्रेक्षकांना बसायला खुर्च्या हव्यात आणि नटांना रंगवायला रंगपट हवा. या आणि अशाच अनेक गोष्टींनी आम्ही आमचे नाटक जखडून ठेवले आहे. त्यांशिवाय नाटक होऊच शकणार नाही अशी आमची धारणा आहे. त्यामुळे या सर्व वस्तू आणि वास्तू उपलब्ध होतील तिथेच

आम्ही नाटक करू शकतो. पर्यायाने प्रेक्षकांना नाटकाला यावे लागते, नाटक प्रेक्षकांमध्ये जात नाही.

नाटकाची बकासुरी मागणी

आमच्या प्रायोगिक नाटकांनादेखील तीस-तीस चाळीस-चाळीस स्पॉट लाईट्स लागतात. नेपथ्य आम्ही प्रतीकात्मक केले. एखाद्या चौकोनी चौकटीने, लाकडी ठोकळ्याने किंवा साध्या निळ्या पडद्याने काम भागवून नेपथ्याचा खर्च कमी केला गेला असला, तरी प्रकाशयोजनेचा खर्च आम्ही दामदुपटीने वाढवला. काही वर्षांपूर्वी झालेल्या एका प्रायोगिक नाटकाचा निर्मिति खर्च तर पंचवीस तीस हजार रुपयांच्या घरात गेला होता. प्रायोगिकवाल्यांना या बाबतीत प्रश्न विचारला, तर नेहमीचे ठोकळेबाज उत्तर येते, 'एवढा खर्च ही त्या नाटकाची मागणी असल्यामुळे तो करावाच लागला.' मागणी काय कितीही असू शकते. नाटकाची मागणी ही तर बकासुराची भूक असते. ती पुरी करता करता जिकडे व्यावसायिकांचेही नाकी नऊ येतात तेथे आर्थिक दुर्बलतेत सबळ असलेले प्रायोगिक कितीसे पुरे पडणार?

कर्ज काढून केलेली निर्मिती मग त्या त्या संस्थेच्या पुढील कार्याच्या मुळावरच घाव घालते. प्रायोगिक चळवळ थांबते किंवा मंदावते. अखेर नाटकाला साधायचा असतो तो परिणाम. तो तुम्ही चाळीस स्पॉट वापरून साधा किंवा हजारो रुपयांचे नेपथ्य उभे करून मिळवा; शेवटी काय साधले जाते ते महत्त्वाचे. पण होते काय? अमुक अमुक प्रकाशयोजना, इतके नेपथ्य, इतके इतके कपडे उपलब्ध आहेत (किंवा उपलब्ध करून घ्यायचे आहेत) या बैठकीवरच आमच्या पुढच्या नाटकाचा डोलारा उभा राहतो. चाळीस स्पॉट मिळणार असल्यामुळे एकाच स्पॉटवर किंवा अजिबात प्रकाशयोजनेचा वापर न करता तोच परिणाम कसा साध्य करून घेता येईल याचा कुणी विचारच करीत नाही. टेपरेकॉर्डर आणि टेप हाताशी असल्यावर त्याशिवाय पार्श्वसंगीत कसे निर्माण करता येईल, यासाठी कोण कशाला डोके खाजवतो?

नाटक तंत्राच्या आहारी जाते, यंत्रांमध्ये अडकते ते हे असे. या तंत्रामंत्रांमध्ये बंदिवान असलेले नाटक मग दिग्दर्शकाची, कलावंताची आणि रंगमंचाची मर्यादा ओळखणाऱ्या नाटककाराची कल्पकताच गिळकृत करते. अगदी नकळत. प्रत्येक नाटक कमीतकमी बाह्य साधनांसह किंवा अपुऱ्या साधनसामुग्रीने उभे राहणार नाही हे मलाही समजू शकते, पण प्रत्येक नाटक बाह्य साधनांशिवाय सादर करता येईल की नाही याचा विचार तरी कोण करतो

काय? नाटकाची काही विशिष्ट मागणी असते. अत्यंत आवश्यक अशा काही गोष्टी असतात. त्या टाळता येत नाहीत हेही मान्य, पण ही मागणी आणि ही आवश्यकता कोठपर्यंत पोचवायची यालाही काही सीमा आहेच ना? व्यावसायिक नाटक तळातल्या थरापर्यंत जाऊ शकणारच नाही. अफाट खर्च करणे, त्या खर्चाच्या साहाय्याने शोमनशीप वाढवणे यासाठीच ती नाटके असतात. तो खर्च वसूल होण्याची शक्यता जमेस धरूनच केला जातो. ही वसुली करून देण्यास समाजाचा तळचा थर असमर्थ असतो.

नाटक अधिकाधिक लोकांपर्यंत पोचायचे असेल तर ते बिनखर्चाचे किंवा कमीतकमी खर्चाचेच हवे, जो खर्च नाटक पाहणाऱ्या अधिकाधिक लोकांना परवडू शकेल. कीर्तन लोकांपर्यंत पोचते, दशावतार लोकांमध्ये जातो, लळीत, लोकनाट्य लोकांमध्ये उभे राहते आणि नाटक मात्र विशिष्ट वर्गाचीच मिरासदारी ठरते याला कारण, नाटकाएवढा खर्च इतर कुठल्याही प्रकाराला येत नसतो, हेच आहे. परिणामाचाच विचार केला, तर नाटक आणि इतर प्रकार यांत कुठेही तफावत आढळत नाही. मग हा बिनखर्ची पण तेवढाच परिणामकारक प्रयोग प्रायोगिकांनी का करू नये? 'जुलूस' नंतर 'लोककथा'७८'ने तसा प्रयोग केला आणि 'जुलूस'पेक्षा कितीतरी पटीने अधिक लोकांपर्यंत ते पोचले.

ही अस्पृश्यता नष्ट झाली पाहिजे

दिल्लीच्या नॅशनल स्कूलच्या अल्काझींनी 'अंधा युग' नाटकाचा प्रयोग दिल्ली येथील एका पडक्या किल्ल्याच्या शिल्लक अवशेषांचाच नेपथ्यासारखा वापर करून केला. काही वर्षांपूर्वी लीला चिटणीस यांनी याच पद्धतीने एका उद्यानात आपल्या नाटकाचा प्रयोग केला होता.

'मदर करेज' हे नाटक करणारी अमेरिकन नाटक कंपनी साऱ्या हिंदुस्थानात आपले नाटक घेऊन फिरली. आपले प्रयोग मोकळ्या जागेत, त्या त्या ठिकाणी असलेल्या नैसर्गिक वास्तूंचा आणि वस्तूंचा उपयोग करून त्यांनी केले. कुठेही त्यांनी तयार नेपथ्याचा आधार घेतला नाही. 'सोनवती' गावात 'लोककथा'७८' च्या प्रयोगात तिकडे असलेला मारुतीचा पार, पाराशेजारचा रस्ता, रस्त्यापलीकडचा दगडी चौथरा हेच त्या नाटकाचे नेपथ्य झाले. मग याच कल्पकतेचे अनुकरण आमच्या प्रतिभावान प्रायोगिकांनी का करू नये? खरी गोष्ट अशी आहे की, मुंबई–पुण्यातल्या प्रायोगिकांनी आपले प्रयोग फक्त मुंबई–पुण्यापुरतेच मर्यादित ठेवले. मुंबईतसुद्धा चाळीच्या गच्च्यांवरून, चौकांतून किंवा रस्त्यांवर नाटके झाली नाहीत असे नाही, पण हे रस्ते फोर्ट विभागातले

होते, चौक सोसायटयांच्या ब्लॉकवाल्यांचे होते आणि गच्च्या सुशिक्षित सुप्रतिष्ठित मध्यमवर्गीयांच्या होत्या. लालबाग परळच्या रस्त्यावर, बी. डी. डी. चाळींच्या समोर किंवा धारावी झोपडपट्टीत जाऊन कुणा प्रायोगिकाने नाटक केल्याचे ऐकिवात नाही. थोडक्यात नाटक उघड्यावर आले, रस्त्यावर आले, तरी देखील ते विशिष्ट वर्गापुरतेच राहिले. खेड्यापाड्यांतून जाण्याचे तर राहू द्याच पण शहरातल्या तळच्या थरांपर्यंतदेखील ते पोचले नाही. सोळा मि. मी. चा हिंदी सिनेमा आज तिथे पोचलेला आहे, पण साडेतीन हातांचा नाटकवाला मात्र अजून त्या चतुर्थ श्रेणीपासून लांबच आहे. केवळ आशयप्रधान किंवा सामाजिक आशय असलेलीच नाटके अशा लोकांमध्ये जाऊन करता येतील असे नाही, तर नीट विचार आणि अभ्यास केला तर तल्लख दिग्दर्शकाला मराठीतील कित्येक रंजनप्रधान नाटकेदेखील नेपथ्याविना, बाह्यसाधनांचा वापर न करता तितक्याच परिणामकारक रीत्या सादर करता येतील आणि हे एकदा शक्य झाले म्हणजे नाटक तळच्या थरापर्यंत जायला वेळ लागणार नाही.

प्रयत्न करायलाच हवेत

रंगमंचांवर येणारे प्रत्येक नाटक अशा पद्धतीने करता येईल असे मला मुळीच म्हणायचे नाही, पण वर्षाकाठी असा प्रयत्न दोन चार नाटकांनी केला तरी बरेच काही साध्य होण्यासारखे आहे. शिवाय अशा पद्धतीने नाटक सादर होण्याची शक्यता उमजून आल्यानंतर नाटककारांना तशाच प्रकारची नाटके लिहिण्याची स्फूर्तीही या अनुभवातून मिळू शकेल.

पूर्वी सामाजिक कार्यकर्त्यांनी आणि समाजाधुरीणांनी, खेड्यात चला असा संदेश दिला होता. आज नाटकवाल्यांनादेखील 'लोककथा ७८' ची साक्ष देऊन खेड्यापाड्यांत चला असे सांगण्याची आवश्यकता निर्माण झाली आहे.

पैसे मिळवणे हेच अंतिम ध्येय असलेली कुठलीही व्यावसायिक नाट्यसंस्था हे कार्य करू शकणार नाही. कै. अण्णासाहेब किर्लोस्करांसारख्या मराठीतील पहिल्या प्रायोगिक नाटककाराच्या नाटकाचे हे शतसांवत्सरिक वर्ष आहे. त्या निमित्ताने प्रायोगिकांनी आपले पाऊल या नव्या वाटेकडे आणि दिशेकडे वळवले पाहिजे. तुम्ही कसली बांधिलकी उघडपणे माना किंवा मानू नका, पण तुम्ही स्वत:ला नाटकवाले किंवा थिएटरवाले म्हणवत असाल, तर आज हे थिएटर जे एका विशिष्ट वर्गाच्या चौकटीतच अडकून पडले आहे, तिथून त्याची मुक्तता करणे हे आजचे तुमचे पहिले काम आहे.

पहिले दमदार पाऊल

बादल सरकार, उत्पल दत्त बंगालमध्ये होतात तसे महाराष्ट्रातही होऊ शकतील. फक्त प्रायोगिकांनी हाही एक नवा प्रयोग आहे असे मनोमनी मानले पाहिजे आणि नाटकवाल्यांची ही अस्पृश्यता नष्ट करण्यास हातभार लावला पाहिजे. 'लोककथा'७८' हे त्या प्रयत्नातले पहिले दमदार आणि यशस्वी पाऊल आहे. 'लोककथा'७८' या नाटकाबद्दलची माझी प्रतिक्रिया कितीही वेगळी असली, हे नाटक लोकांचे लोकांसाठी लोकांनी तयार केलेले नाटक आहे किंवा नाही याबाबत मतभेद असले तरी, लोकांपर्यंत पोहोचलेले, तळच्या थरात गेलेले हे पहिले नाटक आहे याबद्दल तिळमात्र शंका घेण्याचे कारण नाही. या निमित्ताने 'सूत्रधार'चे सर्व कलावंत, संचालक आणि लेखक श्री. रत्नाकर मतकरी व या प्रयत्नाला साहाय्य करणाऱ्या 'युवक क्रांतिदल' व 'टर्डी होम्स या सर्वांचे मन:पूर्वक अभिनंदन करणे मी माझे कर्तव्य समजतो.

– लोकप्रभा, दि. ६ जानेवारी १९८०

लोककथा'७८

माधव मनोहर

ब्रेख्त कोण होता? जनतेचा नाटककार. लोकांसाठी-लोकांची नाटकं लिहिणारा. गांजलेली माणसं, धूर्त माणसं, उद्ध्वस्त माणसं, झगडणारी माणसं, नाना कळांची, पण स्वतःच्या मातीतली माणसं रंगवणारा होता. त्याच्यापासून स्फूर्ती घ्यायची, तर आपण आपल्या माणसांचं वेगळं नाटक उभं करायला हवं. तुडवणाऱ्यांचं-तुडवलं जाणाऱ्याचं. मग रंगभूमीकडे केवळ एक फॅशन म्हणून पाहावंसं वाटणार नाही. कधी ना कधी तरी आपण रंगभूमीवरची यंत्रं, उपकरणं, नेपथ्य, साहित्य यांचा बडेजाव कमी करायला हवा. कसलीही झूल न पांघरलेला, उघडावाघडा पण प्रामाणिक विचार सरळपणे रंगमंचावर मांडायला हवा. रंगभूमीला आपल्या भूमीचा नैसर्गिक रंग चढवायला हवा.

'लोककथा'७८' च्या प्रयोगापूर्वी भावी प्रेक्षकांसाठी म्हणून नाटककाराने आपल्या या नाटकामागची जी भूमिका विशद केली होती, ती शब्दतः समग्र उपर्युक्त परिच्छेदात उद्धृत केली आहे. या भूमिकेतील एकूण भावार्थ सहज लक्षात येण्याजोगा व पटण्यासारखा आहे. पण तरी सुद्धा उपर्युक्त परिच्छेदात जी प्रामादिक विधाने आहेत, ती प्रथम दुरुस्त करून घ्यायला हवीत.

'ब्रेख्त स्वतःच्या मातीतली माणसं रंगवणारा होता,' असे एक महत्त्वाचे पण प्रामादिक विधान तेथे आहे. या मराठी नाटककाराला ब्रेख्तच्या नाट्यकर्तृत्वाची जाण जराही नसल्यामुळे हे असे विपर्यस्त विधान करण्याचे साहस त्याने केले असावे. आपल्याला अनुवादातून माहीत झालेल्या ब्रेख्तच्या काही प्रमुख नाटकांची उदाहरणे येथे देतो, म्हणजे झाले. खानोलकरांनी केलेले 'अजब न्याय वर्तुळाचा' हे रूपांतर ब्रेख्तच्या ज्या नाटकाचे आहे, त्याचे नावच मुळात 'दि कॉकेशियन चॉक सर्कल' असे आहे. ब्रेख्त स्वतः जर्मन होता. आणि प्रस्तुत नाटकात तो एक कॉकेशियन लोककथा सांगत आहे. म्हणजे ती

१४७

त्याच्या स्वतःच्या मातीतील माणसांची नव्हे. ब्रेख्तचे सर्वांत लोकप्रिय नाटक म्हणजे 'दि थ्रीपेनी ऑपेरा.' म्हणजे मराठी 'तीन पैशांचा तमाशा.' हे नाटक तर मुळात ब्रेख्तचे नव्हेच. त्याची कथावस्तू जॉन गे या ब्रिटिश नाटककाराच्या 'दि बेगर्स ऑपेरा' या सुप्रसिद्ध नाटकातून सरळ उचललेली आहे. आणि मूळ नाटकात-तसेच ब्रेख्तच्या रूपान्तरातही घटनास्थल लंडनमधील सोहो हेच आहे. आपल्याला माहीत नसलेल्या त्याच्या बहुतेक सर्व अन्य नाटकांच्या संबंधातील वस्तुस्थिती बहुतकरून हीच आहे. ब्रेख्तच्या मास्टरपीसचा नायक जो गॅलिलिओ, तो काही जर्मन नव्हता, हे तर अगदी उघड आहे. तेव्हा ब्रेख्तने आपल्या नाटकांतून जी काही माणसे रंगवली, ती काही त्याच्या स्वतःच्या मातीतली नव्हेत. त्यांचे माणूसपण हेच विशेष. तेव्हा 'ब्रेख्त स्वतःच्या मातीतली माणसं रंगवणारा होता,' हे मुळातच खरे नव्हे.

आणखी एक गोष्ट. 'रंगभूमीवरची यंत्रं, उपकरणं, नेपथ्य, साहित्य यांचा बडेजाव' ब्रेख्तने 'कमी करण्याऐवजी' उलट वाढवला आणि 'कसलीही झूल न पांघरलेला, उघडावाघडा प्रामाणिक विचार सरळपणे रंगमंचावर मांडायला हवा,' हे मतकरींचे मत खरे असले तरी ते काही ब्रेख्तचे मत नव्हे. तो तर उघडउघड कम्युनिस्ट होता आणि कोणता कम्युनिस्ट 'कसलीही झूल न पांघरलेला, उघडावाघडा पण प्रामाणिक विचार सरळपणे' मांडतो? तेव्हा हे पण खरे नव्हे. खरी गोष्ट अशी आहे की ब्रेख्त आपण कधी धड समजूनच घेतला नाही. आणि योग्य समजुतीच्या अभावी त्याच्या नावावर आपण आपल्याच वेड्यावाकड्या समजुती आपल्या सोईसाठी खपवत राहिलो.

पण हे सर्व खरे असले, तरी मतकरींचे प्रमुख विधान मात्र अगदी बरोबर आहे; 'ब्रेख्त जनतेचा नाटककार होता. लोकांसाठी-लोकांची नाटकं लिहिणारा होता.' (जरी 'स्वतःच्या मातीतली माणसं रंगवणारा नसला,' तरी माणसं रंगवणारा होता.) आणि हेही अगदी खरे की, 'कधी ना कधी तरी आपण रंगभूमीवरची यंत्रं, उपकरणं, नेपथ्य-साहित्य यांचा बडेजाव कमी करायला हवा. कसलीही झूल न पांघरलेला, उघडावाघडा पण प्रामाणिक विचार सरळपणे रंगमंचावर मांडायला हवा, रंगभूमीला आपल्या भूमीचा नैसर्गिक रंग चढवायला हवा.' असो.

नाटककार रत्नाकर मतकरी यांचे नाट्यकर्तृत्वही तसे सामान्य नव्हे. शापित, प्रेमकहाणी, ब्रह्महत्या, चुटकीचं नाटक, आरण्यक व आताचे हे 'लोककथा ७८' ही सहा नाटके एकाच नाटककाराने रचली पसतील, यावर विश्वास ठेवणे

कठीण वाटावे, इतकी या नाटकांच्या जडणघडणीत व विषयाशयात विविधता आहे. त्यांतील कोणतेही एक नाटक दुसऱ्यासारखे नाही. नाही तर आपल्याकडे नाटककारांचे साचे कसे अल्पावधीतच ठरून जातात. चिल्लर नाटककारांचे नव्हेत, तर अगदी वसंत कानेटकर व विजय तेंडुलकर या अग्रगण्य नाटककारांचे सुद्धा. मतकरी आज आहेत, त्याप्रमाणे कानेटकर तेंडुलकरही पूर्वकाळात केव्हा तरी प्रायोगिक होतेच. पण त्यांच्या प्रायोगिक नाट्यावस्थेतही नाटकाच्या संबंधातील अशी आश्चर्यकारक विविधता आढळत नाही. पण ते असो.

मतकरींच्या प्रस्तुत 'लोककथा'७८' नाटकाची संहिता अशा चातुर्याने घडवलेली दिसते की, प्रेक्षकाला अशा काही संहितेचे भानच मुळात होऊ नये. त्याचा ग्रह असा व्हावा की, जणू काय थेट आपल्या डोळ्यांसमोर नाट्यवस्तू आपोआप आकार घेते आहे. नाटकाला संहिता अशी नाहीच. डोळ्यांसमोर जे काय दिसते, ते जसे रंगमंचावरच संहितेविना सहज उलगडते आहे. एक रसरशीत, जिवंत, अस्सल अनुभव डोळ्यांसमोर नाट्याकार घेतो आहे. नाटककाराचे प्रेक्षकांना निमंत्रणही 'एका अनुभवात सहभागी होण्याचे' आहे. आणि हा अनुभव अत्यंत उत्कट असा आहे व याची साक्ष प्रेक्षकही उत्स्फूर्त देतात, हे मी अनुभवले आहे.

'लोककथा'७८' हे आजवरच्या मराठी रंगमंचाला सर्वथैव अपरिचित असे एक वेगळ्याच प्रकारचे नाटक आहे. असे नाटक की ज्यात नाटकपण नाही. पण अनुभवपण आहे. अगदी ओतप्रोत. हा नाट्यानुभव विलक्षण आहे. त्याची सुरुवात केवळ प्रेक्षागारातच नव्हे, तर नाट्यगृहाच्या परिसरातच होते. (आणि ती सुरुवात सुद्धा नाटक प्रत्यक्षात सुरू होण्यापूर्वीच.) तेथे काही उघडेवाघडे आदिवासी जथ्याजथ्यांनी धरणे धरून बसलेले दिसतात. त्यांच्या हातात 'अन्यायाचा प्रतिकार करा' वगैरे फलक असतात आणि त्यांच्यावर झालेल्या अन्यायाची दाद मागण्यासाठी ते मोर्चा घेऊन आलेले असतात. नाट्यगृहाच्या परिसरात जागोजाग, त्यांच्यावर होत असलेल्या बलात्कारात्याचारांच्या माहितीची पत्रके लावलेली असतात. म्हणजे असे की, नाटकाची सुरुवात थिएटरच्या बाहेरच होते. मग तेच अर्धपोटी, उपाशी असे अन्यायग्रस्त आदिवासी बाहेरून आत येतात. येतात ते मिरवणुकीने घोषणा देत आणि रंगमंचावर गेल्यावर स्वत:वरच्या अत्याचारांची कहाणी सांगण्याऐवजी तेच त्या कहाणीचे नाट्यरूप प्रात्यक्षिक दाखवतात. त्याला कोठेही कृत्रिमाचा वास

नाही. जे काय डोळ्यांसमोर घडते, ते सर्व स्वाभाविक वाटते. मोर्चेवाल्यांतीलच कित्येक वेगवेगळ्या भूमिका वठवतात. पैकी काही तर प्रत्येकी कित्येक. पण प्रेक्षक ते सर्व समजून घेतात. कारण त्यांच्या डोळ्यांसमोरच एक दाहक अनुभव साक्षात आकार घेत असतो.

तो अनुभव प्रेक्षकांना सर्वथा अनोखा असा असतो. कारण नाटकाचा प्रेक्षक नागर तर नाटक घडवणारे कोठल्याही नगरापासून दूर राहाणारे. ते बिचारे असे, की निमूटपणे सर्व बलात्कार, अत्याचार सहन करणारे. किंबहुना बलिष्ठ उन्मत्तांनी केलेल्या बलात्कारांची व अत्याचारांची दाद कोठे मागता येते, हेच भान नसणारे, अन्याय असह्य झाला, म्हणून एखादा बंड करून उठलाच, तर तेथे तत्क्षणी त्याचा मुडदा पडतो. अवज्ञेपोटी वा सुडापायी एखादे लहान निरपराध पोर ठार मारण्यात येते आणि त्याच्या शवाचे तुकडे तुकडे करून इतस्तत: फेकले जातात. तरण्याताठ्याच काय, पण अजाण पोरीबाळींची अब्रू बेधडक लुटली जाते. आणि प्रतिकाराच्या धडपडीत एखादी पोर मारली गेलीच, तर बलात्काराचा वा खुनाचा बोभाटा होत नाही. बलात्कार करणारे खुनी कोण, ते सर्वांनाच माहीत असते. पण अन्यायाची, अत्याचाराची दाद मागणार कोणाकडे? तर सरपंच-पाटलाकडे. तेच तर खरे गुन्हेगार किंवा गुन्हेगारांचे साथी. तेव्हा प्रश्नच मिटतो.

तर अशा या उपेक्षित, अगतिक जीवनाचे जे निर्घृण बळी, त्यांची ही कहाणी आहे. निर्विकार तटस्थतेने सादर केलेली. कहाणी निर्विकार तटस्थतेने सादर केली असली, तरी या कहाणीचे हे प्रत्ययकारक नाट्यरूप बघणारे जे तटस्थ प्रेक्षक, तेच गदगदून हलतात. आतल्या आत पेटून उठतात. आपल्या करुण जीवनाची कहाणी सांगणारे जे आदिवासी दलित रंगमंचावर आले ते तसेच रंगमंच खाली करून रंगमंचावरून निघून जातात. आणि त्यांच्या कहाणीचे साक्षी झालेले प्रेक्षक सुन्न वा संतप्त मनोवस्थेत प्रेक्षागारातून बाहेर पडण्यापूर्वी त्यांच्या मनोमंचावर एक वेगळेच नाटक आकारास येऊ बघत असते. 'लोककथा'७८'चे खरे यश हे आहे.

प्रस्तुत नाटकाचे प्रेझेन्टेशन हेतुपूर्वक इतके साधे आहे, की नाटकाचा प्रयोग बघत असताना मुळात डोळ्यांसमोर एक नाटक उलगडते आहे, हे प्रेक्षकाचे भानच जसे नाहीसे होऊन जाते. प्रयोगात कसल्या म्हणून गिमिक्स वापरलेल्या नाहीत. कधी ना कधी तरी आपण रंगभूमीवरची यंत्रं, उपकरणं, नेपथ्य, साहित्य यांचा बडेजाव कमी करायला हवा.' असे जे मतकरी म्हणतात, ते खरेच आहे.

(कारण आमच्या प्रतिष्ठित नाट्यनिर्मात्यांना, अमुक एका नाटकाच्या नेपथ्यावर साठ हजार रुपये आम्ही खर्च केले, अशी दर्पोक्त बढाईची भाषा करण्यात अद्यापही मोठा अभिमान व आनंद वाटतो, असे दिसते. आणि रंगमंचावर तर यंत्रांचा बडेजाव उत्तरोत्तर वाढतच चालेला दिसतो. हा यंत्रोपकरणांचा हव्यासयुक्त बडेजाव मराठी रंगभूमीला खरोखरच सध्याच्या प्रयोगशरण, नाट्यव्यवस्थेत परवडण्यासारखा आहे काय, हा प्रश्न आज खरोखरच अस्वस्थ करणारा आहे. प्रस्तुत नाटकाच्या प्रयोगात हा यंत्रोपकरणांचा बडेजाव शक्य तितकी काटछाट करून आवश्यक त्या मर्यादेपर्यंत कमी केलेला आढळतो. प्रयोगासाठी दर्शनी पडदा सुद्धा येथे अनावश्यक म्हणून वापरलेला दिसत नाही. तेव्हा पडदे नाहीत. विंग्ज नाहीत. कसले म्हणून नेपथ्य तर नाहीच नाही. रंगमंच थेट मागच्या भिंतीपर्यंत अगदी बेअर. मोकळा. वेषभूषेचा काही एक थाटमाट येथे असण्याचे काहीच कारण नव्हते. आणि म्हणून नाही पण दरिद्री दलितांच्या अंगावर केवळ लज्जारक्षणापुरती पटकुरे काय असतील, तेवढीच. ती सुद्धा अगदी कमीत कमी.

नाटकाला कथानक असे फारसे काही नाहीच. प्राप्त परिस्थितीविरुद्ध बंड करून उठलेला एक थोटा तरुण माणूस मारेकऱ्यांकडून मारला जातो. मागे राहते ती त्याची विधवा आणि तिचे एक तान्हे मूल. त्याच्या खुनानंतर तिच्या खोपटाला आग लावून देण्यात येते. आणि उदरनिर्वाहासाठी सुद्धा तिला कोठे कोणतेच काम मिळणार नाही, अशी योजना सत्ताधारी करतात. तिला देशोधडी लावण्यासाठी म्हणून. बस्स! कथानक म्हणून काही असेल, तर ते एवढेच. पण नाटकातील अनेक घटना अनेक ठिकाणी घडतात. सभेसाठी मोकळे मैदान आहे. बाजार आहे. झोपड्या आहेत. सरपंच पाटलांची घरे आहेत. पोलीसचौकी आहे. दूर कोठे तरी कसली तरी मजुरांसाठी कामे चालू आहेत. तात्पर्य, घटनांची ठिकाणे अगणित आहेत. पण नेपथ्यासाठी कोठे एक काटकीसुद्धा उभी केलेली दिसत नाही. रात्र दाखवण्यासाठी मशाल किंवा कंदील चालतो. आणि दोन माणसे हातभर अंतर मध्ये ठेवून उभी राहिली की आपोआपच ते अंतर म्हणजे झोपडीचे उघडे दार होते. तीच माणसे अंगाशी अंग भिडवून उभी राहिली की दार आपोआपच बंद होते. तान्हे मूल तर प्रेक्षकांच्या डोळ्यांदेखतच चिंध्यांचे बनवले जाते. बाकी सारा माईमचाच कारभार आहे. पण म्हणून कोठे काही अडत नाही. सर्वांचाच अभिनय इतका समर्थ आहे की प्रेक्षक स्वाभाविक सहजतेने सारे काही समजून घेतात.

नाटकात संगीत आहे. क्वचित केव्हा झपाटणारे संगीत आहे. पण ते सुद्धा एखाद्याच अर्थपूर्ण अशा छोट्या वाक्याच्या पुनरावृत्तीने साधलेले. 'आमचा वाली कुनी बी न्हाई' किंवा 'कुनाला कुनाचं दु:ख दिसतंय?' – अशी ही वाक्ये. त्यांची लयबद्ध धून केवळ कानांतच नव्हे तर अंत:करणात जशी सहज प्रवेश करते. ठेका धरला जातो तो साध्या पत्राच्या डब्यावर. थाळ्यांनी, काठ्यांनी, दगडांनीसुद्धा. आणि तालासाठी हातपाय आहेतच. स्थलकाल सुचवण्यासाठी म्हणून जी प्रकाशयोजना केली आहे, ती सुद्धा अचूक, अन्वर्थक वा आवश्यक तेवढीच.

प्रस्तुत नाटक हे समूहाचे नाटक आहे. आणि त्या समूहात वेगवेगळ्या वयोमानाच्या चारदोन स्त्रिया व दहावीस किंवा कितीही बाप्ये असले, म्हणजे सारे काही धकून जाते. मग कोणतीही भूमिका कोणीही वठवावी, अशी योजना दिसते. आणि एका स्त्रीने वा पुरुषाने प्रेक्षकांच्या डोळ्यांदेखत चारदोन भूमिका वठवल्या, तरी तेही धकून जाते. प्रेक्षक सारे काही बरोबर समजून घेतात. तेव्हा प्रस्तुत नाटकाच्या प्रयोगाचा खरा नायक समूह हाच आहे. त्या समूहात मतकरींच्याच पूर्वीच्या नाटकातून कसलेले असे काही समर्थ कलाकार आहेत. मीनल जोशी, वसंत सोमण, मंगल देऊलकर, अरविंद औंधे इ. पैकी मीनल जोशीने प्राप्त भूमिकेत स्वत:ला झोकून देऊन जे अभिनयकौशल्य दाखवले आहे, त्याला तोड नाही. या गोऱ्यागोमट्या सुरेख मुलीने तोंडाला काजळ फासून रंगरूपाची पर्वा न करता एका आदिवासी स्त्रीचे जे करुणभीषण दशावतार दाखवले आहेत, त्याचे दर्शन मराठी रंगमंचाच्या कक्षेत तरी केवळ अपूर्व असे आहे. नाही तर यापूर्वी कित्येक मराठी नाटकांतून आदिवासी स्त्रिया पाहिल्याचे आठवते. त्या सर्व नटल्याथटलेल्या, चित्रविचित्र वस्त्रालंकार ओतप्रोत ल्यालेल्या, कामोद्दीपनासाठी आवश्यक तेवढीच अंगोपांगे उघडी ठेवणाऱ्या, मेक-अपने अधिकच सुरेख केलेल्या अशा निर्जीव बाहुल्याच. मीनल जोशीची आदिवासी स्त्री ही निर्जीव बाहुली नाही. तर हाडामासाची जिवंत अशी सच्ची आदिवासी स्त्री आहे. पण या एका भूमिकेचा निर्देश केला, म्हणून अन्य सर्व भूमिका निर्देशयोग्य ठरत नाहीत असे नव्हे. तशा तर सर्वच भूमिका लक्षवेधी आहेत. आणि त्या भूमिकांसाठी शोधलेले कित्येक चेहेरे रंगमंचाला अगदी नवे असले, तरी त्यांच्यापैकी कोणी कोठे जराही कमी पडत नाही. भूमिका छोटी असो वा मोठी, ती जाणकारीने व ताकदीने येथे पेश केली

गेलेली आहे. परिणामी नाटकाचा प्रयोग केवळ सुरेखच नव्हे, तर मनस्वी प्रत्ययकारक वठला, तर त्यात नवल नव्हे.

प्रस्तुत नाटकाचे – व प्रयोगाचे पण – माझ्या लेखी एक अनन्यसाधारण असे वैशिष्ट्य व महत्त्व आहे आणि ते म्हणजे कोठच्या कोठे वाहवत भरकटत चाललेल्या आजच्या दिशाहीन प्रायोगिक नाटकाला योग्य ती दिशा दाखवण्याचे.आजकाल प्रायोगिकाच्या नावाखाली सादर केलेली जी प्रायोगिक नाटके मी नित्यश: बघतो आहे, ती समाधानकारक मुळीच नाहीत. एक तर ती बहुश: अनुवादित असतात. आणि अनुवाद अशा नाटकांचे की जी नाटके आपल्याला पेलणारी नव्हेत. परवडणारी पण नव्हेत आणि त्यात आणखी भरीस भर म्हणून दुर्बोध. प्रायोगिक मराठी नाटकाचा मराठी भूमीशी व लोकांशी संबंधच जसा तुटला आहे. तर 'लोककथा, ७८' हे नाटक मराठी भूमीचे आणि मराठी माणसांचे आहे. आजच्या प्रायोगिक नाट्यावस्थेत हेही नसे थोडके.

– नाट्यदर्पण, जानेवारी १९७९

शतकानुशतकांचे ओझे वाहणारी 'लोककथा'७८'

मधु दंडवते

'लोककथा ७८' ही शतकानुशतके दलितांवर झालेल्या अत्याचारांचे ओझे वाहणारी रत्नाकर मतकरींनी लिहिलेली जिवंत कथा. कारुण्यात भिजलेली, पण विद्रोहाचे अंगार फुलविण्याची ताकद असलेली धगधगती कहाणी. नाट्यमंचावरील तिचा आविष्कारही तितकाच परिणामकारक.

हे नाट्य पाहताना जुन्या नाट्यतंत्राची चाकोरी आढळत नाही त्याचप्रमाणे नवनाट्याचा आधुनिक पेहराव दिमाखाने मिरविण्याचा जुजबी प्रयत्नही त्यात नाही. दलितांवरील अत्याचाराची ही उघडीनागडी कहाणी. खेडुतांच्याच रांगड्या भाषेत सांगितलेली.

या नाट्याला संगीताची साथ मिळते. पण या संगीतात दलितांच्या अंत:करणात जळणारे दुःख सुरेल रागदारीत व्यक्त करण्याचा नाटकी प्रयत्न नाही. उलट हे संगीत दलितांवर होणाऱ्या अन्यायाइतकेच कर्कश वाटते. त्यातही सहजतेचा प्रत्यय येतो.

तसे पाहिले तर समाजात खून, अत्याचार, बलात्कार काही कमी होत नाहीत. पण तथाकथित 'सुसंस्कृत' आणि 'उच्चभ्रू' समाजातील व्यक्तींवर अमानुष अत्याचार झाले तर या बातम्यांनी वृत्तपत्राचे रकाने भरून निघतात. संबंधित खटले इतिहासात गाजलेल्या राजकीय खटल्यांपेक्षाही अधिक गाजतात. पण खेड्यापाड्यांतल्या कानाकोपऱ्यांतून, डोंगरकपारींतून आणि भरघोस पिकांचा आडोसा घेऊन दलितांवर झालेले अमानुष अत्याचार मात्र बहुतांशी उपेक्षितच राहतात. ह्या उपेक्षित अत्याचारांचे 'लोककथा'७८' ह्या नाटकातील चालते-बोलते प्रतीक म्हणजे संतुबाई चांभारणीची कोवळी आणि निष्पाप मुलगी वसंती हिच्यावर जमीनदाराच्या गोतावळ्याने केलेला अघोरी

बलात्कार आणि त्यातच तिची घडलेली निर्घृण हत्या. अनेकदा अशा अत्याचारांचा थांगपत्ताही शहरी मंडळींना लागत नाही. वृत्तपत्रांच्या कुठल्यातरी कोपऱ्यात येणाऱ्या या अत्याचाराच्या कहाण्यांनी समाजाची गोठलेली सदसद्विवेकबुद्धी सहसा वितळत नाही.

हे अत्याचार सोसणारा दलितवर्ग मात्र अधूनमधून संघटित होतो. प्रतिकाराचे अंगारही त्याच्या अंत:करणात थोड्याफार प्रमाणात फुलतात. याची चुणूक रत्नाकर मतकरींच्या नाटकात दिसते. ह्या प्रतिकाराचे नाटकातील प्रतीक म्हणजे एक हात तुटलेला पण सामाजिक गुलामगिरीच्या आणि दलितांवरील अत्याचाराविरुद्ध लढण्याची जिद्द बाळगणारा जगन्या. त्याच्या मुखावाटे उमटणारे शब्द ऐकताना कानात घुमतात अब्राहम लिंकनचेच शब्द : 'आमचे धनी बनण्यात तुमचे हित असेल, पण तुमचे गुलाम बनण्यात आमचे काय हित?'

जगन्या दलितांना संघटित करतो. त्यांना चेतवतो. हिरिरीने निवडणुका लढवून लोकराज्य आणतो. पण गावचा पाटील जगन्याला व्यवहारी अपूर्णांक ठरवून त्याला गावच्या व्यवहाराचे खरे इंगित समजावून देताना सांगतो : 'खुळा आहेस जगन्या तू. अगदी साफ खुळा! अरे इलेक्शननं का कुठं कधी गाव बदलतो? राज्य लोकांचं असो का आणखी कुनाचं, गाव चालायचा तसाच चालणार.'

केवळ सिंहासनाची अदलाबदल झाली की समाज बदलत नाही हे सत्य किती बेगुमानपणे पाटील सांगून टाकतो! पाटलाची ही उद्दाम वाणी हवेत न विरता जमिनीत रुजते आणि जमीनदाराचे हस्तक जगन्याच्या घरात शिरून, त्याची बायको सावित्री आक्रोश करीत असताना तिच्या डोळ्यादेखत जगन्याची क्रूरपणे कुऱ्हाडीने खांडोळी करतात. दलितांसाठी लढणाऱ्या हुतात्म्याचे रक्त सांडते. या रक्ताचा टिळा लावून काही गावकऱ्यांना स्फुरण चढते आणि अन्यायाच्या प्रतिकाराची प्रेरणा मिळते.

खुनी गुन्हेगारांना शासन करण्याची मागणी करण्यासाठी धरणे-सत्याग्रहाचा कार्यक्रम ठरतो. पण भाबडी ग्रामीण मंडळी पोलीस ठाण्यापुढे धरणं धरण्याआधी फौजदारालाच विचारतात : 'म्हंजी त्येच्यात बेकायदेशीर काय नसतं ना? नायतर एक करता भलतंच व्हायचं, म्हून पयलेच इच्यारतु.''

खुनी गुंडांना धुंडून काढा ही मागणी करण्यासाठी फौजदाराच्या सत्तेच्या

छायाछत्राखालीच सत्याग्रहाचे हत्यार उपसू पाहाणारे हे बिचारे ग्रामस्थ धरणे धरल्याबद्दल, दु:खाचा आणि अन्यायाचा डोंगर डोक्यावर उचलणाऱ्या सावित्रीसह तुरुंगाच्या गजांआड जातात आणि खुनी गावगुंड मात्र फौजदाराच्या कृपेने समाजात उजळ माथ्याने वावरतात. ह्या परस्परविरोधी घटना नाटक पाहताना मनाला टोचणी देत राहतात.

ह्या नाट्याचा शेवट मन उद्‌विग्न करणारा ठरतो. नाटक संपवताना श्रोत्यांच्या मनावर केवळ शोकांतिकेचा ताण नको म्हणून ओढून ताणून सावित्रीच्या आणि तिच्या दलित सहकाऱ्यांच्या डोळ्यांतील अश्रूंची फुले झाल्याचा चमत्कार करून दाखविण्याचा मोह रत्नाकर मतकरींनी टाळला आहे.

नाट्यगृहात खुर्चीला खिळून बसलेल्या श्रोत्यांकडे वळून रंगमंचावरील दलितांचा म्होरक्या होरपळलेल्या मनाने त्यांना सांगतो : 'तुमी सगळ्यांनी ह्ये पाह्यल्यालं हाय. तुमी काय काय करणार? घरोघर गेल्यावर समदं इसरून जानार? का आमच्यासारख्या जळत्यापोळत्यांसाठी व्हईल त्येवडं करनार? गरीबगुरिबांना, ह्ये किडामुंगीवानी जगत्यात म्हून इसरून जानार, का ह्ये आपलंच भाईबंद म्हून पोटाशी धरणार? या जगामंदी जे जे जितं हाय त्येन्ला आपलं म्हननार का न्हाई – बोला!'

क्षणभर सर्वत्र शांतता पसरते. कुणीच बोलत नाही. म्होरक्या अंधाऱ्या

नाट्यगृहाकडे एकदा कंदील उचलून पाहून घेतो - आशेने आणि अपेक्षेने. पण सगळेच गप्पच असतात.

म्होरक्या जड अंत:करणाने बरोबरीच्या गावकरी मंडळीना सांगतो : 'चला रं - त्ये काय बी बोलत न्हाईत. आपुन त्येस्नी सांगायचं त्ये सांगितलं. आता चला - चला आपल्या गावाकडे परत!'

म्होरक्याच्या ह्या उद्‌गारात समाजातील दलितांवरील अन्यायाबाबतच्या उदासीनतेचेच दर्शन घडते. रंगमंचावरील सर्व पात्रे डोक्यावर सामान घेऊन नाट्यगृहातून हळूहळू बाहेर पडतात. शेवटी जाते सावित्री. तिच्या आणि इतरांच्या डोक्यावरचे ओझे हे शतकानुशतके दलितांवरील अन्यायाचे आणि अत्याचाराचेच ओझे आहे, याची तीव्र जाणीव होते.

विषण्ण मनाने सावित्री बाहेर पडते तेव्हा पुन्हा एकदा कोवळ्या वसंतीच्या अमानुष हत्येची आठवण होते. आणि डोळ्यांपुढे तरळून जातात कै. कवी चिं. त्र्यं. खानोलकरांच्या अंत:करणाला भिडणाऱ्या ओळी :

इथे भोळ्या कळ्यांनाही येतो
आसवांचा वास

मात्र या आसवांतूनही अंगार फुलविण्याचे सामर्थ्य रत्नाकर मतकरींच्या या छोट्या नाट्यकृतीत आहे हे निश्चित.

- सुवर्णमहोत्सवी प्रयोगांच्या वेळी केलेले अध्यक्षीय भाषण
दि. १ जून १९७९

एक असामान्य नाटक

मंगेश तेंडुलकर

आमची मानगूट सहसा कुणाला पकडता यायची नाही इतक्या शिताफीनं आम्ही वावरत असतो. आणि त्यातूनही अनवधानानं ती पकडली गेल्यास ती कशी सोडवायची तेपण जाणतो, इतकंच नव्हे तर ती पुन्हा पकडली जाणार नाही याचाही रीतसर बंदोबस्त करून टाकतो. (आमचा पत्ता १०४८ - कसबा पेठ, सदोबादादाच्या तालमीशेजारी.) आपल्यापाशी आजतागायत कुणाचाही आवाज नाही. हां!

असं असलं तरी परवा आम्ही आमच्या घराने की इज्जत मिट्टी में मिला दी! आता सुमारे आठवडाभर होत आला, एका कुठल्याशा य:कश्चित नाटकानं – काय नाव त्याचं, 'लोककथा'७८' – त्यानं आमची अशी पद्धतशीर गचांडी धरलीय् ती काही केल्या सोडवता येत नाही. हिसकाहिसक करून झाली, ताकद लावून झाली, 'तुझ्या मायला, त्याच्या आयला' वगैरे सगळं करून संपलं, याची पकड कायम आहे. हे कधी घडलं नव्हतं, घडेल असं वाटलं नव्हतं, पण प्रत्यक्षात की हो घडलं!

त्या दिवशी आम्ही आमच्याच मिशा पिंजारून थिएटरावर गेलो. तिथं पहिला रट्टा आमच्या पाठीत बसला. स्पर्धेतल्या नाटकाला पुण्यात एवढी गर्दी उसळलेली आम्ही प्रथमच पाहिली. ती पाहून आमच्या अन्वर हुसेनी चेहऱ्यावर सखेद आश्चर्यानं ओमप्रकाश उमटला आणि आम्ही 'आ' करून स्वत:लाच विचारलं, 'ये क्या हो गया भय्ये? आपल्या पुण्याचं हे काय झालं? जगातलं सारं थोर तत्त्वज्ञान इथं पैशावर आपटून फुटतं म्हणतात. प्रायोगिक नाटकांना शाब्दिक प्रोत्साहन उदंड, पण तिकीट काढून कोणी जाणार नाही. गेलीच तर चार फुटकळ डोकी. इथं गर्दी (झालीच) तर होते सिनेस्टार्सच्या चकचकाटातल्या गुलाबी गुबगुबीत नाटकांना. यांपैकी तर हे 'लोककथा ७८'

१५८

नसेल? - अशी शंका आली. पुढे जाऊन पाहतो तो थिएटरच्या बाहेर 'पोलीस चौकशीचे नाटक बंद करा', 'अन्यायाचे निवारण झालेच पाहिजे' असले स्लोगन्स घेऊन बसलेली, अंगावर लक्तरं लावलेली माणसं पार जमिनीवर सत्याग्रह करत बसलेली! इथं आमचा वेंधळेपणा झाला. विचारलं 'ही काय भानगड?' तर म्हटले, हा नाटकाचाच भाग आहे. म्हणजे नाटकातलीच पात्रं इथं बसली आहेत. चला, एवढं तर एवढं - फुकटात बघायला मिळतंय् म्हणून तर ही गर्दी नसेल? असा आणखी एक सदाशिवपेठी विचार मनात येऊन गेला. प्रा. वसंत कानेटकरांची पण आठवण झाली. (ती बहुधा या संदर्भात नव्हे.) नटांनी स्टेजवरच काय करायचं ते करावं, प्रेक्षकांत येऊ नये, असं कानेटकरांनी 'मना सज्जना भक्तिपंथेचि जावे'च्या चालीवर सांगितलं होतं. आणि इथं पाहतो तो नट मंडळी-स्टेज राहिलं बाजूला-पार थिएटर सोडून बाहेर बुकिंग ऑफिस आणि भोसल्यांच्या चहाच्या स्टॉलजवळ की हो येऊन बसलेली! कानेटकरांच्या आत्म्याला काय वाटेल काही विचार? संस्कृती नाही भ्यांचोद!

आत थिएटरमध्ये गेलो तो प्रेक्षागृह तुडुंब भरलेलं. प्रायोगिक नाटकाला एवढा प्रेक्षक पाहून डोळ्याचं पारण फिटलं. या पारणं फेडून घेण्याच्या नादात आम्ही गाफील राहिलो आणि या नाटकानं आमची गचांडी पकडली.

मंडळी, नाटक भन्नाट आहे! अप्रतिम आहे! अजोड आहे! आऊटस्टँडिंग आहे! थ्रिलिंग आहे! आम्ही शब्ददरिद्री. आमच्यापाशी शब्द नाहीत. एक वेळ तुम्ही जगला नाहीत तरी चालेल पण हे नाटक न पाहता मरणं केवळ करंटेपणाचं लक्षण ठरेल. यातल्या लेखकाच्या मताशी तुम्ही सहमत नसाल, कलात्मक सौंदर्याच्या तुमच्या कल्पनेशी हे कदाचित विसंगत असेल, आशय कुणाला अमान्य असेल, प्रचारकी थाट कुणाला झोंबेल. पण या टीमनं दिलेला सुपर्ब परफॉर्मन्स वादातीत राहील. यातलं लहानमोठं प्रत्येक पात्र किती अस्सल वाटावं? वास्तवापेक्षाही अस्सल! हे सोपं नव्हे. एका प्रसंगातून दुसरा, दुसऱ्यातून तिसरा, चौथा हे इतक्या सहजपणे चालले होतं की नाटक इंटरव्हल न होता केव्हा संपलं ते लक्षात आलं नाही. (मराठी नाटक तीन अंकांवरून दोन अंकांवर आलं तेव्हा थिएटरच्या टी स्टॉलवाल्यांचं धाबं दणाणलं. आणि आता या एक अंकी नाटकामुळे तर बहुधा भुईसपाटच झालं असावं!)

या नाटकाचा चावरेपणा हे एक खास आकर्षण आहे. नायट्रिक ॲसिड

तयार करायच्या कारखान्याजवळून पावसाळ्यात कधी गेलात तर वरच्या धुराड्यातून येणारा नायट्रोजन डायॉक्साइड गॅस आणि त्यातून येणारे पावसाचे थेंब डोक्यात पडल्यावर कॉन्सन्ट्रेटेड नायट्रिक ॲसिडचे बारीक बारीक चटके बसतात, तसा अनुभव या नाटकानं दिला. या चावरेपणाची शीग गाठली त्या नाटकातले हरिजनांचे मारेकरी दिग्दर्शकाने प्रेक्षकांतून स्टेजवर नेले तेव्हा! कोणता समाज हरिजनांवर मारेकरी घालतोय हे इतक्या आडवळणानं अतिशय बेमालूम सांगितलं आहे. विलक्षण हृद्य अशा कलात्मक हलकटपणाच्या बाबतीत रत्नाकर मतकरींनी तेंडुलकरांनाही मागे सारलं! आपल्याला लोक हसतील काय या धास्तीनं वाईट तर सोडाच पण चांगली गोष्टसुद्धा करायला न धजावण्याइतके आम्ही सामान्य नसतो तर या नाटकाच्या प्रयोगानंतर आम्ही मतकरींना आणि त्यांच्या या टीमला खांद्यावर घेऊन मिरवणूक काढली असती. (आम्ही नाट्यसमीक्षक नसल्याचा वेगळा पुरावा आवश्यक आहे काय?)

या नाटकाची जात 'मास प्ले'ची. 'जुलूस', 'काय वाटेल ते' इत्यादी नाटकांच्या पठडीतली. पण त्यांतला विसंवाद, तुटकपणा, दुर्बोधता आणि ड्रिल इथं नाही. या बाबतीत हे नाटक त्यांच्यापेक्षा वेगळं आणि म्हणूनच कदाचित याचा इम्पॅक्ट जास्त. स्टेजवर वावरणाऱ्या माणसांना सर्वाधिक प्राधान्य आहे. त्यानंतर सेट, लाइट, म्युझिक इत्यादी. कॉम्पोझिशन्स देखणी आहेत. विशेषतः ती एका प्रसंगातून दुसऱ्या प्रसंगात ज्या शिताफीनं विरघळत जातात ती शिताफी काही वेगळीच आहे. ॲक्शन्स पूर्ण सिंक्रोनाइज्ड आहेत. त्यांचा ऱ्हिदम काळजीपूर्वक सांभाळला आहे.

एक-दोन ठिकाणी हे नाटकदेखील ढिलं सुटतं. खरं आहे. परंतु या नाटकाच्या एवढ्या सुरेख अचीव्हमेंट्स पाहिल्यावर केवळ या मुद्द्यासाठी तोंडात आमसूल ठेवणं आम्हांला साफ नामंजूर आहे.

आता या नाटकाच्या टेक्स्टबद्दल. ते भडक असलं तरी वास्तव आहे, खरं आहे, हे स्वीकारणं भाग आहे. त्यात अतिरंजित काहीही नाही. हे अर्थात कॉर्पोरेशनच्या हद्दीत असलेल्या चार भिंतींच्या सुरक्षित घरात राहून खरं वाटणार नाही. ही हद्द सोडून पलीकडे जाऊन काही काळ राहिल्यास या टेक्स्टमध्ये काहीही अतिशयोक्त नाही याची खात्री पटेल. इतकेच नव्हे, तर या नाटकात कारण नसताना संयम पाळला गेला आहे असं वाटतं.

हरिजनांच्या दुःखांना, यातनांना तोंड फोडण्याचे मराठी रंगभूमीवर जे प्रयत्न

होत आहेत त्यांतला हा सर्वांत अधिक परिणामकारक ठरावा. मौज अशी की, इतक्या तीव्रतेनं, उत्कटतेनं हे सगळं स्टेजवर दाखवून शेवटी त्यांतलाच एक हरिजन प्रेक्षकांना विचारतो – 'मग याचं तुम्ही काही करणार की नाही? बोला? तुम्ही यात लक्ष घालणार की नाही? आं?' प्रेक्षक शांतच असतात. नि;शब्द असतात. शेवटी तो निराशेनं स्वत:शीच – 'कोणी काही बोलत नाही.' – असं म्हणून स्वत:चं चंबूगबाळं आवरतो आणि ही मंडळी स्टेजवरून उतरून मुकाट्यानं थिएटरबाहेर निघून जातात.

नाटकाचा प्रेक्षकांवर काहीही परिणाम होत नाही, हे दुर्दैवाने खरं आहे – ते हे असं. भालबा नाटकाला अणुशक्ती म्हणतात. तिचा पृथ्वी दुभंगून जाईल असा विदारक स्फोट या नाटकानं केला, पण एकही प्रेक्षक मेला नाही. मरणं फार झालं, साधा दचकलासुद्धा नाही. 'फार छान', 'फार छान' म्हणत घरी गेला आणि आयुष्याच्या रहाटगाडग्याबरोबर पुन्हा गरगर फिरायला लागला. कसली अणुशक्ती आणि कसलं काय!

अशा परिस्थितीत जो मुद्दा शिल्लक उरतो तो फारसा सुखावह नाही. या नाटकाचा प्रेक्षकावर कोणताही परिणाम होत नाही, याचा अर्थ, हे नाटक त्याची घटकाभर करमणूक करण्यासाठी खर्ची गेलं. कुणावर झालेल्या अत्याचारांवर आणि यातनांवर आपली करमणूक करून घेणं हा प्रकार अमानुषपणाचा झाला. शरम वाटण्याजोगा झाला. आमच्या हातून झाला.

म्हणूनच या असामान्य नाटकाच्या आमच्यासकट सर्व प्रेक्षकांना आमचं असं सांगणं आहे की, त्यांनी या नाटकाच्या शेवटच्या प्रश्नाला उत्स्फूर्तपणे प्रतिसाद दिला पाहिजे. आजूबाजूला कोण बसलंय, कोण हसतंय याची पर्वा न करता – आणि तेही आम्ही म्हणतो म्हणून नव्हे, तर मनापासून–अगदी फुल हार्टेडली! पंतप्रधानांच्याबरोबर जयहिंद म्हणण्यापेक्षादेखील हे अधिक महत्त्वाचं आहे.

आणि करमणूक करून घ्यायची असेल तर त्यातही काही वावगं नाही. मात्र त्यांनी हे नाटक पाहू नये. त्यासाठी 'मालकीण मालकीण' आहेच!

– जत्रा, दि. २५ मार्च १९७९

लोककथा'७८... लोककथा'७८... लोककथा'७८

मुरलीधर खैरनार

वर्तमानपत्रात रोज छापून येणाऱ्या अत्याचारांच्या अनेक बातम्या.

सकाळच्या चहाबरोबर आपण सुखवस्तुपणे चघळतो.

बेलची हत्याकांड, मराठवाड्यातले अत्याचार, बाजितपूर दुर्घटना, उत्तम गोसावी प्रकरण - खेडोपाड्यांतून रोज अत्याचाराच्या किती कहाण्या घडत असतात. आपण इस्त्री मलीन होऊ न देता रोज ऑफिसला जात येत असतो. - शहर सोडलं की आजूबाजूला घडणाऱ्या या सामाजिक अन्यायाचे भान आपल्याला किती असते? खरेतर रोजच्या रोज या बातम्या वाचून आपण निर्ढावलो आहोत.

लोककथा ७८

जो अनुभव नुसता बातमी वाचून येत नाही.

तो नाटकाच्या माध्यमातून येऊ शकेल का?

येईल.

येईल, लेखक दिग्दर्शकाचं ठाम उत्तर.

या लोकांना रोज जे जगावं, भोगावं लागतं त्याचा अनुभव समोर मांडून तुम्हांला अस्वस्थ करायचं आम्ही ठरवलंय. हे मांडताना कुठल्याही तत्त्वज्ञानाचे रंगीत कुंचले नाहीत. जे घडलं-घडतं ते तसंच्या तसं मांडणार आहोत. सुरक्षित अंतरावर खुर्चीत बसून नाटक पाहताना अशा अनुभवात आपण स्वत:लाही झोकून द्यावं. ही विनंती.

नाट्यगृहाच्या आवारापाशी आपण आलात.

समोर भिंतीवर पोस्टर्स 'अन्यायाचे निवारण करा'

'खुनाची चौकशी झालीच पाहिजे'... नुस्ती मूक पोस्टर्स.

आरडाओरडा नाही. घोषणा नाहीत. मुके चेहरे. भटकलेल्या भावनांचे कुठेही अवास्तव स्तोम नाही. सावध व्हा!

सामाजिक अन्यायाने, सर्वहारा झालेल्या या वर्गाचा धुमसणारा असंतोष केव्हाही बाहेर येण्याची शक्यता आहे. त्यांच्या फाटक्यातुटक्या कपड्यांवर जाऊ नका. अनेक देशांत याच लोकांनी राजवटी उलथून टाकल्या आहेत. 'लोककथा'७८.' नाटकाची गोष्ट अगदी साधी सोपी सरळ सरधोपट. या गोष्टीत सांगितलेल्या सर्व घटना आपल्याला पूर्वीच माहीत आहेत. आपण वर्तमानपत्रांतून त्या वाचल्या आहेत. एक आटपाट नगर होतं. चुकलो –नगर नाही गाव-खेडं. तिथं एक सरपंच होता आणि खूप गरीब खेडूत होते.आता माणसं म्हटली की तिथं काही गरीब, काही श्रीमंत आलेच. फरक इतकाच की इथले गरीब प्रचंड गरीब आहेत. कोणताही अत्याचार निमूटपणे सहन करणारे. मोलमजुरी करून जगतात. जगन्या कोळी त्यांपैकीच. त्याचा गुन्हा एवढाच की, हे अत्याचार आपण का सहन करायचे, हा प्रश्न त्याच्यासमोर उभा राहिला. जगन्या कोळी मरला जातो. त्याची बायको फौजदाराला जाब विचारते. बदल्यात सावित्रीची फक्त झोपडी जळते. ती बऱ्यापैकी दिसते हा तिचा आणखी एक गुन्हा. त्याची सजा फक्त बलात्कार. तिला कुठंही काम मिळू दिलं जात नाही. आता हळूहळू एकेक खेडूत जागा होऊ लागला आहे. प्रत्येकजण आपापल्या परीने हा अन्याय दूर करू पाहतो. संघर्ष सुरू होतो. गरीब खेडूत उपाशी पोटी लढा देत राहतात.

तालुक्याच्या गावी पत्रकं वाटून जागृती होते का? मुख्यमंत्र्यांनी चौकशीचा आदेश दिला म्हणजे मग ही गोष्ट संपते का?

सावित्रीला नुकसानभरपाई मिळाली की गोष्ट संपते का? आणि शेवटी एक खेडूत येऊन तुम्हांला विचारतो, 'काय करणार आहात तुम्ही? ही अत्याचाराची कहाणी तुम्ही बघितलीत ना? का घरी जाऊन तुम्ही विसरणार आहात! का गप्प बसून राहणार आहात? काय करणार आहात?' बोला, काय करणार आहोत आपण? आपण सुन्न, खुर्चीवर बसलेले. आणि एकेक खेडूत आपल्या शेजारून नाट्यगृहाबाहेर निघून जातो. सगळे काही शांत. स्तब्ध. आपल्याला आपली स्वतःची लाज वाटली तरी पुरे.

रत्नाकर मतकरी

रत्नाकर मतकरी यांचं हे नाटक. आपल्या गूढकथांमुळे मतकरींनी साहित्यात एक वेगळंच स्थान मिळवलेलं आहे. व्यावसायिक रंगभूमीवर यश मिळालेलं असूनसुद्धा हौशी रंगभूमीवर सतत धडपड करणारा हा माणूस. 'प्रेमकहाणी', 'आरण्यक' या दोन्ही नाटकांनी राज्य नाट्य स्पर्धेच्या अंतिम फेरीत मोठे यश मिळवले. ग्रीक शोकांतिकेशी नातं सांगणारं नाटक म्हणून

'आरण्यक'ची दुर्गा भागवतांनी स्तुती केली. लोककथा'७८ हे नाटक यंदाच्या राज्य नाट्य स्पर्धांच्या अंतिम फेरीत पहिले आले. या नाटकाचे यश कलावंतांच्या सामूहिक अभिनयात आहे. कलावंतांच्या अभिनयाची तरफदारी करून आपण खरे तर नाटकाच्या मूळ उद्दिष्टाला बगल देऊ नये.

नाटकाच्या इतर तांत्रिक बाबींचा आधार घेण्याचा फारसा प्रयत्न यात नाही. नेपथ्य - नाही; स्टेजप्रॉपर्टी - खेडुतांच्या हातात असेल, तेवढीच; संगीत - ऑर्केस्ट्रातील एकही वाद्य नाही. त्यांचा आकांत ज्यातून व्यक्त होईल अशीच वाद्ये. दगड, डबे आदी. प्रायोगिकतेच्या नावाखाली 'फॅड' करण्याचा प्रकार नाही. हे नाटक आपणही अनुभवावे, एवढेच मी म्हणेन.

- देशदूत

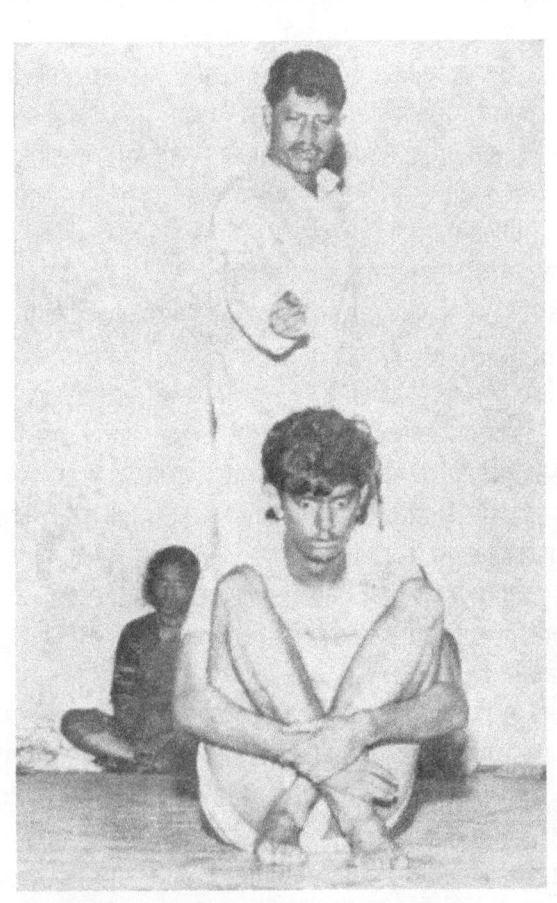

आधुनिक रंगभूमीवरील एक 'घटना!'

शिरीष सहस्रबुद्धे

लोककथा'७८ या नाटकाचं यश नेमकं कशाकशात आहे, या स्वरूपाचा काही विचार जेव्हा मी करतो, तेव्हा प्रामुख्यानं दोन-तीन गोष्टी नजरेसमोर येतात. एक अशी की, अलीकडच्या काही वर्षांतील सामाजिक-राजकीय अनुभवांनंतर कलेच्या सामाजिक आशयविषयक बांधिलकीसंबंधीचा जो विचार आपण नव्यानं करू लागलो आहोत, त्याच्या पार्श्वभूमीवर विचारप्रेरक (stimulating) ठरेल असं हे एक नाटक नव्यानंच आपल्यासमोर आणण्यात आलं आहे. या नाटकाच्या सादरकर्त्यांच्या त्याच्याविषयीच्या भूमिकेला याच लेखात इतरत्र चौकटीच्या रूपात हेतुपुरस्सर देण्यात आलेलं स्थान हा मुद्दा पुरेसा स्पष्ट करीलच. श्री. रत्नाकर मतकरी यांचं खास अभिनंदन अशासाठी करायला हवं, की बदलत्या संदर्भातील कलाकारांच्या भूमिकेविषयी विद्वत्तापूर्ण आणि संदिग्ध-फसवी भाषणं करून पोकळ परिसंवाद गाजविण्याऐवजी, याविषयीची आपली भूमिका आपल्या माध्यमातून अत्यंत स्पष्टपणे आणि भरीवपणे त्यांनी व्यक्तविली आहे आणि उपर्युक्त चर्चेला अधिक ठोस आणि धारदार संदर्भ आणण्यास मदत केली आहे. 'सामाजिक प्रबोधनासाठी एक साधन - एक उपयुक्त प्रचारसाधन - म्हणून आपली कलाकृती वापरली जावी', अशी स्पष्ट इच्छा जेव्हा एखादा कलाकार प्रकट करतो, तेव्हा त्यानं आपली खेळी किती पूर्णत्वानं खेळली आहे, याची तर साक्ष पटतेच; पण कलाकारांच्या सामाजिक जबाबदारीची व कलाकृतीच्या सामाजिक आशयघनतेची परिमाणे इंचाफुटांत काटेकोरपणे मोजणाऱ्यांना एक सकस आव्हानही मिळत असते. प्रायोगिक रंगभूमीची चळवळ जिथे चांगलीच रुजली - फोफावली आहे, त्या बंगालमध्ये नाट्यकलावंतांनी अशी आव्हानं यापूर्वीच दिलेली आहेत. उत्पल दत्तसारख्यांची सर्वस्वी तत्त्वनिष्ठ-प्रचारप्रधान रंगभूमी हे एक ठळक उदाहरण. मराठी

रंगमंचावरच अशा आव्हानांची वाण होती, ती रत्नाकर मतकरी यांनी समर्थपणे भरून काढण्याचा प्रयत्न केला आहे. यातूनच निघणारा दुसरा मुद्दा — जे लोककथा' ७८ च्या यशाचे एक गमक आहे – असा, की मौलिकता आणि बहुमान्यता या दोन्ही वैशिष्ट्यांनी युक्त असल्यामुळे लोककथा'७८ ही घाशीराम कोतवालप्रमाणेच आधुनिक मराठी रंगभूमीवरची एक घटना (event / happening) ठरेल / ठरावी असं मला वाटतं. घाशीराम प्रथम रंगभूमीवर आल्याला, मला वाटतं, सातएक वर्षं व्हायला आली. त्या नाटकाची मौलिकता आणि लोकमान्यता दोन्ही, प्रदीर्घ काळपर्यंत वादग्रस्त अवस्थेत राहिल्या. तथापि, घाशीराम हा एक महत्त्वाचा टप्पा असल्याचं आता निर्विवादपणे मान्य झालं आहे. घाशीरामच्या बरोबरीला बसू शकतील अशा या दशकातल्या घटना कोणत्या, असं विचारलं तर ज्या चारएक नाटकांची नावं घेता येतील, त्यांत लोककथा' ७८ चा मी आवर्जून समावेश करीन. याचीच कारणमीमांसा करण्याच्या उद्देशाने पुढील लेख लिहिणार आहे. एरवी या नाटकाचे रूढार्थाने समीक्षण वगैरे म्हणता येईल असे काही करण्याचा माझा इरादा नाही. या चाकोरीबाहेरच्या नाट्यानुभवाबद्दल आस्था असलेल्या मंडळींनाही (ज्यांत त्याचे सादरकर्तेही अर्थातच आले) त्याचे ठोकळेबाज परीक्षण न करण्याची कल्पना नापसंत होईलसे वाटत नाही.

(अ) 'लोककथे'ला मौलिकता आणून देणाऱ्या घटकांमध्ये त्यातील आकारबंध (फॉर्म) व आशय यांची नैसर्गिक एकरूपता हे वैशिष्ट्य महत्त्वाचे वाटते. आकारबंध व आशय यांचे तरल परस्परसंबंध निरखून पाहण्याच्या आम्हां अनेकांच्या उद्योगाला 'लोककथे'ने चांगलेच खाद्य पुरविले आहे. लोककथेत व्यक्त झालेल्या अनुभवाला स्वतःचा असा वैशिष्ट्यपूर्ण आकार तर आहेच; पण तरीही तो अनुभव त्या आकारातच कुठे गुंतून पडला आहे, अडकला आहे असं होत नाही किंवा त्या आकाराच्या तयार कपड्यांत अनुभव छाटून–कातरून ठोकला आहे, असंही दिसत नाही. प्रत्येक अनुभव हा स्वतःचा असा एक जन्मजात आकारबंध घेऊनच येतो, यायला हवा. तो आकारबंध पारंपरिक असला म्हणून नाटक क्रांतिकारक / प्रायोगिक व्हायचं थांबणार नाही आणि पारंपरिक नसलेल्या आकारबंधात हाती येईल तो अनुभव जमेल तसा बसवला, म्हणून त्या नाटकाला यशस्वी प्रयोगही म्हणता येणार नाही. उद्ध्वस्त धर्मशाळा आणि तीन पैशांचा तमाशा ही दोन उदाहरणे या दृष्टिकोनातून (क्रमशः) विचारात घ्यावीत. 'माझ्याजवळ सांगण्यासारखं खूप आहे, ते

कोणत्या फॉर्ममधनं सांगणं सोयीचं होईल एवढाच प्रश्न आहे,' असं म्हणणारा
एखादा लेखक आणि 'हा एक फॉर्म बरेच दिवस माझ्या मनात घोळत होता.
या नाटकाच्या निमित्तानं तो स्टेजवर रुजवायची संधी मिळाली,' असं
अभिमानानं सांगणारा एखादा नाट्यदिग्दर्शक हे दोघेही सारखेच ॲब्सर्ड
वाटतात. नाटकांविषयी हे आग्रहानं व वारंवार लिहावं लागतं. कारण
नाट्यानुभव हा (लेखक व दिग्दर्शक अशा) दोन वाहकांद्वारे, म्हणजे एकाऐवजी
दोन टप्प्यांतून संक्रांत होत असतो. त्यातून 'नाटक हे दिग्दर्शकाचं माध्यम
आहे,' यासारख्या कल्पना सरसकट सर्वच दिग्दर्शकांच्या डोक्यात गेलेल्या
असल्या म्हणजे मराठी प्रायोगिक रंगभूमीवर सध्या जे चालू आहे ते घडते.
सारांश, आकारबंधाच्या स्वतंत्र संकल्पनेच्या नादात आशय / अनुभवाला
दगा-फटका होण्याची शक्यता चित्रपटाखालोखाल नाटकातच असते.
नाट्यनिर्मिती ही प्रदीर्घ प्रक्रिया असल्यामुळे त्या कालावधीत माध्यमाच्या
गरजेनुसार अथवा अपरिहार्यतेनुसार नाटकाच्या मूळ (जन्मजात) आकृतिबंधात
काही बदल होतीलही; परंतु ते नवनिर्मितीच्या स्वरूपाचे नसून परिष्करणाच्या,
सफाईदारपणा आणण्याच्या, सुधारणेच्या स्वरूपाचे असणे अपेक्षित आहे. एरवी
'Drama is a director's medium,' असं गंभीरपणे मानणाऱ्या दिग्दर्शकापुढे
(तो सक्षम व ठाम असल्यास) लेखक/संकल्पक होण्यावाचून पर्याय नसतो/
नाही.

(ब) लोककथा'७८चे या विषयीचे यश सध्याच्या तथाकथित
प्रायोगिकतेच्या पार्श्वभूमीवर अधिकच स्पृहणीय ठरते. इथे लेखक व दिग्दर्शक
एकच असण्याचाही काही फायदा झाला असणे शक्य आहे. जे व्यक्तवायचं
आहे ते आणि त्याच्या अभिव्यक्तीची पद्धत यांमध्ये इतका सुंदर सुसंवाद
घाशीराम वगळता आजपर्यंत क्वचितच पाहायला मिळाला असेल. दलितांवरचे
अत्याचार हा रांगडा, रानटी, प्रिमिटिव्ह अनुभव तितक्याच हादरवून टाकणाऱ्या
दांडग्या, बोचऱ्या आणि खडखडीत शैलीनं इथं व्यक्त होतो, तेव्हा
आपल्यालाही आशय आणि अभिव्यक्तिसंबंध यांच्या सयुक्तिकतेबद्दल वेगवेगळी
चर्चा करण्याचं कारण उरत नाही. यापेक्षा अन्य, परक्या शैलीत तो अनुभव
व्यक्त करायचा प्रयत्न झाला असता, तर त्याची समग्र identity च बदलून
गेली असती, हे आपण जाणू शकतो आणि म्हणून 'अन्यायग्रस्त खेडूत आपली
कर्मकहाणी प्रेक्षकांना सांगायची धडपड करताहेत,' अशी पार्श्वभूमी एकदा तयार
केल्यानंतर दिग्दर्शक मतकरी जेव्हा स्टेजवरच्या विंग्ज आणि त्यांतून

जाण्यायेण्याची पद्धत रद्द करून टाकतात किंवा प्रेक्षागृहाचाही वापर रंगमंचाचा प्रभाग (extention) म्हणून करू पाहतात तेव्हा रूढ गिमिक्स राहत नाहीत. स्टेजवरच वेषभूषा, विशेष प्रकाशयोजनेसाठी कंदील-मशाली इत्यादी पात्रांच्या हातातल्याच सामानाचा उपयोग, पात्रांच्या हातातल्या वस्तूच वाजवून केलेली पार्श्वसंगीत योजना आणि रंगमंच आणि प्रेक्षागार यांची फारकत (संपूर्णत: शक्य व व्यवहार्यत: आवश्यक नसली तरी) काहीशी कमी करण्याचा प्रामाणिक प्रयत्न यांची सांगड जेव्हा सर्वांना गुंतवणाऱ्या, हलवून टाकणाऱ्या आणि आजपर्यंत अव्यक्त अशा आशयाशी बसते, तेव्हा काही तरी नवे घडते. आपली नाटकीयता कायम राखून आपल्याला हवे तेव्हा प्रेक्षकांना नाटकात सामील होण्याची जुलूम-जबरदस्ती मतकरी करताहेत किंवा स्मार्ट आणि धक्कादायक असं काही तरी बेसावध प्रेक्षकांच्या तोंडावर अचानक फेकून बनवाबनवी करण्याचा चाणाक्षपणा ते दाखवताहेत अशी, फसवले गेल्याची भावना कधीही निर्माण होत नाही. दुर्दैवाने, पात्रांनी प्रेक्षकवर्गातून प्रवेश करण्याचा प्रकार क्लृप्ती म्हणून अगोदरच इतका बदनाम झाला आहे, की प्रेक्षक प्रारंभी तरी मतकरींचे ताकही फुंकूनच पिणार, त्याला कुणाचाच इलाज नाही.

(क) लोककथा'७८ च्या अनुभवसंपन्नतेबद्दल लिहिणे आवश्यक आहे. या नाटकाची जाहिरात 'एक जिवंत, जळजळीत नाट्यानुभव' अशी केली जाते व ती रास्तच आहे. (हे विशेष!) वस्तुत: या नाटकाला कथाकल्पना (theme) अथवा कथानक (plot) असे काही मूलत: नाही व नसणे स्वाभाविकच आहे. 'दलितांवरचे अत्याचार' किंवा 'सामाजिक विषमतापूर्ण सद्य:स्थिती' असा काही तरी 'विषय' प्रथमत: मनात धरलेला दिसतो व या केंद्रबिंदूभोवती वृत्तपत्रीय वार्तांच्या स्वरूपात मिळालेले अनुभव जमा होऊन थीम बनली, असा निष्कर्ष मिळालेल्या माहितीवरून व प्रत्यक्ष नाटकाच्या माझ्या impression वरून निघतो. (अर्थात, कलाकाराच्या निर्मितिप्रक्रियेविषयीची अधिक विश्वासार्ह माहिती इतपत ढोबळपणानेच मिळणार, हे गृहीतच आहे.) आता यामुळे संपूर्ण नाटक म्हणजे लहान-मोठ्या अनुभवांची एक मालिकाच बनते, जिची गुंफण प्रभावी आणि appealing असल्यामुळे, त्या अनुभवांच्या एकरसतेतून सुन्न करून सोडणारा एक एकाकार अनुभव शेवटी शिल्लक उरतो. उदाहरणार्थ, एक अखंड स्प्रिंग वर्तुळाकार मांडून तिचे कडे बनवले, तर ते करताना-पाहतानाचा अनुभव असाच असेल. सतका एकसंध आणि जबरदस्त अनुभव मराठी रंगभूमी अपवादानेच देते हे अशासाठी नमूद करतो की, नाटकाकडे पाहताना टीकाकार/

अभ्यासक त्याच्या अनुभवाची समग्रता (totality of experience) लक्षात घेत नाहीत व त्याच्या विविध अंगोपांगांची चीरफाड वेगवेगळी करीत बसतात अशी जी तक्रार केली जाते, तिला हे उत्तर आहे. अलीकडेच फर्गसन महाविद्यालयाने आयोजिलेल्या 'आधुनिकतेच्या संकल्पने' विषयीच्या एका चर्चासत्रात, प्रा. माधव वझे यांनी वाचलेल्या आपल्या तळमळीच्या व अभ्यासपूर्ण निबंधात वरील तक्रार केली होती, तिला लोककथा'७८ ने एका प्रकारे पुष्टीच दिली आहे. मला ही तक्रार मान्य नाही. याचे एक कारण हेच आहे की, लोककथा'७८ सारखे सन्मान्य अपवाद वगळता मराठी नाटकातील अनुभवविश्वे बहुधा अत्यंत तोकडी, तुटपुंजी, पुन:पुनरावृत्त, उद्देशहीन आणि विस्कळीत असतात आणि त्यांच्या समग्रतेविषयी त्यांचे सादरकर्तेच पुरेसे जागरूक व सावध नसल्याने अभ्यासक / प्रेक्षक असहाय असतात. माझा हा अनुभव व्यावसायिक रंगभूमीच्याच नव्हे, तर प्रायोगिक चळवळीच्या संदर्भातही खरा आहे. उदाहरणार्थ, नाटकात सूत्रधार वापरण्या-खेळवण्याची फॅशन प्रायोगिक रंगभूमीवर नव्याने रूढ झाली आहे. लोककथा'७८ मध्येही सूत्रधार आहे; परंतु तो नाटकातल्या अन्य पात्रांपैकीच कुणी एक आहे, त्याचे वेगळे अस्तित्व राखण्याचा प्रयत्न केलेला नाही. सूत्रधार म्हणून त्याला काही खास treatment द्यावी, व त्यातून काही साधावे (उदा. एलिअनेशन!) हा विचार त्यामागे दिसत नाही. त्यामुळे इथला सूत्रधार आपल्या त्रोटक निवेदनाद्वारे तुकडे जोडतो; पाडत नाही. साहजिक नाट्यानुभवाच्या एकात्मतेला त्याची मोलाची मदतच होते, उपद्रव नव्हे. एरवी एकीकडे सूत्रधारासह नाना प्रकारे एलिअनेशन साधण्याची खटपट चालते व दुसरीकडे Totality of Experience च्या गप्पा मारल्या जातात. 'लोककथे'ची अनुभवात्मक एकात्मता तपासायची तर एखाद्या खेड्यात एका तरुणीवर- सवर्ण नसलेल्या तरुणीवर - बलात्कार झाल्यानंतर घडू शकणाऱ्या प्रतिक्रियात्मक घटनांची वेटोळीकोंडाळी मतकरींनी किती रेखीवपणे आणि बंदिस्तपणे बसविली आहेत, हे पाहण्यासारखे आहे. त्या अल्पवयीन तरुणीचा बलात्कारात ओढवणारा मृत्यू, त्याच्या प्रतिकारार्थ उभा ठाकणारा जगन्या कोळी, गावपाटलाच्या भाडोत्री गुंडांकडून होणारा जगन्याचा खून, त्याच्या बायकोने — सावित्रीने — नवऱ्याच्या बळीविरुद्ध आवाज उठविणे, आंदोलन-प्रसिद्धी-दडपशाही अशा विविध घटना तर्कशुद्ध सुसंगतीने एकातून एक उलगडत जातात. पुन्हा यांतली प्रत्येक घटना जशी आधीच्या सूत्राशी सुसंबद्ध, तशीच तिची अंतर्रचनाही

सुबक, बांधीव आहे. उदाहरणादाखल गावच्या सरपंचाच्या व पत्रकारांच्या भेटीचा प्रसंग, अन्याय निवारण समितीची स्थापना, जगन्या कोळ्याचा खून अशा मोजक्या घटना आठवाव्यात. या व अशा बहुसंख्य घटनांचे मतकरीकृत निर्मिति-संकल्पन अत्यंत धारदार व परिणामकारक आहेच; पण त्यात त्यांचा लेखक व दिग्दर्शक म्हणून वाटा तुलनात्मकदृष्ट्या सारख्याच तोलामोलाचा आहे, यातच खूप काही आले.

(ड) हा नाट्यानुभव जबरदस्त, संपन्न, मौलिक, धारदार, प्रभावी वगैरे आहे, अशा शब्दांत त्याचं वर्णन मी वर केलं आहे. ही वैशिष्ट्यं त्याच्यात कुठून आली, या प्रश्नावर फार जागा खर्च करण्याची आवश्यकता आहे असं मला वाटत नाही. या अनुभवाच्या प्रखर सामाजिक आशयानेच ही वैशिष्ट्ये त्याला प्राप्त करून दिली आहेत. सामाजिक बांधिलकी हा कलाकृतीची मौलिकता निश्चित करण्याचा एकमेव निकष नसला तरी एक महत्त्वाचा निकष निश्चितच आहे आणि अशा प्रकारची बांधिलकी मानणारी काहीशी प्रचारकी थाटाची असलेली कलाकृती तिच्या कलात्मकतेला कोणत्याही प्रकारे बाधा येऊ न देताही सामाजिक/तात्त्विक प्रबोधनाच्या प्रवाहात सामील होऊ शकते, याचा ठळक पुरावाच लोककथा'७८ ने आपल्यापुढे ठेवला आहे. आपल्या रंगभूमीच्या (प्रायोगिक + व्यावसायिक!) सामाजिक जाणिवा अद्यापही अत्यंत अप्रगल्भ असताना, एक नाटककार एका ताज्या व उग्रगंभीर सामाजिक समस्येची दखल घेऊन तिची हाताळणी आपल्या पद्धतीनं करतो ही कल्पनाच सुखद आहे. मात्र हे करीत असताना किमान तटस्थता/अलिप्तता पाळल्याचा जो दावा नाटककर्त्यांनी केला आहे, तो मला सर्वस्वी चुकीचाच नव्हे तर अनावश्यकही वाटत आहे. या नाटकामध्ये सादरकर्ते व प्रेक्षक या दोघांकडूनही सर्वाधिक गुंतवणूक (utmost involvement) अपेक्षित होती/आहे असेच मला वाटते. एवढेच नव्हे, तर जवळजवळ प्रत्येक प्रवेश, मतकरींची सहानुभूती दलित शोषितांच्या पारड्यातच पडत असल्याचे स्पष्टपणे दाखवीत असताना अलिप्ततेचा बडेजाव माजविणे निरर्थक आहे. बरे, नाटकाचा कल अशा प्रकारे किंचित डावीकडे झुकत असला तर त्यातही लाज वाटण्यासारखे काय आहे? वांझ तटस्थतेपेक्षा कुणीही सकस बांधिलकीच अधिक पसंत करणार नाही काय? नाट्यकथानकातील घटनांचे 'बातमीपण' (newsness) कायम ठेवण्याविषयीचा सादरकर्त्यांचा दावाही असाच अनावश्यक आहे. नाटकात काही बातम्या वाचून दाखविण्यात आल्या असल्या, तरी तेवढ्यावरून

नाटकाला संपूर्ण/अंशत: बातमीपणाची कळा येणे हे अशक्यच आहे. त्याने काही नुकसान होते असेही नाही. एक बाब मात्र काहीशी खटकते ती अशी की, इथेही लेखक आपल्याला अनुभव देऊन थांबतो. त्याचे पृथक्करण- विश्लेषण तो सहसा करीत नाही. त्या अनुभवाच्या मागे जाण्याचा प्रयत्न फारसा होत नाही. होईल तेथे प्रश्न oversimplify होण्याचा धोका ओढवतो. परिणामी, दलित अत्याचार-समस्या असो की ग्रामीण राजकारण असो, त्याच्या चित्रणातील सूक्ष्मता, भेदकता कमी होते आणि ढोबळपणा वाढतो. 'घाशीराम'मध्ये हा दोष होताच. अलीकडच्या 'सूर्यास्त'मध्ये तर मोठ्या प्रमाणावर होता. 'उद्ध्वस्त धर्मशाळे'त तो अंशत: टाळता आला आणि 'सामना' चित्रपटात बऱ्याच अंशी टाळता आला. डॉ. विद्याधर पुंडलीक यांच्या 'चार्वाका'चेही नाव या यशस्वी यादीत घेता येईल; तथापि, त्याच्याविषयी मला अधिकाराने काही बोलता येण्याजोगी स्थिती आता नाही.

(ई) शेवटी रत्नाकर मतकरी यांचे अभिनंदन करीत असताना त्यांच्या नटसंचाचा उल्लेख न करणे अप्रस्तुतच ठरेल. अत्यंत गुणी माणसांचा हा संच आहे, ज्यातले अभिनेते विविध समूहदृश्ये तर सफाईने सादर करतातच; पण त्यांच्यापैकी ज्यांना व्यक्तिगत अभिनयदर्शनाला थोडाफार वाव मिळतो ते कलाकार (उदा. सावित्री, पाटील, सूत्रधार ह्या भूमिका वठविणारे कलावंत) तेथेही यत्किंचित उणे पडत नाहीत. नाट्यानुभवाचे जिवंतपण आणि ज्वलंतपण साक्षात करण्यामध्ये, त्याचा रासवटपणा, खडबडीतपणा आणि भीषणता प्रत्यक्ष करण्यामध्ये या नटसंचाचा वाटा एवढा आहे की, ही मंडळी प्रयोगाआधी व प्रयोगानंतर थिएटरच्या आवारातच तळ देऊन बसतात, तेव्हा प्रेक्षकांची त्यांच्याकडे बघण्याची प्रारंभीची दृष्टी शेवटाशी निश्चितपणे बदललेली असते. मध्यंतर न घेता सतत चढता टेम्पो ठेवणाऱ्या या मंडळींनी 'सर्वात्मका सर्वेश्वरा'सारखे त्या संदर्भात अत्यंत बेसूर लागणारे गाणे आळवून नाटकाचा असा अपघाती शेवट का करावा, हे समजत नाही; पण एरवी लोककथा'७८ चं नाणं खणखणीत वाजणारंच आहे!

– माणूस, दि ३१ मार्च १९७९

एक ज्वलंत अनुभव

रंगनाथ कुलकर्णी

दलितांवर होणाऱ्या अत्याचारांच्या ज्या बातम्या आपण रोज वर्तमानपत्रांत वाचतो आणि ज्यांच्याकडे बव्हंशी कानाडोळा करतो, त्या भेदक बातम्यांच्या घोषणांनी रत्नाकर मतकरी यांचे 'लोककथा'७८' हे नवे, प्रथम पारितोषिक विजेते नाटक सुरू होते.

नाटकगृहातील सर्वत्र अशा अन्यायांचे फलक ओबडधोबड अक्षरांत चिटकवलेले आढळतात, आणि मन सुन्न करणारे वातावरण निर्माण होते...

तिसरी घंटा झाल्यावर प्रेक्षकांतूनच उघडेवाघडे हरिजन, अस्पृश्य वगैरे घासलेटाचा डबा बडवीत बडवीत रंगमंचावर चढतात!

'अन्याय निवारण समिती'

असा एक फलक आपल्याला दिसतो.

तीन स्त्रिया आणि बारा-तेरा पुरुष यांच्या कोंडाळ्यात त्यांचा म्होरक्या पोटतिडकीने बोलत असतो.

'आता तुम्हीच न्याय द्या.'

असे त्यांचे प्रेक्षकांना अपील आहे!

ग्रामीण भागात चालणारे दलितांवरचे नानाविध अन्याय-मारझोड, स्त्रियांवर बलात्कार, लढाऊ तरुणांचे खून, प्रतिकार करणाऱ्यांना कामही मिळू न देणे, झोपड्या जाळणे, गावगुंडांकडून हल्ले करणे वगैरेंचे सुरेख प्रसंग नाटककार मतकरी यांनी गुंफले आहेत.

नाटकाचा बाज लोकनाट्याचा ठेवला असल्याने कमीत कमी नेपथ्य, मोजकेच कपडे, मशाली, कंदील, टॉर्च आदी वापरून केलेली वास्तववादी प्रकाशयोजना, हरिजनादिकांच्या गरीब वस्तीवर मिळू शकणारी डुमखसारखी

१७२

वाद्ये वापरून मैफली ध्वनियोजना... या सर्वांचा एकत्रित परिणाम लक्षणीय
होता.

राज्य नाट्य स्पर्धेतील ११ पैकी ७ नाट्यप्रयोग मी पहिले. आणि
परीक्षकांचे व माझे एकमत होऊन 'लोककथा – १९७८'ला पहिले, 'छिन्न'ला
दुसरे, सांगलीचा 'काळोख' तिसरे वगैरे बक्षिसे जाहीर झाली आहेत.

रत्नाकर मतकरींच्या या नव्या नाटकाला 'डॉक्युमेंटरी' म्हणणाऱ्यांची मला
कीव येते!

वस्तुत: एक अत्यंत उत्कट असा आगळा नाट्यानुभव देऊन जाणारा हा
ज्वलंत विषय नाटककाराने घेतला आहे. त्या विषयाशी जे समरस होऊ शकत
नाहीत, किंवा त्या अन्यायांकडे डोळेझाक करणेच ज्यांच्या पलायनवादात
बसते, अशीच मंडळी या प्रभावी नाट्यप्रयोगाला 'डॉक्युमेन्टरी' म्हणू
शकतील...

अन्यथा

प्रत्येक सहृदय प्रेक्षक 'बालनाट्य' च्या १५-२० मंडळींचे टीमवर्ग, त्यांची
चपळाई, विषयाशी तादात्म्य, भूमिकेतील समरसता, वगैरे वगैरेमुळे भारावून
जाईल, अंतर्मुख होईल.

सकस लेखनाला जेव्हा जबरदस्त अभिनयाची जोड मिळते तेव्हा प्रयोग
प्रेक्षकाला हलवून सोडतो.

पत्रकार मुलाखतीला येतात तेव्हा सरपंच (वसंत सोमण) देवपूजा करीत
असतो, त्यावेळचं त्यांचं बोलणं, साऊंड इफेक्ट्स केवळ लाजवाब होते.

शाम खांडेकर यांचा फौजदारही मला आवडला. पाटलाचा पुतण्या,
पत्रकार, ७ वा खेडूत आदी भूमिका मिलिंद कोकजेने मन:पूर्वक तन्मयतेने
वठविल्या.

सावित्रीचे काम करणाऱ्या मीनल जोशींचे, संतूबाईची भूमिका करणाऱ्या
मंगल देऊलकरांचे आणि सगळ्याच स्त्रीभूमिकांतून वावरणाऱ्या या पांढरपेशा
कलाकारांचे मन:पूर्वक अभिनंदन केले पाहिजे. त्यांनी ग्रामीण दलित स्त्रीचे जे
दर्शन घडविले, ते निखालस त्यांच्या अंगच्या श्रेष्ठ अभिनय गुणांचेच प्रतीक
होते.

कोणत्याही एका प्रसंगाची उत्कटता 'मेलो ड्रामा'च्या पातळीवर जाऊ न
देता चटकन् दुसऱ्या प्रवेशात शिरण्याची जी कलात्मक जाण लेखक मतकरी
यांनी आणि 'बालनाट्य'च्या कलाकारांनी ठेवली आहे, त्यामुळे मला हे नाटक

उत्पल दत्तांच्या नाट्यप्रयोगाहून उजवे वाटले.

जगप्रसिद्ध मार्सल मार्सो यांचा शिष्य असलेल्या चेकोस्लोवाक् मूकाभिनयपटूंचे दोन अविस्मरणीय खेळ मुंबईत पाहिलेले मला अजून आठवतात. त्यांनी जसा कलाकारांचाच वापर 'झाड', 'मोटार', 'दार' वगैरे प्रॉपर्टीसाठी करून ध्वनिसंकेतांच्या मदतीने अप्रतिम परिणाम साधला होता, तसाच परिणाम 'लोककथा १९७८' मध्ये दिग्दर्शक मतकरी यांनी सावित्रीच्या झोपडीच्या दारासमोर दोन कलाकार वापरून साधला आहे.

त्या झोपडीला गावगुंडांनी लावलेली आग, प्रकाशयोजना आणि पिवळी, लाल वस्त्रे यांच्या सहाय्याने जेव्हा या मंडळींनी दाखवली, त्या वेळचा प्रेक्षकांचा टाळ्यांचा उत्स्फूर्त प्रतिसाद हेच 'बालनाट्य'चे खरे पारितोषिक आहे. दलितांवरचे अन्याय हे १९७८ या वर्षाचे व्यवच्छेदक वैशिष्ट्य नव्हते.

गेली एक हजार नऊशे अठ्ठ्याहत्तर वर्षे - नव्हे, त्यापूर्वीही दोन हजार वर्षे हे अत्याचार असेच होत आलेले आहेत...

आणि

'आमचा कोणी वाली नाही'

हे त्यांचे धृपद म्हणजे पिढ्यान् पिढ्यांच्या दैववादाने हिंदु समाजाच्या मनावर चढवलेल्या गेंड्याच्या कातड्याला किमान एक तरी चरा पाडणारे पाते ठरेल, असे मला वाटते.

म्हणूनच

रत्नाकर मतकरी

आणि

'बालनाट्य'

यांनी आवाहन केल्याप्रमाणे 'लोककथा - ७८' या नाटकाचे प्रयोग गावोगावी, समशीत बंदिस्त गृहातच नव्हे, तर चावडीवर, देवळात, पटांगणात, जत्रेत झाले पाहिजेत.

होत राहिले पाहिजेत!

उच्चवर्णीयांबरोबरच स्वत: दलितांनाही त्यात घेण्यासारखे पुष्कळ आहे.

**

लोककथा'७८ : प्रभावी लोकनाट्य

प्रदीप मेहेंदळे

छबिलदासच्या प्रायोगिक रंगमंचावर अंधार झाला, अंधारातून शब्द उमटले, दिनांक अमुक, गाव तमुक, एकोणीसशे अठ्ठ्याहत्तर - एका अबलेवर पाशवी अत्याचार - सूत्रधार सादर करत आहे - परत दिनांक अमुक गाव तमुक - एका बालकाचा बळी - लोककथा ७८ ...

प्रकाश उजळला. खेडुतांच्या म्होरक्याची 'एन्ट्री'. अत्याचाराकडे थंड नजरेने पाहणाऱ्या प्रेक्षकवर्गाला एक शॉक ट्रिटमेंट देण्यासाठी, त्याच्या पाठोपाठ जमलेले खेडूत, त्यांच्यावर अन्याय, अत्याचार कसा होतो ते प्रत्यक्ष दाखवू या, असे म्हणून सुरू केलेले एक नाट्य.

गावातले प्रतिष्ठित गुंड अर्थात पाटील, सरपंच, ग्रामसेवक इ., त्यांची मन मानेल तशी चाललेली गुंडगिरी - मनात भरेल त्या पोरीची केलेली विटंबना, लुटलेली अब्रू - अशाच परिस्थितीत एका निष्पाप मुलीचा गेलेला प्राण — पाटलाच्या विरुद्ध उठवलेला आवाज जगन्या कोळ्याचा — कालांतराने त्याचा, अटळ असलेला खून — त्याच्या बायकोच्या मदतीने उभी राहिलेली अन्याय निवारण समिती — तिची ससेहोलपट — लाच घेणारा फौजदार — गावच्या पाटलाचा मुख्यमंत्र्यांना फोन — जगन्या कोळ्याच्या बायकोला — सावित्रीला — मिळालेली नुकसान भरपाई व जमीन जुमला — आणि शेवटी — सर्वात्मका सर्वेश्वरा - जे जे जगी जगते तया माझे म्हणा...

हे एक प्रभावी लोकनाट्य आहे. लोकनाट्य म्हणजे लोकांसाठी केलेले नव्हे तर लोकांनी — खेडुतांनी — प्रत्यक्ष जगलेले नाट्य. आपण मध्यमवर्गीय मंडळी बऱ्याच गोष्टी ऐकतो, वाचतो, चर्चा करतो आणि विसरून जातो. एखादी गोष्ट छापून आली तर ती आपल्याला समजते, अन्यथा त्याबद्दल आपल्याला थांगपत्ताही नसतो. तरीसुद्धा ज्या गोष्टी -

अत्याचाराच्या, जुलमाच्या, पशुतेच्या — कळतात, त्याकडे आपण केवळ एक सनसनाटी 'बातमी' म्हणून बघतो — कारण.

— कारण आपण चार भिंतींच्या आड स्वतःला सुरक्षित समजतो. पण समजा, आपल्यापैकीच कुणीतरी त्या पाशवी अत्याचाराचा पुढचा बळी असला तर — तर त्यासाठीच अन्याय निवारण समितीला केवळ वा, बहुत अच्छे, असा शाब्दिक पाठिंबा नको सक्रिय पाठिंबा हवा. लोककथा बघणाऱ्यांना खेडुतांचं जीव तोडून हेच सांगणं आहे की, केवळ प्रेक्षकांची भूमिका करू नका. रिंगणात उतरून समाज कंटकांचे समूळ उच्चाटन करा.

लोककथा'७८ चे लेखक श्री. रत्नाकर मतकरी. मोजके संवाद, परिणामकारक प्रसंगनिर्मिती व त्यांची अचूक मांडणी ही लेखनवैशिष्ट्ये जाणवतात. ही लोककथा, त्यातील अनुभव आजीच्या गोष्टींसारखे नुसतेच सांगितलेले नाहीत, तर ते तितक्याच समर्थपणे प्रत्यक्षात उतरवले आहेत. तसेच त्या अनुभवांतून 'पुढच्यास ठेच मागचा शहाणा' ही परिस्थिती निर्माण व्हावी, लोकांना बघ्यांच्या भूमिकेतून खडबडून जाग यावी, असा प्रयत्न लेखकाने जागोजाग केल्याचे आढळते.

दिग्दर्शक रत्नाकर मतकरी यांनी आपली कामगिरी यशस्वीरीत्या पार पाडली आहे. एकीकडे गावच्या पाटलाची स्तुती चाललेली असताना, पार्श्वभूमीवर त्याच पाटलाची प्रतिमा जाळणारी खेडूत मंडळी — संघर्षाची दोन टोकं — जगन्या कोळी व पाटील — तरुणीवरचा बलात्कार —

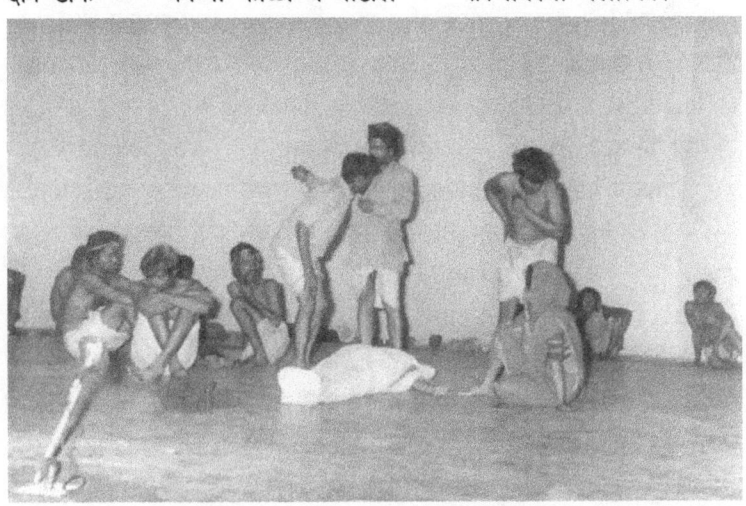

दर्शवण्यासाठी वापरलेली सूचकता — गावातील कुजबुज, मारुतीच्या देवळात भजन चालू असताना झालेली जगन्याची हत्या — प्रेक्षकांत फिरून सावित्रीने वाटलेली अन्याय निवारण समितीची (काल्पनिक) पत्रकं (प्रेक्षक पत्रक स्वीकारण्याचा अभिनय करताना नकळत लोककथेच्या संघर्षात ओढला जातो.) — पाटलाने देवपूजा करताना पत्रकारांना दिलेली फसवी मुलाखत – सावित्रीच्या घराला लावलेली आग – हे काही महत्त्वाचे प्रसंग दिग्दर्शकाच्या यशाची साक्ष देतात. मात्र काही ठिकाणी खेडुतांच्या तयारी करतानाच्या हालचालींमुळे प्रयोगाला थोडी संथ गती प्राप्त होते. तसेच काही पात्रांना एकापेक्षा जास्त भूमिका दिल्याने प्रयोगाची परिणामकारकता कमी होते.

संगीत — श्याम पोंक्षे व इतर मंडळी, संगीतासाठी टिनचे डबे, घुंगरू, देवपूजेची घंटी, छिन्नी इत्यादी वस्तू वापरल्याने संगीतात जिवंतपणा व अचूक वातावरण निर्मिती.

एकूण अठरा-एकोणीस कलाकार. त्यामुळे प्रत्येकाला अभिनयगुण दाखवायला वाव कमी. तरीसुद्धा वसंत सोमण, युधिष्ठिर वैद्य, मिलिंद कोकजे, मीनल जोशी ह्यांच्या भूमिका नीटनेटक्या.

प्रयोग बघताना 'सामना' सिनेमातील व 'पाहिजे जातीचे' नाटकातील संघर्षाची सहज आठवण येते.

लोककथा'७८ हा 'प्रेक्षक'वर्गाला कुठेतरी अस्वस्थ करून सोडणारा, प्रत्यक्ष घडणारा एक जिवंत अनुभव.

❈

लोककथा : माझी, आपली

चंद्रशेखर केळकर

नाटक बरे होते बुवा!

नवा विषय हाताळला होता.

नाटकातील लोकांनी कामेही चांगली केली, पार्श्वसंगीत नैसर्गिक होते.

समूह अभिनय आणि एकच पात्र विविध भूमिका अगदी सहजतेने करत होते.

सूचकतेचा चांगला वापर केला होता.

'लोककथा'७८' नुकतेच टी. व्ही. वर दाखवले आणि त्याचा कानावर येऊ घातलेला हा रिपोर्ट. रिपोर्ट ऐकून मी काय करणार? अगदी पुढचे तिकीट काढून प्रयोग पाहणार आणि 'वा, काय सुरेख नाट्यप्रयोग हो!' असे म्हणत बाहेर येणार. नंतर कुठल्या तरी हॉटेलात मसाला डोशाचा तुकडा काट्याने तोलत समोरच्या मित्राला म्हणणार 'बघच बुवा एकदा ते नाटक. चांगले होते. चांगले म्हणजे काय उत्तमच. बघून टाक एकदा' आणि समोरचा मित्रही चहाचा घोट घेत किंवा सिगारेटचा धूर सोडत 'होय' म्हणणार. असं नाटक झालं की वृत्तपत्रात त्यावर परीक्षण हे येणारच. मग नाट्यविकासाच्या दृष्टीने 'रत्नाकर मतकरींचे एक धाडसी, प्रयोगशील पाऊल' असा कायसासा रिपोर्ट येणार. समीक्षक आपल्या चष्म्यातून त्याच्या अभिव्यक्तीची, अनुभूतीची आणि संकल्पनेची खोली, व्याप्ती, छेद, रोख वगैरे पाहणार. सगळं कसं अगदी ठरल्यासारखं. आखीव, रेखीव, एकंदरीत धंद्याच्या दृष्टिकोनातून लोककथा ७८ला मरण नाही नक्की. आनंद आहे. याशिवाय काय म्हणू शकणार मी? माझी पातळीच तेवढी. समोर नाटक पाहताना अगदी अस्वस्थ झालो होतो. रोजच्या वर्तमानपत्रांत येणाऱ्या ह्या सगळ्या बातम्या...

बेलचीत तेरा जणांना जिवंत जाळले.

जमशेदपूरला दाद मागायला आलेल्यांना नाल्यात फेकले.

हरिजन स्त्रीवर बलात्कार.

नागवे करून धिंड काढण्यात आली.

दलित वस्ती पेटवण्यात आली.

त्यांच्यावर बहिष्कार टाकण्यात आला.

सकाळी साडेसात वाजता चहाच्या कपाबरोबर ह्या सगळ्या बातम्यांवर चवीने नजर टाकतो; आणि थोड्या वेळानंतर आंघोळीच्या वेळेस डोक्यावरून पाणी घेऊन हे सगळे विसरून जातो. त्यांच्या नावे आंघोळ करून टाकली की सुटलो, अशा थाटात. त्या बातम्यांचा आणि माझा मग कोठे संबंधही राहत नाही. कुठलं ते गाव आणि त्यात त्या हरिजनांवर झालेले अत्याचार. घेणं काय मला? मी इथे मस्त मजेत आहे. माझ्या भोवतालचे मित्र मजेत आहेत. बातम्या वाचून मनाला 'हळहळ वगैरे वाटते ती तेवढ्यापुरतीच. जेवताना मी अगदी चापून वगैरे जेवतो आणि नंतर कॉलेजात 'मासूम' पिक्चरमधला नासिरुद्दीन शाहचा किंवा मंथनमधला गिरीश कार्नाडचा; अभिनय काय चांगला होता' याची चर्चा करतो.

टी. व्ही. वरचे ते 'लोककथा'७८' पाहताना माझी मला उगाचच कीव येत होती. अशा काही घटना माझ्या आजूबाजूला घडतात याची मला जाणीव असतेच; पण अशी जाणीव असून मी त्याबाबत काय करणार? काहीही नाही. हेच त्याचे साधे, सोपे, सरळ उत्तर. एखाद्या प्रश्नासाठी, एखाद्या समस्येवर, एखाद्या प्रसंगात झोकून देणे मुळीच जमणार नाही. माझा तो पिंडच नव्हे. आजूबाजूच्यांना घाबरत जगणारा मी!

समोरचे नाटक पाहून तरी मी काय करणार होतो? पाहताना अगदी खूप वाटत होते की आत्ता उठावे आणि ग्रामीण भागातल्या समस्या की काय त्या सोडवायला जावे. अगदी भरभरून वाटत होते.

पण ते सारे नाटक पाहत होतो तोपर्यंतच. पुढे मी फक्त माझाच राहतो. माझ्यापुरता असतो. मघाशी पडद्यावर दिसलेली ती माणसे माझी कोणी उरत नाहीत. त्यांच्यासाठी मी काही करणार होतो याची जाणीवही बोथट होत जाते, पुसट होत जाते.

लोककथा ७८ ची गुंफण चांगली आहे.

'अन्याय निवारण समिती' प्रेक्षकांना आपले गाऱ्हाणे सांगत आहे.

गावात दलितांवर होणारे जुलूम, परंपरावादी शक्तींची होत असलेली भरभराट. त्याविरुद्ध उठलेला आवाज. हरिजन स्त्रीवर पाटलाच्या मुलाकडून व त्याच्या मित्रांकडून झालेला बलात्कार. तिचा ओढवलेला मृत्यू. पोलिसांनी दडपलेला गुन्हा, त्याविरुद्ध उठवलेला आवाज. त्या आवाजाला दडपून टाकण्यासाठी खुनी हल्ला. आवाजाचा खून. पण त्याच्या रक्ताने पेटलेली माणसे. पोलिसांनी डोळ्यांवर ओढलेले कातडे. शहरच्या वर्तमानपत्रांतून झालेली बोंबाबोंब, धरणे, धाकदपटशा. कामावर न घेण्याबाबत केलेल्या खटपटी. सरकारने दिलेले अनुदान ऊर्फ भरपाई...

नाटक मी पाहत होतो. वर्तमानपत्रांतल्या बातम्यांवर आधारलेले वास्तव समोर चालले आहे हे कळत होते. पण...

बस्! बऱ्यापैकी शिकल्यावर शहरातच कोठेतरी मी नोकरी पाहणार. मग पुढे-मागे केव्हातरी सकाळी-सकाळी चहामध्ये 'ब्रेड'चा तुकडा बुडवून खाताना 'लोककथा'७८'च्या जाहिरातीकडे पाहून म्हणणार, 'हे नाटक मी मागे टी. व्ही. वर पाहिले आहे बरं का! बघून टाका एकदा. रत्नाकर मतकरींनी कसे अगदी वास्तववादी जीवन उभे केले आहे! अगदी जिवंत अनुभव आणून देतात ते.'

मी तरी काय करणार? हीच तर माझी 'लोककथा' आहे.

✱✱

'लोककथा'७८'च्या संदर्भात सामाजिक चळवळ आणि रंगभूमी

मिलिंद कोकजे

मराठवाड्यामध्ये मध्यंतरी 'मराठवाडा विद्यापीठ' नामांतराच्या प्रश्नावरून एक फार मोठी चळवळ उभारली गेली. मराठवाड्यामध्ये किंवा संपूर्ण देशात अशा प्रकारे उभारली गेलेली ही काही पहिलीच चळवळ नव्हे. निरनिराळ्या सामाजिक प्रश्नांवर उभारलेल्या चळवळी ठिकठिकाणी सातत्याने चालूच असतात. या सामाजिक चळवळींचे पडसाद समकालीन कलेवरही उमटत असतात. रंगभूमी, चित्रपट यांसारख्या प्रयोगनिबद्ध (performing) कलामाध्यमांमध्ये तर हे पडसाद फारच प्रकर्षाने उमटतात. चित्रपटाच्या बाबतीत अलीकडचे उदाहरण म्हणजे, सहकारी चळवळ आणि त्यातील प्रश्न घेऊन केलेली 'मंथन'ची निर्मिती. कलेमध्ये जरी अशा प्रकारे मोठ्या सामाजिक प्रश्नांचे, चळवळींचे, एखाद्या जाति-जमातीच्या, गटाच्या आर्थिक, सामाजिक प्रश्नांचे पडसाद उमटले तरीही ज्या लोकांचे हे प्रश्न असतात त्यांच्यापर्यंत मात्र कलेचे ते रूप पोचत नाही. १ जानेवारी १९८० रोजी शंभरावा प्रयोग सादर केलेल्या 'लोककथा ७८' या नाटकाने मात्र अशा प्रकारचा प्रयत्न मध्यंतरी केला.

अलीकडच्या काळात हौशी रंगभूमीवर शंभरावा प्रयोग सादर करीत असलेले 'लोककथा ७८' हे तिसरे नाटक. पहिली दोन अर्थातच 'जुलुस' आणि 'पाहिजे जातीचे'. आणीबाणीच्या काळात 'बहुरूपी'ने जुलुसचे अनेक प्रयोग छोटी छोटी सभागृहे, मोकळी मैदाने, घरांच्या गच्च्या यांवर केले. रंगमंचाबाबतच्या सर्व मर्यादा जरी 'जुलुस'ने तोडल्या तरीही शहरे व शहरी प्रेक्षक यांच्या मर्यादा तोडणे 'जुलुस'ला शक्य झाले नाही. 'लोककथा'ने 'जुलुस'च्या पुढे एक पाऊल जाऊन रंगभूमीच्या सर्व सांकेतिक मर्यादा तर

तोडल्याच; आणि ते शहराच्या कक्षा तोडून खेड्यांपर्यंत जाऊन पोचले.

तेरा महिन्यांच्या अल्पकाळात झालेले 'लोककथा'चे शंभर प्रयोग विविध थरांतील लोकांनी पाहिले. (अगदी पृथ्वी थिएटरच्या पॉश, अमराठी प्रेक्षकांपासून, वरळी बी. डी. डी. चाळीतील रहिवाशांपर्यंत.) या वेगवेगळ्या थरातील लोकांना हे नाटक वेगवेगळ्या कारणांसाठी आवडले. कुणाला एक वेगळाच थिएटर फॉर्म (आकारबंध) म्हणून तर कुणाला त्यातील सामाजिक आशयामुळे. पुण्यातील टर् डी होम्स आणि युवक क्रांति दलाच्या कार्यकर्त्यांना सामाजिक आशय आणि सध्याच्या ज्वलंत प्रश्नाला (रंगभूमीच्या माध्यमातून) केलेला स्पर्श यांमुळे नाटक फारच आवडले. त्यांनी सहकार्याने २ ते १७ ऑक्टोबर या काळात मराठवाड्यामध्ये सोळा प्रयोगांचा एक दौरा आयोजित केला. या दौऱ्यात औरंगाबाद, जालनासारख्या शहरांपासून सोनवती, कुमट्यासारख्या, जाण्यायेण्यासाठी रस्ते नसलेल्या तीन-चार हजार लोक-वस्तीच्या खेड्यांचाही समावेश होता. या दौऱ्यामध्ये ज्या प्रतिक्रिया ऐकायला मिळाल्या, प्रेक्षकांचा जो प्रतिसाद मिळाला, ज्या चर्चा झाल्या ते सर्व पाहिले, की या दौऱ्याचे शंभर टक्के यश आणि सामाजिक प्रश्न, चळवळ आणि रंगभूमी यांच्यातील दृढ होणारे नाते निदर्शनास येते.

हे सोळा प्रयोग युक्रांदने मराठवाड्यामध्ये मुख्यतः वर्गव्यवस्थेविरुद्ध व इतर काही प्रश्नांवर उभारलेल्या चळवळीला मदत व्हावी या हेतूने आयोजित केले होते. एखाद्या जोमदार सामाजिक चळवळीला, तिच्या कार्याला रंगभूमीचा उपयोग होऊ शकतो का? या प्रश्नाचे उत्तर इथे मिळणार होते. लोकांच्या उपस्थितीपासूनच या प्रश्नाचे उत्तर मिळू लागले. छोट्या छोट्या खेड्यांमध्ये प्रत्येक ठिकाणी दीड ते दोन हजारांहहून जास्त प्रेक्षक उपस्थित असत. अणदूरला तर विक्रमी उपस्थिती होती. तेथे सहा-सात हजारांचा जनसमुदाय जमला होता. खेड्यांमध्ये स्त्रियांची उपस्थिती पस्तीस ते चाळीस टक्के इतकी होती. कार्यकर्त्यांच्या म्हणण्याप्रमाणे सभा, मेळावे यांना घराबाहेर न पडणाऱ्या बायका नाटकाच्या आकर्षणाने प्रथमच एवढ्या मोठ्या प्रमाणात एकत्र आल्या आणि विशेष म्हणजे, गावातील ज्या ठिकाणी बायका जात नसत तेथे प्रयोग करूनसुद्धा बायकांनी एवढा उत्साह दाखविला. सामाजिक चळवळींमध्ये यापुढे रंगभूमीचे स्थान काय राहणार आहे, हेच यावरून दृष्टोत्पत्तीस येते.

'लोककथा ७८'च्या पहिल्याच प्रयोगाच्या वेळी प्रसिद्ध करण्यात आलेल्या पत्रकामधे या (खेड्यात प्रयोग करण्याच्या) वेगळ्याच प्रयोगाची बीजं

दिसतात. ब्रेख्टच्या नाट्यविचाराची ओळख करून देणाऱ्या या पत्रकात म्हटलं होतं, 'ब्रेख्ट कोण होता? जनतेचा नाटककार! लोकांसाठी लोकांची नाटके लिहिणारा! गांजलेली, धूर्त, उद्ध्वस्त, झगडणारी माणसं, नाना कळांची. पण स्वतःच्या मातीतील माणसं रंगविणारा होता.' पहिल्या महायुद्धानंतर १९२०च्या आसपास ब्रेख्टने त्याचे प्रयोग सुरू केले, तेव्हा त्याची समाजातील दलित, उपेक्षित, श्रमकरी, मजूरवर्गाची अस्मिता, मानवी हक्कांविषयीची जाणीव तीव्र होती. हे प्रयोग करताना त्याच्या एपिक थिएटरविषयीच्या काही मूलभूत संकल्पना — नाटकाला कोर्ट खटल्याचे स्वरूप देऊन निकाल प्रेक्षकांवर सोपविणे, प्रेक्षकांची नुसतीच प्रतिक्रिया न देता त्यांना विचार करायला लावणे, गतिमान सामाजिक जाणिवेतील अथवा घडामोडीतील मूलभूत आणि सापेक्ष असे प्रश्न हाताळणे, शोभून दिसेल असे संगीत न वापरता जे विसंगत वाटेल असे संगीत वापरणे, अशा होत्या. आपल्या नाट्यप्रयोगांमध्ये रंगमंचाची सजावटही ब्रेख्टला नको होती. कारण वास्तवाभास करणाऱ्या नेपथ्यरचनेमुळे प्रेक्षकाला जागीच खिळवून आश्चर्यचकित करणे ब्रेख्टला नको होते.

ब्रेख्टने १९२० च्या आसपास केलेले प्रयोग आज आपल्याकडे केले जात आहेत, ह्यालाही एक विशिष्ट कारण आहे. त्यावेळी पश्चिमेकडे निर्माण झालेली वर्गविद्रोहाची जाणीव आपल्याकडे आजच्या इतकी तीव्र नव्हती, किंबहुना अजिबात नव्हती. जीवनाच्या विविध क्षेत्रांत आपला समाज दोन टोकांवर उभा आहे. समाजातल्या या दोन टोकांची जाणीव झाली की, बंडखोर वृत्ती निर्माण होते आणि त्यातूनच सामाजिक चळवळी आकार घेतात. त्याचेच पडसाद मग कलेच्या क्षेत्रात उमटू लागतात.

लोककथेच्या बाबतीतही मला वाटते काहीसे असेच झाले असावे. ब्रेख्टच्या मराठी रूपांतरावरील समीक्षा वाचताना मतकरींना जाणवले की, ब्रेख्ट मराठीत आणायचा तर त्याला जसाच्या तसा उचलून का आणावा? त्याचा मोकळा फॉर्म आपल्याकडच्या सामाजिक संदर्भात यायला हवा. नाटक बघणे यापेक्षा अनुभवणे हे जास्त प्रमाणात व्हायला हवं. त्याच वेळी दलितांवरील अत्याचाराच्या बातम्या वाचल्यानंतर, त्या, अशा मोकळ्या फॉर्ममधून हॅपनिंगच्या अंगाने प्रेक्षकांना अनुभवायला लावल्या पाहिजेत, असे मतकरींना वाटू लागले आणि त्यातूनच लोककथेची निर्मिती झाली.

इथेही एक महत्त्वाची गोष्ट लक्षात येते, ती ही की, ब्रेख्टचा मोकळा फॉर्म, हॅपनिंग, नाटक अनुभवणे या सर्वांवर विचार करून प्रत्यक्ष निर्मितीच्या

वेळी मतकरींवर प्रभाव पडला तो मराठवाडा दंगल व त्याआधी घडलेल्या बऱ्याच घटनांनी निर्माण केलेल्या सामाजिक प्रश्नांचा, चळवळीचा. इथेही मतकरी व त्यांची रंगभूमी सामाजिक प्रश्न व त्यातून निर्माण होणारी चळवळ यांपासून अलग होऊ शकले नाहीत.

लोककथेची निर्मिती करणाऱ्या 'सूत्रधार'ने अंतिम फेरीतील प्रयोगाचे वेळी सामाजिक संस्थांना आणि कार्यकर्त्यांना त्यांच्या कार्यात या नाट्यप्रयोगाने काही मदत करता येण्यासारखी असेल तर ती करण्याचे आश्वासन दिले. 'सूत्रधार'ने ठिकठिकाणी प्रयोग करून हे आश्वासन पाळलेही. पोद्दार महाविद्यालय आणि लातूरला विषमता निर्मूलन शिबिरात, १ मे रोजी कामगारांच्या जाहीर सभेत आणि वरळी बी. डी. डी. चाळींत, नांदेडला अत्यल्प प्रवेश दरासह एका शाळेच्या छोट्या सभागृहात. मराठवाड्यामधले नुकतेच केलेले सोळा प्रयोग हे मला वाटतं या शंभर प्रयोगांमधले सर्वांत महत्त्वाचे प्रयोग आहेत. कारण ज्या लोकांचे हे नाटक आहे, त्या लोकांपर्यंत ते या प्रयोगांद्वारे पोहोचले. या सर्वच प्रयोगांना प्रचंड प्रतिसाद मिळाला. पोद्दारमध्ये प्रयोग संपताना जोरजोरात घोषणा दिल्या गेल्या, तर लातूरला घोषणांप्रमाणेच डॉ. आढावांची 'शंभर भाषणांपेक्षा अधिक प्रभावी' ही प्रतिक्रिया महत्त्वाची ठरली. कामगार मैदान आणि बी. डी. डी. चाळींतील प्रयोगानंतर झालेला टाळ्यांचा कडकडाट किती वेळ थांबेचना. मराठवाड्यामधील प्रयोगांच्या उपस्थितीबद्दल मी आधीच लिहिले आहे, पण तेथील प्रेक्षकांच्या प्रतिक्रिया रंगभूमीवरील सर्वच कलाकारांचा उत्साह द्विगुणित करणाऱ्या आहेत. लोकांच्या या प्रतिक्रिया जाणून घेण्यासाठी मराठवाड्यामधील युवक कार्यकर्त्यांची एक सभा 'टर् डी होम्स'ने पुण्यात आयोजिली होती, त्या वेळी या कार्यकर्त्यांनी आपापले अनुभव सांगितले.

वीरगावच्या लोकांना हे नाटक इतके खरे वाटले की, युक्रांदच्या कार्यकर्त्यांनी आपल्याकडच्या घटनांचा अभ्यास करून मुद्दाम हे नाटक लिहून घेतले असावे असा त्यांनी अंदाज केला. (शहरी मध्यमवर्गीय अस्सल ग्रामीण प्रश्नांवर लिहू शकणार नाहीत, या टीकेला एकापरीने हे उत्तरच.) बहुतेक ठिकाणच्या लोकांना शेवट वेगळा हवा होता, असं वाटलं. पीडितांना न्याय द्यायला हवा होता असं त्यांचं मत. त्यांच्या मनात ही इच्छा निर्माण होणे हाच या नाटकाचा हेतू होता, तो पूर्ण यशस्वी झाला. अनेक गावांशी संपर्क असलेल्या एका कार्यकर्त्याने सांगितले की, हा आकारबंध (फॉर्म) लोकांना

नवीन आणि आकर्षक वाटला. त्यात ते इतके रंगून गेले की, छबिलदासच्या प्रेक्षकाप्रमाणे सावित्रीकडून पत्रक घ्यायला हात पुढे करून मायमिंग पूर्ण केले. ते आपल्या जीवनाचा आरसा आहे असेच त्यांना वाटले. चर्चा, भाषणे, मासिकांमधील लेख यांपलीकडे हे माध्यम अधिक लोकांपर्यंत पोचते आणि विरोधी पक्षाला हे काही अंशी खटकले देखील. नामांतर आंदोलनानंतर दलित व सवर्ण यांच्यामध्ये मोठी फूट पडली असून 'गरीब तेवढे एक' या तत्त्वावर ही चळवळ उभी राहू शकत नाही. सवर्ण व दलित गरिबांमधला हा तुटलेला संवाद साधण्यासाठी अशा प्रकारच्या नाटकांचा निश्चित उपयोग आहे. नाटक पाहून अनेक गावांमधून लोकसमित्या स्थापन करण्याची मागणी कार्यकर्त्यांपुढे येत आहे. काही ठिकाणी अशा समित्या स्थापनही झाल्या आहेत. ज्या लोकांच्या प्रश्नावर नाटक उभारलेले असते त्या लोकांसमोर ते सादर केल्यास चळवळीला ते कसे साहाय्यभूत ठरू शकते, याचे हे उत्तम उदाहरण होय.

मराठवाड्यातील या दौऱ्याचा आणखी एक हेतू म्हणजे ग्रामीण रंगभूमी निर्मितीला चालना देणे हा होता. वीरगावला तेथील मुलांनी गावात घडलेल्या घटनांवर एक नाटक सादर केले. संहितेशिवाय सादर केलेला तो प्रयोग चारसाडेचार तास चालला. खऱ्या अर्थाने तो एक उत्स्फूर्त नाट्याविष्कार (इंप्रोवायजेशन) होता.

उदगीरच्या एका कार्यकर्त्याने सांगितले की, नाटक करण्यासाठी फार मोठी साधनसामुग्री लागते ही चिंता आमच्याकडच्या मुलांना राहिलेली नाही. (ब्रेख्टच्या मराठीत आणलेल्या मोकळा फॉर्मचं तर हे यश नव्हे?) मध्यंतरी एका 'धरणा' कार्यक्रमात या तरुणांनी लोककथेवरून स्फूर्ती घेऊन एक पाच मिनिटांचे नाटुकले बसविले आणि ते स्ट्रीट प्लेसारखे चौकाचौकांत केले.

वीरगाव किंवा उदगीरच्या या मुलांमधूनच उद्याची ग्रामीण रंगभूमी कदाचित निर्माण होईल. खऱ्या अर्थाने निर्माण झालेली ही ग्रामीण रंगभूमी १९८८ साली लोककथा घेऊन सामाजिक चळवळींमध्ये आजच्याहून जास्त महत्त्वाची भूमिका बजावेल.

वर्गव्यवस्था गेली हजारो वर्षे अस्तित्वात आहे. मागच्या पिढीला चाललंय ते बरोबर आहे असेच वाटले. सामाजिक चळवळींबरोबर वाहत जाणाऱ्या आजच्या पिढीला ७८ ची लोककथा पाहून असं होऊ नये असे वाटते आणि त्या दृष्टीने ही पिढी प्रयत्न करते. पुढची पिढी '८८ सालची लोककथा' पाहून वर्गव्यवस्थाच कदाचित बदलून टाकेल. सामाजिक चळवळीमध्ये रंगभूमी

बजावत आलेली महत्त्वाची भूमिका पाहून हा केवळ आशावाद उरणार नाही असा विश्वास वाटतो.

बादल सरकार हे नाव आता खूपच परिचित आहे. बंगाली जनतेचे प्रश्न घेऊन ते कलकत्त्यातील रस्त्यावर रंगभूमीच्या माध्यमातून मांडण्याचा प्रयत्न श्री. सरकार व त्यांचे सहकारी करीत असतात. नुकताच बंगालमधील लोड शेडिंगच्या प्रश्नावर त्यांनी त्यावर सादर केलेल्या स्ट्रीट प्लेबद्दलचा श्री. सतीश नाईक यांचा वृत्तान्त माझ्या वाचनात आला. मराठीला असा एक बादल सरकार आणि उत्पल दत्त हवे आहेत, अशी मागणी नाईक यांनी शेवटी केली आहे. मला वाटते मुंबईच्या नाट्य विश्वात या प्रक्रियेला सुरुवात झाली आहे. मुंबईतील विद्यार्थ्यांच्या एका गटाने लोकांमध्ये निवडणुकींच्या दृष्टीने राजकीय जागृती करण्यासाठी आणि आपले प्रश्न सामान्यांपर्यंत पोचावेत या हेतूने दोन एकांकिकांची निर्मिती करून त्यांचे प्रयोग रस्त्यारस्त्यावर करण्यास सुरुवात केली आहे, मुंबई, पुण्याच्या नाट्यविश्वात ही एक महत्त्वाची घटना ठरावी.

ब्रेख्टच्या काही मूलभूत संकल्पना, मराठीमध्ये आणलेला त्याचा मोकळा फॉर्म, आजच्या युवकाच्या बदलत्या सामाजिक जाणिवा व त्यासाठी कला माध्यमांचा वापर करण्याची प्रवृत्ती आणि मतकरींसारख्या ज्येष्ठ दिग्दर्शकाची 'तंत्राचा बडेजाव कमी करून, प्रामाणिक विचार सरळ रंगमंचावर मांडण्याची, रंगभूमीला आपल्या भूमीचा नैसर्गिक रंग चढविण्याची' संकल्पना यामधूनच 'लोककथा ७८' किंवा स्ट्रीट प्लेसारखे प्रयोग मराठीतही सातत्याने होऊ लागतील. ग्रामीण रंगभूमीचीही वाढ होईल आणि रंगभूमीवरील तंत्राचा बडेजाव कमी होऊन हौशी व प्रायोगिक रंगभूमी आपल्या चाकोरीतील प्रेक्षकवर्ग सोडून सामान्यांपर्यंत जाऊन पोहोचेल. जसजशा या गोष्टी अधिक प्रमाणात होतील तसतसे सामाजिक चळवळीत आणि कार्यात रंगभूमीचे स्थान अधिकाधिक महत्त्वाचे होत जाईल.

**

एक प्रयोगानुभव– मराठवाड्यातील लोकांपर्यंत

विनोद भट

गेल्या वर्षी 'लोककथा ७८' हे प्रायोगिक नाटक रंगभूमीवर आलं, तेव्हा त्यातला सामजिक आशय लक्षात घेऊन या नाटकाचे प्रयोग खेड्यापाड्यांतून व्हायला हवेत, असं वारंवार म्हटलं गेलं. अर्थात ही गोष्ट फार कठीण होती. दोन कारणांसाठी : एक, योग्य त्या संघटनेद्वारा या प्रयोगाचं संचालन आवश्यक होतं. दोन, गावोगावी प्रयोग करण्यासाठी पैशाचं पाठबळ लागणार होतं. पण सुदैवानं यांतल्या पहिल्याची जबाबदारी युवक क्रांतिदलानं घेतली, आणि दुसऱ्याची 'टर् डी होम्स' या जर्मन संस्थेनं. या नाटकाच्या प्रतिक्रिया काय होतात, हे पाहाण्यात या संस्थेला स्वारस्य होतं. शहरी प्रायोगिक नाटक हे खेड्यांमध्ये कितपत पोचतं हेही पाहण्यासारखं होतं. या दृष्टीनं या नाटकाचे प्रयोग मराठवाड्यातल्या सोळा गावी सादर केले गेले. नाटकातल्याच एका कलावंतानं या दौऱ्याचा लिहिलेला हा वृत्तांत अनेक गोष्टींवर प्रकाश टाकणारा आहे. मराठी रंगभूमीच्या संदर्भात अशा प्रकारचा – म्हणजे सामाजिक उद्‌बोधनाचा आणि प्रतिक्रिया अजमावण्याचा हा पहिलाच प्रयोग असल्यामुळे त्याचं महत्त्व असाधारण आहे.

– संपादक, सोबत

एखाद्या नाटकाचा दौरा निघणे ही आजकाल काही विशेष गोष्ट नव्हे. व्यावसायिक नाटकांचे दौरे तर अव्याहतपणे चालूच असतात. मग 'सूत्रधार' निर्मित 'लोककथा ७८' या नाटकाच्या मराठवाडा दौऱ्याचे वैशिष्ट्य कशात आहे?

'लोककथा'७८' गेल्या वर्षी राज्य नाट्य स्पर्धे पहिले आलेले. त्यातील ज्वलंत आशयामुळे आजही ते अखिल महाराष्ट्रात गाजत असलेले. या

नाटकाने प्रेक्षकांना भारावून टाकले. समाजसेवकांना अस्वस्थ केले. 'शंभर भाषणांपेक्षाही अधिक प्रभावी' असे उद्‌गार बाबा आढावांनी या नाटकाविषयी बोलताना काढले. 'टर्‌डी होम्स' या संस्थेच्या आदी पटेल, विजय परुळकर वगैरे कार्यकर्त्यांचीही हीच प्रतिक्रिया झाली. केवळ मुंबई-पुण्यापुरतेच मर्यादित न राहता हे नाटक महाराष्ट्रात सर्वत्र दाखवले गेले पाहिजे, असे त्यांना वाटले. यासाठी आर्थिक सहकार्याची तयारी त्यांनी दाखवली. युक्रांदच्या कार्यकर्त्यांनाही असे न वाटते तरच नवल! कारण त्यांच्यापैकी काहींनी तर आपले संपूर्ण आयुष्यच या प्रश्नासाठी वाहून घेतलेले. 'टर्‌डी होम्स' व 'युक्रांद'ने मराठवाडा दौऱ्याची योजना 'सूत्रधार'पुढे ठेवली. सूत्रधारने ती मोठ्या आनंदाने स्वीकारली, कारण मुळात नाटक सादर करताना सामाजिक संस्थांनी या नाटकाचा जास्तीत जास्त उपयोग करून घ्यावा असे आवाहन 'सूत्रधार'ने केलेच होते. 'लोककथा'चे कलावंत-तंत्रज्ञही वैयक्तिक अडचणी बाजूला ठेवून नाटकासाठी हवा तो वेळ देण्यास केव्हाही तयार होते.

दि. दोन ऑक्टोबर ते सोळा ऑक्टोबर असा १६ दिवसांचा भरगच्च कार्यक्रम आखला गेला. लोककथा बरोबरच 'अलिबाबाचे खेचर नि एकोणचाळीसावा चोर' हे बालनाट्यही प्रत्येक ठिकाणी दाखवायचे ठरले. अशा रीतीने दोन्ही नाटकांचे मिळून बत्तीस प्रयोग सादर करण्यासाठी आम्ही कलावंतांनी १ तारखेला रात्री मुंबई सोडली.

युक्रांदने गावे निवडताना कल्पकता दाखवली होती. औरंगाबाद, बीड, उस्मानाबादसारखी जिल्हा ठिकाणे, उद्‌गीर, वैजापूर यांसारखी तालुक्याची गावे आणि सोनवती, कुमठा, वीरगाव ही खेडी अशी विविध प्रकारची गावे ठरवून, नाटक शक्य तो सर्वत्र पोचेल याची काळजी घेतली होती.

नाटक दलितांवरचे! मराठवाड्यात दलित आणि दलितविरोधी असे संमिश्र लोकमत तयार झालेले. प्रयोग करताना कलावंतांना त्रास तर होणार नाही ना? लोक हिंसात्मक मार्गाचा अवलंब तर करणार नाहीत ना? इत्यादी शंका काढल्या गेल्या. पण अशा शंकांची धास्ती कुठल्याही कलावंतानं घेतलेली दिसली नाही. उलट आपण या दौऱ्यात सहभागी आहोत याचा आनंदच प्रत्येकाच्या चेहऱ्यावर दिसत होता.

या दौऱ्याचा मुख्य हेतू-प्रेक्षकांच्या प्रतिक्रियेचा अभ्यास हा होता. ही प्रतिक्रिया दोन भागांत व्यक्त होऊ शकते. एक प्रत्यक्ष प्रयोग पाहाण्याची पद्धत आणि दुसरा-प्रयोगानंतर होणारी चर्चा.

नाटक पाहातानाची प्रतिक्रिया प्रत्येक ठिकाणी वेगवेगळी होती. औरंगाबाद, बीड, लातूर यांसारख्या जिल्ह्याच्या ठिकाणी कमीअधिक प्रमाणात मुंबई-पुण्याच्या प्रेक्षकांसारखीच प्रतिक्रिया व्यक्त केली गेली. इथले प्रेक्षकही सबंध वेळ अक्षरश: बांधून ठेवल्यासारखे असत. रंगमंचावर उलगडत जाणाऱ्या प्रक्षोभक घटना पाहून हादरून जात असत. नाटक आवडल्याची पावती शेवटी टाळ्यांचा कडकडाट करून देत असत. तो टाळ्यांचा आवाज ऐकला की आम्हां कलावंतांचे कान तृप्त होत असत. या जिल्ह्यांच्या ठिकाणच्या प्रेक्षकांना अशी तंत्र-प्रगत नाटकं पाहण्याची सवय दिसली. नाटकाचा आशय समजण्यामधे तंत्र आड येत नव्हते.

बहुतेक तालुक्यांच्या गावीही असेच प्रेक्षक होते. मात्र काही ठिकाणी अनपेक्षित प्रतिक्रिया मिळत-मायमिंग (मूकाभिनय) न समजणे, नाटकात मूल म्हणून कापडाची गुंडाळी दाखवलेली पाहून गंमत वाटणे, झोपडीचं 'दार' म्हणून दोन खेडूतच उभे राहतात. नायिका सावित्री ते 'दार' उघडते, बंद करते हे पाहून काही ठिकाणच्या लोकांनी हसून प्रतिसाद दिला हे तंत्र नव्यानंच पाहायला मिळाल्यामुळे लोकांना त्याची गंमत वाटणे साहजिक होते. परंतु त्यामुळे नाटकाच्या रंगतीवर परिणाम झालेला दिसला नाही. प्रेक्षक नाटकाबरोबर समरस झालेले आहेत याची जाणीव आम्हांला प्रयोग चालू असताना सतत होत होती.

सोनवती या अंतर्भागातल्या खेडेगावातल्या काही प्रेक्षकांनी-विशेषत: स्त्रियांनी आमची निराशा केली. त्यांची नाटकाची ओळख अगदी प्राथमिक म्हणजे मेळा, तमाशा या स्वरूपाची होती. नाटकाचा विषय त्यांचा 'स्वत:चा' जिव्हाळ्याचा होता. पण ते 'नाटक' म्हणजे जो प्रकार पाहायला आले होते तो हा नव्हता. त्यांची अपेक्षा करमणुकीची होती. नाटकातील गांभीर्य त्यांच्या पचनी पडले नाही. त्यातील आर्तता त्यांच्यापर्यंत पोचली नाही. या गावात नाटक संपल्यानंतर युक्रांदच्या कार्यकर्त्याने विचारले की, 'तुम्ही अशा अन्यायाविरुद्ध काय करणार?' तेव्हा बराच वेळ निरुत्तर राहून नंतर एकाने उत्तर दिले. 'समिती काढणार!' याचा अर्थ याही गावी पुरुषवर्ग नाटक समजू शकत होता. वीरगावात पाटलाच्या पोरानं चौदा वर्षांच्या मुलीवर बलात्कार केलेला-सगळा गाव त्याच्या विरोधात-आम्ही त्या गावी गेलो तोपर्यंत तिथल्या कृतिसमितीने लक्षणीय कार्य केले होते, लोकांना निर्भय बनवले होते.

सोसायटीतील ९० हजारांची अफरातफर उघडकीस आणली होती. आमच्या प्रयोगाला लोक मोठ्या संख्येनं येऊन बसले होते. स्त्रियाही खूप होत्या (एवढ्या स्त्रिया कधी एकत्र येऊन बसल्या नव्हत्या, असं तिथले लोक म्हणाले.) खुद्द पाटीलही नाटक पाहायला आला होता. (प्रयोगानंतर दुसऱ्या दिवशी या गावच्या आजूबाजूच्या पाच-सहा गावांतल्या लोकांनी युक्रांदला भेटून 'आमच्या गावात लोकसमित्या' हव्यात, अशी मागणी केली. नाटकाचा इतका प्रत्यक्ष परिणाम होऊ शकतो, ही घटना आश्चर्यकारक होती. वीरगावात प्रेक्षक पात्रांना आपल्या गावातल्या व्यक्तींवरून ओळखत होते. उदा. 'हा चमच्या म्हणजे आपला बबन्या' वगैरे शेरे ऐकायला मिळत.) कुमठा, वाशी इत्यादी गावांतसुद्धा पाटील विरुद्ध सामान्य लोक असा संघर्ष कायम धुमसत असलेला. परंतु यांसारख्या गावांमधून खेडूत प्रेक्षक कितपत अंतर्मुख होतो कोण जाणे! तो नाटकात एकसारखा करमणूक शोधत असतो. शहरातही मारामारीचे सवंग चित्रपट पाहाणे कष्टकरी - कामगार वर्ग अधिक पसंत करतो. मग या गावांतून तर दारिद्र्य, अत्याचार वगैरे गोष्टींनी त्याचे जीवनच पोखरलेले.

यावरून असा विचार मनात येतो की, गरिबांवर होणाऱ्या अत्याचारांची जाणीव प्रत्यक्ष त्या वर्गापेक्षा इतरांनाच करून देणे अधिक आवश्यक आहे. कारण गरिबांना मदत करणारी शक्ती निर्माण झाली तर ती गरीब नसलेल्यांतूनच होईल.

प्रयोगानंतरच्या चर्चाही सर्वत्र रंगल्या.

जिथे महाविद्यालये होती तिथे विद्यार्थी अधिक कळकळीने बोलताना दिसत होते. (त्यांना बोलू न देण्याचा प्राध्यापकीय भंपकपणाही काही ठिकाणी दिसला.) समाजातल्या सर्व थरांतले लोक नाटकामुळे आकर्षले जाऊन चर्चेला आलेले दिसले.

विचारल्या जाणाऱ्या प्रश्नांमधले मुद्दे बहुतेक ठिकाणी तेच होते. फरक तपशिलाचा. उत्तरे कधी कलावंतांनी तर बऱ्याच वेळा स्वत: मतकरींनी दिली. प्रश्नोत्तरे साधारण खालीलप्रमाणे.

प्र. नाटकाचा शेवट निराशात्मक का? तो आशादायक व्हायला हवा.

उ. सध्या तरी सर्वत्र हेच चित्र दिसत आहे. आशादायक शेवट घडवू शकणारा नायक केवळ लेखकाच्या कल्पनेतून न येता प्रत्यक्ष समाजात निर्माण

व्हायला हवा आहे. तसं घडलं तर पुढच्या नाटकाचा शेवट आपोआपच आशादायक होईल.

प्र. या नाटकाचा सामाजिक क्रांतीसाठी कितपत उपयोग होईल?

उ. एका नाटकानं समाज बदलेल असं म्हणणं हास्यास्पद आहे. परंतु त्या बांधकामातील ही पहिली वीट आहे. अशा हजारो प्रयत्नांनी समाज जागा होईल. (एक कलाकार वसंत सोमण म्हणाले, तुम्ही तुमच्या गावात होणाऱ्या प्रत्येक नाटकानंतर चर्चा करायला जमता का? नाही ना? मग या नाटकावर एकत्र येऊन चर्चा करीत आहात. हेच या नाटकाचे फलित आहे. (प्रत्यक्षात मात्र अहमदनगरमध्ये या नाटकावरून स्फूर्ती घेऊन 'धरणा'मध्ये लोकांनी सात मिनिटांचे 'स्ट्रीट प्लेज' उभे केले. लोकसमित्यांची मागणी ही तर प्रत्यक्ष कार्य होऊ लागल्याची खूण होती.

प्र. या नाटकात शिवीगाळ असूनही नाटकावर 'अश्लील' म्हणून टीका का झाली नाही?

उ. या नाटकात शिवीगाळ मुद्दाम घातली गेली नसून ती या भाषेचं एक आवश्यक अंग म्हणून आली आहे. या नाटकाला पुस्तकी घाटाची अलंकारिक भाषा निरुपयोगी आहे. इथे खरीखुरी, रांगडी, काळजातून निघणारी भाषा आहे. त्यामुळे जगन्या जेव्हा खेडुतांना धिक्कारतो, 'गांडू साले, मुतरे! तुम्हीच असे हिजडे निपजलात तर तो पाटील का नाही माजणार?' तेव्हा आपण 'भलतेच' ऐकतो आहोत असं प्रेक्षकाला वाटत नाही तर उलट जगन्याच्या त्वेषाचा उद्रेक समर्थपणे त्याच्यापर्यंत पोहोचतो – त्याला पटतो. याऐवजी साधी भाषा वापरली असती तर नाटक खोटे, मिळमिळीत वाटले असते. (हे उत्तर प्रेक्षकांपैकीच एकानं दिलं.)

प्र. नाटकातले फौजदार, पाटील, मास्तर हे सुष्ट-दुष्ट प्रवृत्तीचे 'टाईप्स' वाटतात. जगात माणसं अशी टाईप्ड वागतात का?

उ. नाटकाचा उद्देश 'अनुभव देणे' हा आहे. हा अनुभव प्रेक्षकाला प्रभावीपणे मिळणे महत्त्वाचे. त्यामुळे प्रत्येक व्यक्तीतला या अनुभवाशी संबंधित असलेला स्वभावविशेषच फक्त इथे दाखवणे आवश्यक आहे. इथे सखोल व्यक्तिचित्रण, कलात्मक न्याय-सारे मुद्दे गैरलागू ठरतात. सत्ताधाऱ्याने केलेले जुलूम हाच नाटकाचा विषय आहे. त्याचे इतर चांगले गुण या संदर्भात असंबद्ध आहेत. शिवाय केवळ व्यक्तिचित्रणासाठी ते दाखवत बसल्यास

प्रेक्षकाला येणाऱ्या अनुभवाची तीव्रता कमी होईल.

प्र. मतकरी, तुम्ही सामाजिक बांधिलकी मानता का? या चळवळीशी बांधिलकी मानता का?

उ. मी लेखक आहे, लेखकानं कुठल्याही चळवळीला बांधून घेऊन त्यावरच लिखाण केलं तर ते स्वतःवर आणि समाजावर अन्याय केल्यासारखंच होईल. कारण समाजात अनेक प्रश्न असतात. प्रत्येक प्रश्न आपल्या परीने महत्त्वाचा असतो. दलितांचा प्रश्न महत्त्वाचा तसा महारोग्यांचाही महत्त्वाचा. रिमांड होममध्ये येणाऱ्या कोवळ्या गुन्हेगारांचा प्रश्नही महत्त्वाचा. एखाद्या गावातल्या पिण्याच्या पाण्याचा प्रश्नही महत्त्वाचा. प्रत्येक प्रश्नाकडे माणुसकीचा दृष्टिकोन ठेवून त्या त्या प्रश्नाला न्याय देणं हे लेखकाचं कर्तव्य असावं. कारण लेखक हा विशिष्ट चळवळीचा नसून संपूर्ण समाजाचा असतो. मी प्रथम बांधिलकी मानतो ती रंगभूमीची आणि लेखनाची. इतर गोष्टी नंतर येतात.

प्र. नाटकाचा हा फॉर्म (आकारबंध) प्रेक्षक आणि नाटकाच्या आड येतो का?

उ. सगळ्याच ठिकाणी येत नाही. ज्या ठिकाणी रंगभूमीच्या विविध फॉर्म्सची प्रेक्षकांना सवय आहे तिथे उलट या फॉर्मची मदतच होते. ही रंगभूमीची एक सांकेतिक भाषा आहे असं म्हणू. यामुळे रंगमंचावर बाकी फाफटपसारा टाळून प्रत्यक्ष मुद्द्यांवर प्रेक्षकाला लक्ष केंद्रित करायला लावणे सोपे जाते. उदा. झोपडीचं 'दार' दाखवण्यासाठी दोन खेडूत दारासारखे उभे राहतात. समजा, हे एखाद्या प्रेक्षकाला रसभंग करणारे वाटले तरी प्रत्यक्ष दार लावण्यासाठी वेगळा वेळ घेणे, काळोख करणे हे अधिकच व्यत्यय आणीत नाही का? प्रश्न थोडाफार सवयीचाही आहे. अर्थात जिथे प्रेक्षकांना अशा प्रकारची नाटके पाहण्याची सवय नाही तिथे थोडाफार रसभंग होतो, पण जे दिसत असते ते नवीन असले, तरी समजायला सोपे असते. त्यामुळे हातात काहीच न घेता मास्तर 'नारळ' फोडताहेत ही गोष्ट पहिल्यांदाच पाहिल्यामुळे क्षणिक गंमत वाटली तरी ते 'नारळ' फोडताहेत हे प्रेक्षक चटकन ओळखतो. नाटकाचा आशय त्याच्यापर्यंत पोचणे अशक्य होऊन बसत नाही. एक लक्षात घ्या की, माइमसारखे प्रकार नाटक 'फॅशनेबल' व्हावे म्हणून न करता थोडक्या वेळात चटपटीतपणे अधिक गोष्टी सांगता याव्यात, म्हणूनच केलेले आहेत.

अशा तऱ्हेची प्रश्नोत्तरे थोड्याफार फरकानं प्रत्येक गावात व्हायची. काही लोक असंबद्ध विधानेही करायचे, काही लोक तोच प्राथमिक मुद्दा नवीन सांगितल्याच्या थाटात पुन्हा मांडायचे. काही लोकांचा उद्देश स्वत:च्या पांडित्याचे प्रदर्शन करणे हा असायचा. अशा लोकांचा त्रास व्हायचा, पण बहुतेक ठिकाणी चर्चा मनमोकळी झाली. गावातल्या लोकांना चर्चेला यावेसे वाटायचे हे विशेष. यात आंदोलनविरोधी मंडळीही असायची. या निमित्ताने काही गोष्टी त्यांना समजावून देता यायच्या. खेडेगावात प्रयोग संपल्यावर लगेच बसल्या जागी चर्चा सुरू व्हायच्या.

'हे नाटक वीरगावसाठीच लिहिलंय' असे वीरगावातले लोक म्हणाले. 'पांढरपेशा लेखकांना ग्रामीण प्रश्न काय कळणार?' अशी चिंता करणाऱ्या टीकाकारांना हे सज्जड उत्तर होते.

नाटकाचा ७५ वा प्रयोग औरंगाबाद येथे मा. बापूसाहेब काळदाते यांच्या अध्यक्षतेखाली साजरा केला. त्यावेळी प्रा. अविनाश डोळस म्हणाले, 'आमच्या मराठवाड्यात घडलेल्या या घटनेवर नाटक लिहावे असे मराठवाड्यातील कुठल्याही लेखकाला वाटले नाही. ते दूर मुंबईला राहणाऱ्या एका पांढरपेशा लेखकानं अत्यंत समर्थपणे लिहावे, ही विचार करण्यासारखी गोष्ट आहे.'

सबंध दौऱ्यात सर्वांत उत्कृष्ट प्रतिक्रिया व्यक्त केली अंबाजोगाई येथील कॉलेजच्या अशिक्षित वॉचमननं. नाटक संपल्यावर श्री. विजय परुळकर प्रतिक्रिया टेप करीत होते तिथे न राहवून तो आला. एखाद्या सुबुद्ध, जाणकार प्रेक्षकासारखा अर्धापाऊण तास नाटकावर बोलला. या अंगुठाछाप माणसाला गोंधळून टाकण्याचा मुद्दाम प्रयत्नही करण्यात आला. पण त्याची मतं ठाम आणि स्वच्छ होती. त्यांत कळकळ होती. कुठल्या प्रकारची 'पोझ' घेऊन तो बोलत नव्हता. नाटकातल्या प्रत्येक दृश्याचा अर्थ त्याला व्यवस्थित कळला होता. त्याने तो हेलावून गेला होता.

नाटकामध्ये दलितांचा म्होरक्याच शेवटी प्रेक्षकांना प्रश्न विचारतो, 'तुम्ही आमची रामकहाणी पाहिलीत — आता आमच्यासाठी काही होईल तेवढं करणार की घरोघर जाऊन हे सर्व विसरून जाणार?' मुंबई-पुण्यातल्या प्रेक्षकांसारखी मराठवाड्यातील प्रेक्षकांची प्रतिक्रियाही मूकच होती. अगदी तशीच शांतता. फक्त एके ठिकाणी एक प्रेक्षक हळूच म्हणाला, 'अरे, हे सर्व लोक गांडू आहेत.'

मराठवाड्यात जिथे जिथे या नाटकाचे प्रयोग झाले तिथे तिथे या नाटकाचे महत्त्व लोकांना पटले आहे, असे आम्हांला जाणवले. हा ज्वलंत जळजळीत अनुभव देण्यासाठी आम्ही मराठवाड्यात फिरलो - परत येताना असंख्य अनुभव गाठीशी बांधून आलो. 'नाटक लोकांपर्यंत पोहोचवणे' म्हणजे काय आहे हे आम्हांला थोडेफार कळले.

व्यावसायिक नाटकवाले बाहेरगावी नाटके करतात तीसुद्धा व्यवस्थित बांधलेल्या रंगमंचावर. पण आम्हांला मात्र खेडोपाडीही प्रयोग करावे लागत होते. कधी एखाद्या खेड्यात आमची बस घेऊन 'पोचणे' हेच जिकिरीचे असे. सोनवतीला जाताना टेंपोचे चाक चिखलात रुतले. रस्ता अतिशय कच्चा. त्यात दीड तास गेला आणि चारपाच जणांना 'चिखलस्नान' घडले. कुमठा गावात जाण्यासाठी तर 'रस्ता'च नव्हता. जाताना पाच सहा कि. मी. चालत गेलो. सामान बैलगाडीतून नेले. प्रयोग रात्री दोनला संपला. नंतर जंगलातून पुन्हा चालत यावे लागले. पण या गावीदेखील प्रयोग सगळ्या सामुग्रीसकट, अगदी पुण्याच्या 'बालगंधर्व' मधे करावा तितका व्यवस्थित केला. फारशी तडजोड न करता. बहुतेक गावांत प्रयोग उशिरा सुरू व्हायचे, रात्री दोन-अडीच पर्यंत संपायचे. पण उशीर होतोय याची खंत कुणाला दिसली नाही. मुख्यत: उशीर व्हायचा तो तीन कारणामुळे. लाईट, माईक आणि कधी कधी खुद्द स्टेजच! काही काही गावांत विजेचा लोड कमी असायचा. मग आहे तेवढ्यातच लाइटिंग करावं लागू नये यासाठी पॉवर हाऊसपर्यंत धाव घ्यावी लागे. कुठे रात्री आठनंतर वीज यायची. तोपर्यंत काही न करता बसून राहावं लागायचं. वीरगावात तर आम्ही चार बल्ब लावूनच प्रयोग केला. काळोख करणेही इथे अशक्य होते; कारण लाईट स्विच पाच मिनिटांच्या अंतरावरच्या ग्रामपंचायतीच्या कचेरीत! (मात्र या पहिल्याच प्रयोगानंतर इतर कुठेही अशी तडजोड केली गेली नाही.) काही गावांतल्या माईकवाल्यांनी जणू कटच केला होता. ते वेळेच्या फक्त पंधरावीस मिनिटं आधी यायचे — आल्या आल्या हिंदी गाण्यांच्या रेकॉर्ड्सचे दळण चालू करायचे. मग नाटकासाठी माईक लावायला मात्र तास-दोन तास लावायचे. याचा परिणाम म्हणून आम्हांला मेकप करून ताटकळत बसावं लागायचं (काहींची मात्र हिंदी गाणी चांगली पाठ झाली. 'दादा' सिनेमाची हिंदी गाणी आणि दादा कोंडक्यांची मराठी गाणी खेडेगावात 'पॉप्युलर' होती.)

सर्वांत मोठा प्रश्न आला तो स्टेजचा. जिथे मूळची बांधलेली स्टेजेस होती तिथे प्रश्न नव्हता. पण वाशी, औराद, सोनवती, अहमदपूर अशा गावांत स्टेज बांधण्यापासून सुरुवात असायची. नाटकाला कशा प्रकारचं स्टेज हवं याची स्थानिक लोकांना कल्पना नसायची. आवश्यक तेवढं तरी स्टेज असल्याशिवाय नाटक सुरू करणं शक्य नसायचं. यामध्ये सर्वांत जास्त त्रास सोसावा लागला मतकरींना. गावातल्या लोकांचा, हे नाही ते नाही, असा कडवा विरोध असतानाही मतकरी उत्साहानं प्रयत्न करीत राहायचे. जे काही सापडेल ते घेऊन स्वतःच्या देखरेखीखाली स्टेज बांधून घ्यायचे. अर्थात काही ठिकाणी तडजोड करावी लागायची. कारण खेडेगावात साधनांची कमतरता. त्यामुळे सर्व प्रकारच्या रंगमंचांवर आम्ही प्रयोग केले. कधी सरळ जमिनीवर, कधी फरशीवर, कधी शाळेतली बाकं जोडून, कधी मोठ्या ड्रम्सवर फळ्या टाकून इतकंच काय पण पत्र्याच्या स्टेजवरही प्रयोग केला. सबंध प्रयोगाला धाड् धाड् अशी आवाजाची पार्श्वभूमी लाभली. कारण नुसतं पाऊल ठेवलं तरी आवाज यायचा. वीरगावात पाच बाय पंधराच्या ओटीवर प्रयोग केला.

या सर्वांत 'सोनवती'चा अनुभव अविस्मरणीय! 'इथे नाटक करा' असं म्हणून गावातल्या लोकांनी एका वडाखाली ढासळलेल्या पारावर आणून सोडलं. परिस्थितीत फारच वाईट होती. सेट, लाईट लागणं कठीण! आम्ही निराश झालो होतो. पण मतकरी उत्साहानं आले आणि त्यांनी आम्हांला वेगळेच काही सांगितले. पाराशेजारी रस्ता होता. रस्त्याच्या पलीकडे एक दगडी चौथरा होता. तो मारुतीचा पार होता. मतकरींना यात 'चॅलेंज' आढळलं. त्यांनी दोन्ही पार, आणि मधला रस्ता यांसकट सर्वच्या सर्व सत्तर फूट जागा वापरायचं ठरवलं. मुलांच्या नाटकाचे वेगवेगळे सेट्स दोन्ही ठिकाणी लावले. अलिबाबाची गुहा वडाच्या झाडाखाली लावली. खऱ्याखुऱ्या फांद्या, दगड, ओंडके यांबरोबर लाकडी कट्आऊट बेमालूम मिसळून तो प्रचंड वटवृक्षही मग आमच्या स्टेजचा भाग बनून गेला. मधला रस्ता रस्त्यांच्या सिन्ससाठी वापरला. पलीकडे दगडी चौथऱ्यावर कासिमच्या राजवाड्याचा नेत्रदीपक सेट उभा राहिला. अमेरिकन थिएटरची आठवण यावी असा तो प्रचंड सत्तर फुटी रंगमंच दिसू लागला. तिथे नाटक करताना भलतीच मजा आली. मुलांच्या नाटकातलं भूत नेहमी एन्ट्री अर्थातच विंगमधून घेतं; पण इथे प्रेक्षकांमागच्या डोंगरमाथ्यावरच्या दर्ग्यातून आणि नंतर झाडावरून उडी मारून भूत रंगमंचावर

आलं. कासीम खेचराच्या पाठीवर बसून चाळीस पन्नास फूट अंतर पार करून गुहेकडे गेला.

मतकरी म्हणाले, 'दिल्लीच्या नॅशनल स्कूलचे श्री. अल्काझीनी मोकळ्या जागी खूप एरीया वापरून नाटकं सादर केलेली आहेत. आपल्याला तशी संधी मिळाली तर ती का वापरू नये?' आम्ही ती संधी वापरली आणि एका अभूतपूर्व प्रयोगाचा आनंद आम्हांला मिळाला.

अर्थात 'सोनवती'सारख्या गावात अमेरिकन रंगभूमीसारखा सत्तर फुटी रंगमंच उभारण्याची कल्पना सुचणे–ती प्रत्यक्षात उतरवणे हा चमत्कार मतकरींच्या कल्पक प्रतिभेने केला. दुसरा कुणी असता तर 'पारावरच करा नाटक कसंतरी' म्हणून मोकळा झाला असता.

व्यावसायिक नाटकाचे दौरे आखणारे अनुभवी असतात. पण युक्रांदच्या कार्यकर्त्यांना असला काहीच अनुभव नव्हता. त्यामुळे राहण्याजेवण्याची सोय कितपत असेल याची आम्हांला शंका होती. पण ती शंका खोटी ठरवली शांताराम पंदेरे, सुभाष लोमटे, संदिपान बडगेरे, आनंद करंदीकर या युक्रांदच्या तरुणांनी. सुभाष लोमटे यांनी प्रत्येक गावात संपर्क साधून सर्व दौरा व्यवस्थित आखला. तो व्यवस्थित पार पडण्यासाठी त्यांना साथ दिली शांताराम पंदेरे यांनी. दोघेजण सतत आमच्याबरोबर होते. वाटेल ते परिश्रम करण्याची, त्यांची तयारी होती. पुढे पुढे आम्हां कलावंतांमध्ये ते इतके सामावून गेले की बहुवचन गळून पडले. शांतारामने तर एका प्रयोगात छोटीशी भूमिकाही केली.

सर्वांत उत्कृष्ट पाहुणचार झाला तो अणदूरला. श्री. अलुरे गुरुजी यांच्या शाळेत! त्यांनी स्टेजही खास देखरेख करून बांधून घेतले होते.

प्रचंड जनसमुदाय पाहायला मिळाला तोही अणदूरलाच! आठ ते नऊ हजार लोक त्या गावात नाटक पाहायला जमले होते. दोन नाटकांमध्ये नेपथ्य, प्रकाशयोजनेसाठी मध्यंतर होतं. पण त्या तासात कसलाही गडबड गोंधळ नव्हता.

गर्दी सगळीकडे लाभली. मोठ्या गावात तिकिटं लावलेली असायची. छोट्या गावात 'जमेल तेवढे पैसे द्या आणि नाटक पाहा – पैसे नसल्यास फुकटात पाहा' असेच धोरण युक्रांदने ठेवले होते. कारण जास्तीत जास्त लोकांनी नाटक पाहावं असाच हेतू होता, पैसे कमवणे हा नव्हता. लहान मुलं तर अक्षरश: दहा पैसे, पाच पैसे घेऊन नाटकाला यायची. वैजापूरला एका अर्धवट तरुणाने पस्तीस चाळीस रुपये खर्च करून, ज्या मुलांकडे पैसे नव्हते त्यांना तिकिटं काढून दिली. तो अर्धवट तरुण स्वत:ला 'डॉन' म्हणवून घेत होता. अभिताभच्या, गरिबांना मदत करणाऱ्या तरुणाच्या प्रतिमेने त्याला झपाटले होते.

सोळा दिवसांत पन्नास ते साठ हजार प्रेक्षकांपर्यंत आम्ही नाटक पोचवलं. लोककथाच्या जाहिरातीत कधी कधी आम्ही एक ओळ छापतो – 'लोकांचे लोकांसाठी लोकांनी तयार केलेले नाटक.' मराठवाड्याच्या दौऱ्यानं ही ओळ सार्थ केली.

– *सोबत*, रविवार, दि. २३ डिसेंबर १९७९

कालसंगत 'दंडार' लोकनाट्यशैलीचे रूप

मधुकर वाकोडे

अनेक शतकांची परंपरा 'दंडार' ह्या लोकनाट्यशैलीस आहे. दंडार हा लोकसमूहाचा एक रांगडा कलाप्रकार. दंद (भांडण) + आर = उंच सुरात म्हणावयाचे गाणे. दंड, टिपऱ्या धारण केलेल्या लोकांनी गाण्याच्या तालावर सादर केलेला खेळ, असेही वर्णन दंडार कलाप्रकाराचे करता येईल. थोडक्यात म्हणजे, दांडग्या लोकांनी आपल्या रांगड्या पद्धतीने लोकमंचावर सादर करावयाचा नाट्यसंगीत प्रकार म्हणजे दंडार किंवा दंढार.

पूर्वरंग आणि उत्तररंग असे दंडार शैलीचे दोन भाग पडतात. पूर्वरंगात नाट्यशास्त्रास अनुसरून नमन, स्मरण व गणेशाचे आगमन इत्यादी विधिवत गोष्टींना प्राधान्य असते. आणि टिपरी नृत्यादी प्रसंगांचा भर संगीतावर असल्याने पूर्वरंग एकूणच संगीताश्रयी, मधुर (Melodious) भाग असतो. उत्तर-रंगात मात्र हास्यकारक, अद्भुतरम्य आणि पौराणिक नाट्यप्रवेश पार पडतात. दोन नाट्यप्रवेशांना जोडण्यासाठी गजर (Interlude) म्हटले जातात.

लोकसमूह लोकभाषेत हा कलाप्रकार सादर करतात. भाषेचा जिवंतपणा, लयबद्धता आणि भावनात्मक भारलेपणा ह्या सर्व बाबींनी हा कलाप्रकार वेधक ठरतो. दर्शनी पडदा आणि नेपथ्याचा अभाव. मुखवटेधारी सोंगांना पूर्वरंगात विशेष प्राधान्य असल्याने 'दंडार'च्या सामुग्रीचा पेटारा असतो. ऐनवेळीही दर्शकांतील नाटक्या सहभागी होऊ शकतो किंवा सहभाग संपल्यावर दर्शकांत जाऊन बसू शकतो. दर्शक-कलावंत यांच्यात मुळीच अंतर नसते. लोकमंचापर्यंत दर्शक बसलेले असतात आणि कधी कधी ते कलावंताशी संवादही साधतात. रंगपीठावर वादक मंडळी अर्धवर्तुळाकार उभी राहतात. ५-६ झांजवाले, २-३ ढोल वाजविणारे, एक ढोलकीवाला आणि ३-४ लाकडी

पिलमपोवा वाजविणारे, असा साधारणपणे १०-१२ वादकांचा ताफा असतो.

सर्वप्रथम शंकराचे स्मरण केले जाते. हे स्मरण महादेवाचा धावा असतो.

या जाग्याची मईमा हो मईमा ऽ । शंकर उतरले गावा हो गावा ऽऽ!

शंकर म्हणजे नटश्रेष्ठ. लोकमंचाचा महिमाच असा की महादेव अवतीर्ण झालाच म्हणून समजा. संथ लयीतील हा चरण पाहता पाहता द्रुतलय धारण करतो. हा चरण ढोलकरी म्हणतात. झांजवाले तो चरण पुन्हा आळवितात. पिलमपोव्यांची मस्त धून साथीला असते. वातावरण भारले जाते. वादकांना जोश येऊन ते झुलत झुलत गात असतात. हळू हळू आवर्तने विरळ झाल्यावर हाती दंड धारण केलेल्यांचा टिपऱ्यांचा खेळ सुरू होतो. हे निखळ नृत्य नाही, पण नर्तक वाद्यांच्या आवर्तनावर विशिष्ट पदन्यास घेतात.

अखाळा! नित वाजे चौधळा!
झेंडा रोवला!

हे उंच स्वरात गाणे चालू असताना मुखवटा धारण केलेला गणपती, सारजा आणि हनुमंत यांचा पडद्याआड प्रवेश होतो. दोन व्यक्ती कापड धरून उभ्या राहतात. गणपती आसनस्थ होतो. सारजा उभी राहते तर हनुमंत टिवल्याबावल्या करीत राहतो. लोक हसतात. एकाच वेळी दोन दृश्य प्रसंग लोक अनुभवतात. नमनाच्या वेळी टिपऱ्यांची लय वाढलेली असते. नमन थांबताच दंडधारीही थांबतात. आणि गजर होतो.

गणपती हो ऽ ऽ गणमोरया ऽ ऽ
पाव रे गणराया ऽ ऽ मंगल मुरते ऽ ऽ

गजराची आवर्तने चालू असताना पडदा काढला जातो आणि गणेशाचे अवतरण होते. सारजा तबकधारी असते. तर हनुमंत ढोलाच्या लयीवर उड्या घेत नाचत राहतो. तो वादकांच्या नि दर्शकांच्या नाका-तोंडाशी गदा नेत राहतो आणि त्यामुळे हास्याची कारंजी उडत असतात.

या नंतर संगीताश्रयी 'अकऱ्या' अवतारांचा हास्यकारक प्रवेश प्रारंभ होतो. दहा अवतारांची टर उडविली जाते. ही शैव संप्रदायी लोकशैली असल्याने शैवमतांचा पुरस्कार नि वैष्णव मतांचा धिक्कार असा सांकेतिक बाज असतो. अकऱ्याचे अकरा अवतार कथन झाल्यावर गजर होतो आणि उत्तररंगास प्रारंभ होतो. उत्तररंग न संपणारा, दोन-दोन आठवडे दंडारी चालूनही अपूर्णच राहतात.

'लोककथा ७८' ही रांगड्या पद्धतीने सादर केलेली अशीच एक अपूर्ण पण अपूर्व नाट्यकलाकृती आहे. कलासंगत 'दंडार' लोकशैलीचे रूप म्हणजे 'लोककथा ७८'. लोककथेला नसतोच शेवट. तिला फुटत असतात शेकडो फाटे. खडकातल्या झऱ्यागत. 'दंडार'च्या उत्तररंगाला शेवट नसतोच. जोपर्यंत नाट्यप्रवेश सादर करण्याची खाज लोकांना आहे, तोपर्यंत नाट्यप्रवेश सादर होत राहतात आणि खाज जिरली की आखाडा (लोकमंच) उकलला जातो. पुढील वर्षी पूजन होईपर्यंत.

'लोककथा'७८' नाटकाचा १९७८ साली पहिला प्रयोग झाला. ही कथा १९७८ ची नाही, तर ती अनादी आणि अनंत आहे. मानवी जीवनातील संघर्षाइतकी सातत्यशील. ती सामान्य माणसांची असामान्य कथा आहे. एका अर्थाने व्यथेची गाथा आहे. लोकगाथा कधी सुसूत्र नसते तशी ही 'लोककथा' सुसूत्र नाही.

सामान्य लोकांच्या व्यथेची कहाणी सांगण्यासाठी रत्नाकर मतकरी यांनी लोकशैलीचा अतिशय कलात्मक पण सांकेतिक रीत्या वापर केलेला आहे. त्यामुळे 'लोककथा ७८' हे अभिजात नाटक न ठरता खेळरूपात अवतीर्ण होते. 'दंडार'सारखे आदि-लोककलाप्रकार त्या त्या समूहाचे अंगभूत कलाप्रकार असतात. ते त्यांच्या जीवनाचे अंग असते. लोकनाट्यशैलीतील कलावंत आणि पाहणारे दर्शक एकजीव झालेले असतात. 'लोककथा'७८' हे नाटक दर्शकांनी प्रेक्षकांच्या भूमिकेत न पाहता त्यांनी स्वतःच खेळातील भूमिका व्हावे ही अपेक्षा रत्नाकर मतकरींची असल्याने त्यांनी घटना-प्रसंग अनघड स्थितीत रंगमंचावर उभे केलेत. त्यात ना रेखीवपणा ना आखीवपणा आणि ना लेखकीय संस्कार. त्यामुळे हा नाटकी प्रकार न ठरता उघडावाघडा खेळ वाटतो.

आखाड्यावर चालणारी 'दंडार' लोक पाहत नसतात. ते घटना-प्रसंग अनुभवत असतात. नाटकाच्या संकेतानुसार कलावंत व प्रेक्षक यांच्यात अंतर असते तर लोकमंचावरील कलावंत आणि दर्शक यांचे अंतर जुळते. 'लोककथा'७८' हे नाटक खेडूत मंडळी करून दाखवतात, अशी नाटककाराची मूलतः दृष्टी असल्याने नाटकाची उभारणी खेळानुसारी केलेली आहे. दंडार, दशावतार हे खेळ आहेत. आणि खेळ हा मानवी मनांचा एक अपूर्व मेळ असतो. हे खेळ बघ्यांच्या नजरेने लोक बघत नाहीत. ते खेळ जगत असतात. म्हणून 'लोककथा ७८' हे नाटक बघण्यासाठी नसून अनुभवण्यासाठी आहे.

परंपरागत नाट्यशैली बेतलेल्या नसतात. हे कलाप्रकार स्वत:सिद्ध आणि स्वयंभू असतात. 'लोककथा ७८'च्या निर्मितीमागे बेतलेपणाऐवजी न-बेतलेपणा जाणवतो. म्हणूनच ही निर्मिती स्वयंभू आणि स्वत:सिद्ध असल्याचा निर्वाळा वसंत बापटही देतात.

प्रसंग? छे परसंग

'लोककथा ७८' ही लोक-नागर कलाकृती आहे, कारण ह्या कलाकृतीत लोकशैलीचा बाज आहे तर नागर मनाचा, कलावंताचा गाज आहे. आदि-लोकनाट्यशैलीत परसंग घडतात. 'लोककथा ७८' मध्ये एकूण सव्वीस परसंग घडतात. आणि त्यांत सुसंगती नाही. 'दंडार' प्रायोगिक दृष्ट्या अपूर्ण राहते. कारण पाहिजे तेवढ्या प्रसंगांची साखळी लांबविता येऊ शकते. आखाडा-पूजनाची वार्ता गावात पसरली की तेव्हापासून लोकांचा उत्साह उफाळलेला असतो आणि संध्याकाळी गाव-कोतवाल दवंडी पिटून 'दंडार'ची वार्ता गावाच्या कानावर घालतो. दवंडी ऐकल्यापासून लोक मनाने दंडारमध्ये सहभागी झालेले असतात. आवराआवर करून धावत सुटतात. 'लोककथा ७८' ह्या नाटकाचा प्रारंभच मुळी दवंडीसदृश डबडे बडविण्यातून होतो आणि ह्या ओबडधोबड कहाणीतील पुढचे परसंग घडत राहतात. ह्या परसंगांनी कलात्मतेची कास धरली नसून त्यांनी मातीचा वास धारण केलेला आहे. मृग नक्षत्राच्या पहिल्या पावसात सुटलेला मृद्गंध लोकशैलीत असतो. लोककथेत असतो. 'लोककथा ७८'च्या सादरीकरणाच्या संदर्भात रत्नाकर मतकरींनी 'दंडार' लोकशैलीचे सामर्थ्य शोषून घेतले आहे.

ग्राम प्रेक्षागार

लौकिक अर्थाने लोकमंचावर दंडार समूहासमोर सादर होते; पण अलौकिक अर्थाने गावच्या सहभागामुळे ग्राम प्रेक्षागार असते. 'लोककला ७८'मधील मंडळी नेहमी रंगण धरतात. रंगण ही खेळाची जागाच असते. 'दंडार'चा ताफा रंगपीठावर विडीकाडी शिलगावताना कामाच्या वाटणीविषयी चर्चा करतो तर कधीकधी प्रेक्षकांतील एखाद्याला रंगपीठावरूनच एखाद्या कामासाठी बोलवलेही जाते. होऽऽ नाहीऽऽ च्या चर्चा लोकांसमोर चालतात आणि ही बाबदेखील लोकसमूहाला गर्हणीय न वाटता स्वीकारणीय वाटत असते. 'लोककथा ७८'च्या पहिल्या प्रसंगात कामाच्या वाटणीचा प्रसंग घडतो. आणि 'म्होरक्या अन् मास्तर ही समदी तयारी करत्याल तवर तुमी जरा गानंबिनं म्हणून दावा' अशी सूचनाही होते.

'दंडारी'तील गजरात महादेवाचा गौरव असतो आणि 'लोककथा ७८'मधील महादेव कोळ्यांचा निर्देश 'दंडार'मधील शंकरस्मरणाकडे संकेत करताना दिसतो.

मूठभर घरं अंगचोरटी
म्हादेव कोळ्यांची तीच वसती
हात रिकामं पोट खपाटी
जमिनी कसती परक्यांच्यासाठी
जगत्यात घेऊनी द्येवाचं नाव!
डोंगरामाथ्याला आमचा गाव!

ताटलीचा डफासारखा उपयोग आणि कथा सांगणारी टाकणीची, वगाच्या लावणीसारखी चाल तालकरी सूर त्यांप्रमाणे धरतात. भारलेल्या वातावरणात प्रेक्षककलावंत एकरूप होतात. आणि ह्यावेळी संपूर्ण ग्राम प्रेक्षागार होऊन जाते. 'लोककथा ७८' थिएटरमध्ये घडत नसून ग्रामपातळीवरील प्रेक्षागारात खुलत असते, असा अनुभव प्रेक्षकांना येऊ शकतो.

प्रेक्षागारातून गमनागमन!

नाटकाच्या प्रारंभी प्रेक्षागारातून म्होरक्या येतो, त्यानं 'चला रं-' अशी हाळी देताच आणखी पंधरा-वीस माणसं प्रेक्षागृहातून येतात, तेराव्या प्रसंगाच्या प्रारंभी सावित्री प्रेक्षकांत फिरून पत्रके वाटते, प्रसंग १६ च्या प्रारंभी पत्रकार आल्याची बातमी सांगण्यासाठी एक लहान मुलगी प्रेक्षकांतून पळत येते, आणि प्रयोगाच्या शेवटी सर्व मंडळी रंगमंचाच्या पायऱ्या उतरून प्रेक्षकांत येतात व जिथून आले तिथे परत जातात. प्रेक्षकांतून रंगमंचावर आणि रंगमंचावरून प्रेक्षकांत असे कलावंताचे गमनागमन होणे ही लोकशैलीची विशेषता आहे. ही 'दंडारी'तील विशेषता रत्नाकर मतकरी यांनी वैशिष्ट्यपूर्ण योजिली आहे.

'दंडारी'तील एखाद्या प्रसंगाची योजना ही प्रेक्षकांच्या सहभागाची नि प्रेक्षागाराच्या उपयोगासाठी असते. उदाहरणार्थ, गावदरीला कुठेतरी भयानक, अक्राळविक्राळ 'मोमत्याबिला'चे सोंग तयार असते. हातात टायरच्या पेटविलेल्या वहाना, मुख्य सज्जा भयानक, वीतभर जीभ बाहेर आलेली, आणि रंगमंचावर-

चाल रे ऽऽ चाल ऽऽ रे मोमत्या बीला ऽऽ

असा ढोल, झांज आणि पिलमपोव्यावर उंच सुरात गजर सुरू होतो. गावदरीत

लपलेल्या सोंगाला हा इशारा तर असतोच पण त्याचबरोबर प्रसंगानुरूप रौद्रभीषण वातावरण तयार होऊ लागते. आणि प्रचंड आरोळ्या ठोकीत प्रेक्षकांतून 'मोमत्याबील, (भिल्ल?) येतो; तेव्हा स्त्रीवर्गात प्रचंड धावपळ चाललेली असते. लेकरं भेदरलेली असतात आणि पुरुषवर्ग डोळे भरून सोंग बुबुळांत साठवीत असतात. लाव, हडळ यांचे आगमन याच तऱ्हेने होते आणि ही पात्रे रंगमंचावर येतही नाहीत. प्रेक्षागृहाचा उपयोग करून ही पात्रे पुनश्च निघून जातात. प्रेक्षागृहाची घडी पार विस्कटली जाते पण हाच परिणाम त्या प्रसंगातून साधावयाचा असतो. कारण प्रत्येकाला त्या नाट्यात्मक प्रसंगात सहभागी झाल्याचा आनंद तर अनुभवता येतोच, पण त्याचबरोबर मनाने त्या भूमिकेत तो प्रवेश करतो. याप्रकारे रंगमंच आणि प्रेक्षागृह यांच्यात दुरावा नसतो. 'लोककथा ७८' च्या प्रयोगात रंगमंच आणि प्रेक्षागृह यांच्यात सीमारेषा राहात नाहीत.

काळोख – एक अमूर्त पात्र!

'दंडारी'तील मोमत्याबील, धामणखोख्यातील हडळ वगैरे प्रसंगांना पार्श्वभूमी असते काळोखाची. आता गावांचे विद्युतीकरण झाल्यामुळे या प्रयोगांच्या सादरीकरणातील निसर्गाचा सहभागच वजा झाला आहे. हातात टेंभे घेऊन आलेल्या या सोंगांना साथ होती काळोखाची, एका अमूर्त पात्राची. काळोखाच्या पार्श्वभूमीवर त्या सोंगाचा उग्रपणा अधिक गडद – भेसूर वाटायचा. अजूनही काही ठिकाणी काळोखाचे अमूर्तपण (abstract) मूर्त रूपात अनुभवता येते. आदिमंचावरील काळोखाचा सहभाग थोडाबहुत कायम आहे.

'लोककथा ७८'च्या संहितेत काळ्याकभिन्न माणसांचा, काळ्या सावल्यांचा आणि काळोखाचा सातव्या-आठव्या प्रसंगांत निसर्गाधिष्ठित उपयोग करून रत्नाकर मतकरींनी 'दंडार'च्या गाभ्यालाच स्पर्श केला आहे, यात संदेह नाही.

काळोखाच्या पार्श्वभूमीवर पाटलांच्या कृष्णकारवाया, मारेकऱ्यांच्या अभद्र कृष्णच्छाया, काळोखाच्या पोटात लवलवणाऱ्या चितेच्या ज्वाला म्हणजे आजच्या पीडितांच्या विद्रोहातून-गुलामीतून उद्याच्या उठू पाहणाऱ्या क्रांतीच्या ज्वाला. ह्या सर्व संसूचनाने हे घटना-प्रसंग अधिक गडद, जिवंत होतात. लोकशैलीतून निवृत्त होत चाललेल्या काळोखाला मतकरींनी मोठ्या क्लृप्तीने प्रवृत्त केले आहे.

स्वगते? नव्हे, मनोगते!

'लोककथेतील म्होरक्या', 'अरं मी म्हनतु तुमच्या जिवाला कसं काईच वाटंना!', गावकरी, 'पर याचं धंदं बगाल', म्होरक्या, 'चला रं - त्ये काय बी बोलत न्हाईत. ही मंडळी थेट लोकांशी संवाद साधतात. ही नाटकातील स्वगते म्हणून रत्नाकर मतकरी यांनीदेखील नोंद केलेली नाहीत. ही खऱ्या अर्थाने मनोगते मानावी लागतात. आपल्या मनातील विचार त्यांनी दर्शकांना सांगून त्यांच्या प्रतिसादाची - प्रतिक्रियांची अपेक्षा बाळगलेली असते. उलट स्वगतात दर्शकांचा प्रतिसाद अभिप्रेत नसतो.

गजर (Interlude)

कलेच्या संदर्भात 'दंडार' नाट्याविष्काराचे स्वरूप जरी अनघड असले तरी, लोकमानस भावाभिव्यक्तीसाठी अनेक माध्यमांची निर्मिती करते. 'लंप्पक' या कलाप्रकारात 'जिल' या स्वरबंधाचा उपयोग गायकाला किंचित विराम मिळण्यासाठी होतो. तसाच 'गजर' ह्या स्वरबंधाचा उपयोग 'दंडार' नाट्यशैलीत वेगळ्या पद्धतीने केलेला असतो. दर्शनी पडदा या शैलीत नसल्याने खेळ सुरू झाल्यानंतर रंगपीठ खाली राहू नये म्हणून वादकांचा ताफा जसा गजर आळवीत राहतो, तद्वतच दोन नाट्यप्रवेशांना जोडण्यासाठी आणि पुढील नाट्यप्रवेशांची पूर्वसूचना म्हणूनही गजरांचा उपयोग कौशल्याने केलेला असतो. हे गजर (Interlude) अतिशय मधुर व श्रवणीय असल्याने ते केवळ दोन प्रवेशांतील अंतर बुजवितात. सोंगे चढविण्यास उसंत देतात असे नव्हे तर, सर्वार्थाने या नाट्यशैलीची परिणामकारकता वाढवतात. रंगत चढवितात. उदाहरणार्थ, एक हास्यकारक प्रवेश संपताच वादकगायक गजर घेतात.

गायक ढोलकरी : बासरी वाजेऽऽ हो बासरीऽऽ वाजेऽ
नारायणाऽ बासरीऽ वाजेऽऽ
हा गजर पुनश्च सर्व ताफा सांघिकपणे आळवितो. आणि (चाल बदलून)
छननन् बासरी वाजेऽऽ
नारायणाऽऽ बासरी वाजे

पिलमपोवे नशा चढविणारी आवर्तने घेतात, तेव्हा एक नादब्रह्म मूर्त झाल्याचा भास होतो. गजर संपताच पुढील नाट्यप्रवेश चालू असेतो किंवा गरज भासेतो वादकांचे काम थांबते. पात्रे प्रवेशतात, वादक विसावतात. तंबाखू वगैरे घोटला जातो.

'लोककथा ७८' मध्ये प्रवेश १९ ते २४ च्या मध्ये एकूण पाच इन्टरल्यूड्सचा, प्रसंगांचा परिणाम साधण्यासाठी, लोकनाट्यशैलीतील 'गजर' सदृश उपयोग केला आहे. प्रवेश १९ व २० च्या शेवटी आणि प्रवेश २१ व २२ च्या शेवटी एकेका गजराची द्विरुक्ती करून व २३ च्या शेवटी एकेरी गजरा (Interlude) चा घटनाप्रसंगांना उठाव देण्यात रत्नाकर मतकरी कमालीचे यशस्वी ठरले आहेत.

एकोणिसाव्या प्रवेशाच्या शेवटी एकजण पत्रकारांना म्हणतो – तुमी काय बी म्हना सायब. पण आमचा वाली कुनीबी न्हाई. आम्ही शेनातलं किडं शेनातच मरायचं. याच संवादातील 'पर आमचा वाली कुनी नाय' हे एकजण उच्चारतो आणि –

सगळे : (तालात) आमचा वाली कुनी बी नायऽ

आमचा वाली कुनी बी नायऽ

असा अंत:करण पिळवटून टाकणारा गजर घेतात. याची २० व्या प्रवेशाच्या शेवटी द्विरुक्ती करून सावित्रीच्या हालअपेष्टांची भीषणता व्यक्ती केली जाते.

खडी फोडण्याच्या कामावर सावित्री जाते. खडी फोडणारे सगळे मजूर तिला मुकादमाने हाकलल्यावर –

कोनाला कोनाचं दुख दिसत?

कोनाला कोनाचं दुख दिसतं?

असा गजर घेऊन तिच्या हालअपेष्टांची भीषणता तीव्र करतात आणि त्याचबरोबर, ती चार मैल शेजारच्या गावी बांधावर माती घालण्याच्या कामावर असताना दुसरा सदय मुकादम दडपणाखाली तिचे काम बंद करतो; पण बाळाच्या दुधासाठी दोन रुपये मजुरी देतो; तेव्हा ती त्या भल्या माणसाची 'न्हाई तर जगात कुनाला कुनाचं दुख दिसतं?' म्हणून कृतज्ञतेनं भलावण करते. नाहीतर 'पडलेल्याला तुडवनारंच समदं' हा तिचा कटू जीवनानुभव असतो. तिच्या जीवनानुभवाचा पदर पकडून –

सगळे मजूर : पडलेल्याला तुडवनारं समदं जी ऽ

पडलेल्याला तुडवनारं समदं जी ऽ

असा 'लप्पकी'तील जीलसदृश स्वरबंध आळवितात.

ह्या स्वरबंधांचा (Interludes) मतकरींनी केलेला उपयोग 'लोककथे'ला लोकधाटणी प्राप्त करून देतो.

गौळणशैलीतील प्रवेश

गोपी आणि कृष्णाचे सवंगडी यांच्यातील प्रहसनात्मक नाट्य साकार होते ते शब्दांच्या द्व्यर्थी योजनेत. यक्षगान, देशावरचा तमाशा, खडीगम्मत, लप्पक आणि तमाशा कलाप्रकारांत गौळणींचा नाट्यप्रवेश असतो.

मथुरेच्या बाजाराला जाणाऱ्या गोपिकांना कृष्णाचे सवंगडी अडवून त्यांची छेडखानी करतात. मराठी मनाला आनंद मिळतो तो त्यांच्यातील द्व्यर्थी शब्दांच्या वापरामुळे. आदिवासी आणि ग्रामीण पातळीवरील दंडारीत देखील कधीकधी गोपिकांचा हा प्रवेश टाकतात. या चावट प्रसंगांची योजना रत्नाकर मतकरी यांनी जमीनदारांचे हस्तकदेखील किती मस्तवाल असतात हे सूचित करण्यासाठी केला आहे.

यमुनेचा आहे मोठा कठीण घाट
कृष्णाऽ अडवू नको माझी वाट!

हा 'गौळण'चा सूर पकडून गुंडांना सावित्री म्हणते -
'वाट' सोडा आदी माजी'
पहिला : नाय सोडली तर काय करशील गं? हलकट रांड!
दुसरा : हे धर - घेतेस?
पहिला : बघ-बघ! घुसवल्याशिवाय ऱ्हाणार नाही.
दुसरा : फाडून टाकू ऽ सांगतो.

आणि दोघेही धमकी देतात, - येऊ तर देत पेपरवालं. मग बघ तमाशा. हा त्यांचा मस्तवालपणा दर्शकाच्या ठिकाणी चीड निर्माण करण्यास पूरक ठरतो आणि एका अर्थाने हाच तमाशाही असतो, सत्ताधाऱ्यांनी गावात चालविलेला.

'लोककथा'७८' च्या संहितेचा सूक्ष्मपणे विचार केला तर या चौदाव्या प्रवेशाबरोबरच सांकेतिकरीत्या पूर्वरंग संपतो. पंधराव्या प्रवेशात पत्रकार येतात. ह्या लोकगाथेला कलाटणी मिळते. हा उत्तररंगाचा प्रारंभ मानता येतो. कारण इथून पुढे रंग पालटतो.

यात्वात्मक संसूचन

लोककथा सांगणे हा लोकजीवनात एक यात्वात्मक उपचार असतो. तर कधी तो विधी (ritual) चा भाग असतो. लोकशैलीतील अनेक नाट्यप्रकारांत यात्वात्मक प्रवेश असतात. 'लोककथा ७८' मध्ये अशा यात्वात्मक संसूचनांच्या काही जागा आहेत व त्या भयप्रदता वाढविण्यास 'दंडार'शैली प्रमाणे ठोस ठरतात.

यात्वात्मक शक्तींचा कुणाचा घात करण्यासाठीही उपयोग करतात. तारक आणि मारक अशी ही शक्ती. सैतानी शक्तींचा आभास मतकरींनी 'गुणगुण' योजून केलेला आहे.पाटलाच्या आज्ञेत असलेल्या काळ्या आसुरी शक्ती गूढता निर्माण करतात त्या गुणगुणण्यातून. जसजशी या सैतानी शक्तींची गुणगुण वाढते तसतशी वातावरणात भयप्रदता वाढते.

आसुरी शक्तींना 'प्रसाद' म्हणून दारू देण्याचा प्रघात अनेक जमातींत आहे. सातव्या आठव्या प्रवेशांत ही मंत्रात्मक भारलेपणा निर्माण करणारी 'गुणगुण' वाढत जाते आणि शेवटी ह्या आसुरी शक्ती जगन्याचा 'बळी' घेतात. जगन्याचा 'बळी' जाण्यापूर्वीच ही शक्तीची गूढता अत्यंत भयप्रद जाणवते, पुढील अभद्र घटना सुचविते.

पाचव्या प्रवेशात तर मंत्राचा नाटकी विधी (Dramatic Ritual) योजून मतकरींनी लोकमानसाची मंत्रात्मक गूढता मूर्त केली आहे. 'काली काली महाकालीऽऽ ब्रह्म की बेटी ऽऽ इंदर की साली ऽ' अशी मंत्रस्वरूप वरकरणी निरर्थक पण भयप्रद बडबड 'दंडारी'तील अनेक प्रवेशांत असते. तशी बडबड –

चांभाराच्या पोरीवर रेप जाला
चांभाराच्या पोरीचा परान ग्येला

संपूर्ण दृश्यभर चालते.

अघोरपंथीय मांत्रिकांनी एखाद्याच्या जीवनात घोर निर्माण करावा तशी सत्ताधाऱ्यांची पोरंदेखील लोकांच्या जीवनात अघोर पद्धतीने वागतात. हे सामान्यांच्या जीवनाशी खेळणारे एका अर्थाने अघोरपंथीच होत, हे संसूचन घडते.

व्यक्ती एक – भूमिका अनेक

'तमाशा', 'दंडार', यांसारख्या लोकनाट्यशैलीत एक व्यक्ती अनेक भूमिका पार पाडताना दिसते. 'तमाशा'तील ढोलकीवादक खांद्यावरील दुपट्टा डोक्यावर घेऊन मावशीच्या भूमिकेत काही वेळ वावरतो, तर कधी मालकाचा नोकरही बनतो. 'दंडार'मध्ये तर एकच व्यक्ती अनेक प्रसंगी विविध भूमिकांत वावरताना दिसते. 'व्यक्ती एक – भूमिका अनेक', हे सूत्र दर्शकांनी स्वीकारलेले असते. या सूत्राचा एक अभिनव तंत्र म्हणून रत्नाकर मतकरींनी उपयोग केला.

मास्तर, पत्रकार, सरपंचाचा मुलगा ह्या तीन भूमिका 'लोककथा'७८' च्या प्रयोगात एकच नट पार पाडतो. खेडूत नाम्या, शहरी मित्र, मुकादम दोन,

पाटलाचा जावई ह्या पाच भूमिकाही एकच कलावंत साकार करताना दिसतो. एकीकडे समूहनाट्यातील नाट्यान्तर्गत पात्रांवर मतकरींनी मर्यादा घातली तर दुसरीकडे लोकशैलीचा बाज उचललेल्या कलाकृतीलाही न्याय दिला. तिचे मूळ स्वरूप राखले.

कल्पनाशक्तीवर भर (make-believe)

ताटलीचा डफासारखा उपयोग करणे, जमीनदाराचा पुतळा काठीवर सदरा टांगून उभा करणे, पार्टी सर्वत्र निवडून येणे वगैरे प्रसंगनिर्मितीचा भर दर्शकांच्या कल्पनाशक्तींवर सोपवून लोकनाट्याची चेतनाच मतकरींनी जागविल्याचे दिसते.

'तमाशा'तील प्रवेशात दोन-तीन चकरा मारल्या की पुणे शहरात पात्रं जाऊन पोहचतात. बोर्ड वाचल्यासारखे करून मार्केट उभे केले जाते. ह्या विश्वासावर (make believe) सारे नाट्य फुलत असते. विशेष म्हणजे ह्या सर्व प्रसंगी दर्शकांच्या आस्वादात कुठेही अडथळा येत नाही.कारण त्यांनीही आपल्या कल्पनाशक्तीला जागवून ह्या सर्व दृश्यांना मनोमन अनुभवलेले असते.

'दंडार'मधील बहुतेक प्रसंगांत पात्रं सारी भिस्त दर्शकांच्या कल्पनाशक्तीवर ठेवतात. 'धामनखोका' ह्या 'दंडार'मधील हास्यप्रवेशात 'सुपळ्या'पाटलाच्या शेतावरील रखवाली पत्करतो. बायकोला म्हणतो, 'तू सयपाक कर लौकर, मी आलोच. (लांब टांगा टाकतो. चक्कर मारून - अरे राम राम पाटील.) जेवण केल्यावर दुपट्ट्याला तोंड पुशीत चक्कर टाकला की शेतावर, त्यानं हर्ररऽऽ म्हटलं की उडालीत पाखरं - वगैरे सर्व वातावरण तो कल्पनाशक्तीवर सोपवताना दिसतो.'

दुहेरी दृश्यप्रसंगांची योजना

लोकशैलीत रंगमंचावर एकाच वेळी एकापेक्षा अधिक दृश्यप्रसंग घडत असतात. दर्शक ते सुखेनैव अनुभवतात. 'दंडारी'तील एका प्रसंगात -

झांजवाले : दाही अवतार झाले ऽऽ

ढोलवाले : गावात बयरुपे आले ऽऽ

या 'गजरा'च्या वेळी बहुरुप्याचे नाट्य, वादकांच्या झुलण्यातील संचारलेपण आणि हनुमंताच्या माकडचेष्टा इत्यादी दृश्यप्रसंग घडत राहतात.

'लोककथा'७८' च्या दुसऱ्याच प्रवेशात एकाच वेळी दुहेरी दृश्य प्रसंग घडतो. पाटील-ग्रामसेवकातील संभाषण एक दृश्य तर त्याच वेळी जगन्या-लहानूचा सभेतील प्रसंग. पाटलांचे ढोंगी नाट्य तर जगन्या-लहानूचे त्याच्या अस्सल रूपावरील भाष्य-अशी दुहेरी दृश्यप्रसंगांची योजना. रत्नाकर मतकरी

लोकशैलीतील अनेक पदरी नाट्यप्रसंग सादरीकरणाचे (Performance) कसब समर्थपणे साकार करतात.

पेटारा

'दंडार'चा पेटारा असतो. प्रारंभी सामान वाटणी आणि सामानाची आवराआवर या प्रसंगांतून प्रतीकात्मकरीत्या पेटाऱ्याचे संसूचन होते. 'लोककथा ७८' ही अखेर पेटाऱ्यातून उलडगणारी कथा आहे.

दर्शनी पडदा, ड्रेपेरी आणि नेपथ्य यांना फाटा

अभिजात नाट्य - कलाप्रकारांचा अपवाद वगळता कोणत्याही पारंपरिक नाट्यशैलीत दर्शनी पडदा, ड्रेपरी आणि नेपथ्य यांना वाव नसतो. रांगड्या माणसांचे हे उघड्यावरील कलाप्रकार असतात. त्यांचे जीवनही भव्य-दिव्य नसते, ना जीवनात काही लपविण्यासारखे. ह्या प्राकृतिक जगाचा तो एक भाग असतो. रत्नाकर मतकरींनी 'लोककथा'७८' प्राकृत स्थितीत सादर केले. पहिल्या प्रवेशाच्या वेळी रंगमंच संपूर्ण मोकळा आणि शेवटी मंडळी निघून गेल्यावर रंगमंच मोकळा - संपूर्ण मोकळा, संपूर्ण कोरा दाखवून आपल्या कलाकृतीचा कोरेपणा, तिच्यातील लोकशैलीचा मोकळेपणा सूचित केला आहे. म्हणूनच 'लोककथा ७८' हे नाटक नसून रांगड्या माणसांनी फुलविलेला एक खेळ आहे. 'दंडारी'सारखा, दर्शनी पडदा, ड्रेपरी किंवा नेपथ्य यांना फाटा देऊन त्यांनी नाटकी... कृत्रिम सलणारा काटाच काढून फेकला आणि कालसंगत 'दंडार'चे रूपदर्शन घडविले.

'दंडार'सारखे लोककलाप्रकार त्या त्या प्रदेशातील लोकभाषेत फुलतात. रत्नाकर मतकरींनी 'लोककथा ७८' खेडवळ भाषेतच सांगितली आहे. ही नाट्यान्तर्गत भाषा रूढ असलेली कोणतीही लोकभाषा नाही तर लोकभाषेतील जिवंतपणा, गावरानपणा तेवढा घेऊन नाट्यानुकूल भाषेची योजना केलेली आहे. परंतु या सर्व कलात्मक बाजू सांभाळताना त्यांनी नागर कलावंत या नात्याने घेतलेली 'पोझ' उफाळून येत असल्याने 'लोककथा ७८' ही लोक-नागर कलाकृती ठरते.

- *लोकप्रतिभ आणि लोकतत्त्वे*

या मधुकर वाकोडे यांच्या पुस्तकातून

गोष्ट जनजागरणाची...

कमलाकर नाडकर्णी

बादल सरकार यांच्या तिसऱ्या रंगभूमीचं मराठी रंगभूमीला, विशेषत: प्रायोगिक रंगभूमीला फार मोठं वरदान आहे. पहिल्या दोन रंगभूमींत (व्यावसायिक व लोकरंगभूमी) फक्त चौथी भिंतच पाडलेली असायची. तिसऱ्या रंगभूमीने सगळ्या भिंतीच नाहीशा केल्या. कमानी रंगमंच नाकारला. त्यामुळे अनेक गुदमरणारे आशय-विषय मुक्त झाले. नाट्यप्रयोगाला एरवी आवश्यक असणाऱ्या विशिष्ट स्थळाचीच गरज संपुष्टात आली. नाटके पारंपरिक चौकटीतच होऊ शकतात, हा भ्रम नाहीसा झाला आणि आपतत:च नाटक चाकोरीच्या बंधनातून, पारंपरिकतेतून मुक्त झाले. नाटक आधुनिक होण्यास साहाय्य झाले.

नटाचं शरीर हेच प्रयोगाचं सर्वस्व मानल्यामुळे मूकाभिनयाला, शारीर अभिनयाला प्राधान्य मिळालं. नटाचं शरीर किंवा शारीरिक आकृतिबंधांनी नेपथ्याची जागा घेतली. एरवी होणारं नेपथ्याचं अवडंबर नष्ट झालं. मंचवस्तु मूकाभिनयात जमा झाल्या. परिणामी, नाटक सूचक झालं. ढोबळतेपासून दूर गेलं. नाटकाला अधिक अवकाश तर प्राप्त झालाच, पण त्याचबरोबर प्रेक्षकांशी थेट संवाद साधण्याची संधी मिळाली आणि प्रेक्षकांनाही नाटकात सामावून घेता आलं. विचारप्रधानतेला आकृतिबंधाची जोड दिल्यामुळे अमूर्त विचारांना मूर्त स्वरूप मिळालं आणि प्रेक्षकांना विचारांकडेच गुंतवून ठेवण्यात यश आलं.

एखादी गोष्ट समजून न घेता केवळ नाविन्याच्या आकर्षणाने तिचा वापर केला की ती 'फॅशन' होते. बादल सरकारांच्या, तिसऱ्या रंगभूमीचा, त्यांच्या शारीर अभिनयाच्या संकल्पनेचा वेगवेगळ्या एकांकिका आणि नाटक स्पर्धांतून वापर केला गेला. गरज नसताना समूहाचा, शारीर अभिनयाचा वापर व त्यायोगे राजकीय शेरेबाजी करणारी नाटके होऊ लागली, 'मला प्रायोगिक म्हणा' अशी मागणी करू लागली. केवळ कवायत निर्माण झाली आणि नाट्य, प्रतीकात्मता

किंवा विचार नेस्तनाबूद झाले. परिणामी, तिसऱ्या रंगभूमीच्या संकल्पना टीकाविषय झाल्या.

तिसऱ्या रंगभूमीचा अर्थपूर्ण वापर झाला तो प्रामुख्याने 'घाशीराम कोतवाल', 'जुलूस', 'मुलगी झाली हो' आणि 'लोककथा'७८' या नाटकांत. 'घाशीराम कोतवाल'मध्ये रंजनावरच अधिक भर दिल्यामुळे, त्या नृत्यसंगीताच्या माऱ्यात या वेगळ्या पद्धतीच्या आविष्कार रीतीकडे सर्वसामान्य प्रेक्षकांचे लक्ष वेधले गेले नाही.

'लोककथा ७८' आणि 'जुलूस' यांच्यातील नाट्याची व विचारांची सारी मदारच शारीर अभिनयावर, आकृतिबंधावर आणि प्रतीकात्मकतेवर होती. 'जुलूस'मध्ये तर समूहालाच व्यक्तिरेखेचं रूप दिलं होतं. गोष्ट नसलेलं 'जुलूस' अधिकतर प्रतीकात्मकतेकडे, सूचकतेकडे आणि वैचारिकतेकडे झुकलेलं होतं.

'लोककथा'७८'चा उद्देश शोषितांवरचा, पीडितांवरचा अन्याय नेमकेपणाने आम जनतेपर्यंत पोहोचविणं हा होता. त्यामुळेच ते सोपं असणं आणि थेट असणं ही 'लोककथे'ची गरज होती. 'लोककथा'७८' लोकप्रिय झालं, त्याचे निरनिराळ्या भाषांमध्ये अनुवाद झाले, शेकडो प्रयोग झाले याचं कारण केवळ नाट्य विषय किंवा नाट्यांतर्गत व्यथा वैश्विक होती, हेच नव्हतं; तर हे नाटक थेट भिडणारं होतं आणि काही प्रसंगांत भावाकुल करणारंही होतं. मेलोड्रामा नसतानाही प्रेक्षकांना चटका लावणारं असं हे नाटक होतं.

नोव्हेंबर १९७८ रोजी राज्य नाट्यस्पर्धेतील या नाटकाचा पहिला प्रयोग रवींद्र नाट्यमंदिर येथे झाला. १८ व्या राज्य नाट्यस्पर्धेच्या अंतिम फेरीत सर्वोत्कृष्ट नाट्यनिर्मितीचे तसेच वैयक्तिक अभिनयाची दोन पारितोषिके या नाटकाला मिळाली (बाजीराव पोफळकर-पाटील, मीनल जोशी-सावित्री). दिग्दर्शनाचे दुसरे पारितोषिक रत्नाकर मतकरी यांना मिळाले. 'सूत्रधार' या संस्थेने या नाटकाचे ३००हून अधिक प्रयोग केले. राष्ट्र सेवा दलाने या नाटकाचे गावोगाव प्रयोग केले. 'इप्टा', व 'रंगकर्मी' (कलकत्ता) या संस्थांनी प्रत्येकी १०० प्रयोग केले. भोपाळच्या भारत भवननेही या नाटकाचे हिंदी प्रयोग केले. दूरदर्शनने अलीकडेच या नाटकाचा 'सूत्रधार'निर्मित प्रयोग रेकॉर्ड करून ठेवला आहे.)

गाठोडी घेतलेली कळकट माणसं, मळकट कपड्यांतली, रवींद्र नाट्यमंदिरच्या दरवाजावर, प्रवेशाच्या पायरीवरच ठाण मांडून बसलेली. दोन-चार बायका रवींद्रच्या पायाशी, पुतळ्यालगत बैठक मारलेल्या. नाट्यगृहाच्या

द्वारपालाला बाजूला करून ते दरवाजेही या गावंढळ लोकांनी अडविलेले. तसलाच म्हणजे त्यांच्यातलाच एक म्होरक्या डबडं वाजवितो. त्याचा आवाज करीत सगळ्यांना बोलावतो. नाट्यगृहाच्या दरवाजातून, मार्गिकेतून, रंगमंचाच्या डावीकडून, उजवीकडून सगळीकडून माणसं-खेडूत जमा होतात. ती माणसं अशिक्षित आहेत, गरीब आहेत, असहाय्य आहेत. त्यांच्या गावात त्यांच्यावर-त्यांच्या माणसांवर अन्याय झालाय. कोर्टकचेऱ्या करण्याएवढा त्यांच्याकडे पैसा नाही. पोटाचीच भ्रांत. म्हणून न्याय मागायला सर्व गावकरी, शहरी माणसांकडे आले आहेत. आता फक्त त्यांचाच त्या गांजलेल्या गरिबांना आधार आहे. ते, गावात काय घडलं ते, आहे त्या तुटपुंज्या सामग्रीनिशी शहरी लोकांना करून दाखवितात.

नाटककार रत्नाकर मतकरी यांनी एका गावातली, कोळी समाजातील सावित्रीवरच्या अत्याचाराची बातमी वाचली आणि त्यातून अपरिहार्यपणे 'लोककथा'७८' हे नाटक उभं राहिलं. त्यासाठी नाटककारानं त्या गावाला आणि तिकडच्या माणसांनाही भेट दिली.

एक रिपोर्ताज म्हणून या नाटकाचा निर्देश केला जातो. 'वृत्तान्त नाटक' म्हणून या नाटकाकडे बोट दाखविलं जातं. पण हे नाटक म्हणजे विविध पात्रांच्या मुखातून आहे, तसा वृत्तान्त कथन करणं नव्हे. बातमीची, त्यातील माणसांची आणि प्रसंगांची विचारपूर्वक मांडणी केली आहे. एखाद्या घटनेच्या बातमीला पत्रकारितेच्या भाषेत 'स्टोरी' म्हटलं जातं. खरोखरच हे नाटक म्हणजे सावित्रीची स्टोरीच आहे. तिची गोष्ट आहे. सूत्रबद्ध तऱ्हेनं मांडलेली.

नाटकाला केवळ गोष्ट पुरी पडत नाही. त्यात व्यक्तिरेखा हव्यात आणि 'लोककथा'७८' हे नाटक छोटं असलं, शारीर अभिनयाचं आणि समूहाच्या आकृतिबंधाचं असलं, तरी सर्व तिसऱ्या रंगभूमीच्या घटकांसह या छोट्याशा नाटकातही व्यक्तिरेखा आहेत. त्या ठसठशीतपणे नाटककाराने उभ्या केल्या आहेत.

नाटकाचा नायक झिलू कोळ्याचा पोर जगन्या. याचा रणांगणावर एक हात कामी आला म्हणून मिलिटरीतून गावी परतलाय. संघर्ष करण्याची त्याची मूळचीच वृत्ती आहे. त्यामुळे तो गावकऱ्यांना चेतवितो, त्यांच्यावरच्या अन्यायाची जाण करून देतो, कारण लढणं हाच त्याचा धर्म आहे. मिलिटरीत असलेला, एका मोडक्या हातानं - मरणाला न घाबरणारा जगन्या, त्याचं व्यक्तिचित्र अगदी थोडक्या शब्दांत उभं राहतं. स्वाभाविक होतं. चारचौघांची

बायको असते, तशीच जगन्याची बायको, सावित्री आहे. ती नवऱ्याला जपणारी आहे. त्याच्याशी एकनिष्ठ आहे. 'मी मेलो तरी ही लढाई तुला पुढे चालवायची आहे' हे शब्द, नवऱ्याच्या मृत्यूनंतर दुःख गिळून तिने अमलात आणले आहेत. गावकऱ्यांना त्याच्याच नावाने ती जागविते, चेतविते आणि अखेरीस शहरवासीयांना आवाहन करते, तेही एका गरीब विधवेच्या न्यायासाठीच. तिचं विधवा असणं यातच तिच्या व्यक्तिरेखेचा प्रभाव आहे आणि नाट्य आहे. गावातले पाटील, सरपंच, फौजदार इत्यादी दहशती आणि भ्रष्टाचारी मंडळींची व्यक्तिचित्रे अगदी दोन-तीन मिनिटांच्या प्रसंगांतून ठोसपणे उभी केली आहेत.

पाटलाचा पुतण्या, सरपंचाचा मुलगा, चांभारणीच्या मुलीवर-बासंतीवर बलात्कार करतात. त्यात ती बळी जाते. पांढऱ्या फडक्यात गुंडाळलेला मुलीचा मृतदेह घेऊन येणाऱ्या आईच्या-संतूबाईच्या आक्रोशासाठी, पार्श्वसंगीताची, प्रकाशयोजनेची गरज पडत नाही, इतका तो अस्सल आहे. सावित्री गावात पत्रकं वाटते. अन्याय निवारण समितीची स्थापना होते. पत्रकातील मजकूर बातमीदाराच्या आवाजात ऐकविला जातो. पार्श्वभूमीच्या पाटील व एक सवंग बाई यांच्या जवळकीच्या दृश्यातून नाट्यपूर्ण विरोधाभास प्रकट केला आहे. ही रचनेची बाब आहे. पत्रकार गावात आले तर अब्रू लुटण्याची धमकी सावित्रीला गुंड देतात. प्रत्यक्ष पत्रकार गावात येतात तेव्हा सावित्री दार बंद करून घेते. मुलाच्या जावळावरून हात फिरवते. दार बंद ठेवते आणि तिच्या पुढ्यात चाकू पडतो. तिची किंकाळी! या सर्वच नाट्यपूर्ण रचनेच्या बाबी आहेत. हा केवळ रिपोर्ताज नव्हे की बातमी कथन करणं नव्हे. प्रत्यक्ष सावित्रीच्या झोपडीला आग लावली जाते ती 'चाकू'ची पूर्वसूचना दिल्यावरच. झोपडीला लावलेल्या आगीत बाळ सापडते. संकटाची परिसीमा होते. कुणीतरी गावकरी बाळाला आगीतून बाहेर काढतो. एकदा प्रेक्षकांची प्रसंगाबाबतच्या बाह्य आकृतीचा कल्पना करायची सज्जता झाली म्हणजे मग आगीत सापडलेल्या बाळाबद्दलची करुणा निर्माण व्हायला प्रत्यक्ष आग दाखविण्याची गरज भासत नाही. याच बाळाचा नाटकाच्या अखेरीस नाटककाराने सुबुद्ध वापर करून घेतला आहे. पोलीस सर्वांना पकडून नेतात. बाळाचं काय करायचं, हे पोलिसाला कळत नाही. तो ते तसंच टाकून जातो. म्होरक्या, बाळाला घेऊन प्रेक्षकांकडे पाहात गरिबांच्या भावी राज्याचं स्वप्न

रंगवितो. या सगळ्या नाट्यपूर्ण रचनेच्या बाबी आहेत, त्या रिपोर्ताजमध्ये बसत नाहीत.

पत्रकार गावकऱ्यांची भेट घेऊन निघून जातात. तेव्हा गावकरी गुणगुणतात, 'आमचा वाली कुनी बी न्हाई.' सावित्रीला तिच्याच गावात काय, पण शेजारच्या गावातही कुणी काम देत नाही. मुकादमाला तिची दया येते. तो तिच्या बाळाच्या दुधासाठी पैसे देतो. तेव्हा सावित्री त्याला दुवा देते आणि म्हणते 'पडलेल्याला तुडवनारेच समदं' आणि मग हेच तिचे उद्गार तिथे काम करणाऱ्या सर्व मजुरांच्या तोंडून बाहेर पडत राहतात. तिसऱ्या रंगभूमीच्या समूह उद्गाराचा हा वापर अगदी कोरससारखा शोषितांची व्यथा अधिकच गडद करतो.

सूत्रबद्ध रचनेशिवाय हे सगळं आकारबद्ध होत नाही. हे नाटक संवादनाट्य नाही, ते कृतिनाट्य आहे आणि त्यांची रचना हे नाटककाराचं कसब आहे. हे नाटक लोकप्रिय झालं, त्याचं कारण त्यातली बातमीच नाही, ते त्या बातमीचं बदललेलं नाट्यात्म रूप हे आहे.

सावित्रीला नुकसानभरपाई मिळते. जमीनही मिळते. पण नाटककार म्होरक्याच्या मुखातून प्रेक्षकांनाच प्रश्न करतो, सावित्रीला न्याय मिळाला का? जगन्याचं मरण फुकटच गेलं का? जो जो जिता हाय त्याला तुम्ही आपला म्हणणार की नाही?

म्होरक्या कंदिलाच्या उजेडात प्रेक्षकांना बघतो. सगळे निघालेले असतात. हे असंच चालू राहतं. गरिबांवर अन्याय होतच राहतात. शोषितांची लढाई चालूच राहते.

तीन दशके उलटून गेली तरी मीनल जोशीचा आक्रोश आणि नवऱ्याच्या आठवणीने गावकऱ्यांसमोर केलेलं सावित्रीचं तडफदार भाषण, तिचा तो संतप्त चेहरा आणि बाजीराव पोफळकरांचा पाटील आजही माझ्या लक्षात आहे. टॉर्चेसच्या वेगवेगळ्या दिशांतून येणाऱ्या झोतांसकट धीमी पावलं टाकणारे गुंड, त्यांचं जगन्याला फरफटत नेणं आणि भजनी मंडळींच्या समोर जगन्याची त्यांनी केलेली हत्या, रंगीत फडकी हवेत उडवून सावित्रीच्या घराला आग लावल्याचा केलेला भास, तसेच रणरणत्या उन्हाचा सायक्लोरामावरील झगझगीत प्रकाशयोजनेने साधलेला परिणाम (प्रकाशयोजना युधिष्ठिर वैद्य, जयवंत देसाई, शरद कामत), ठिकऱ्यांच्या आवाजातून निर्माण केलेलं पार्श्वसंगीत, सर्वच या नाटकाचं नाव घेतलं की आजही आठवत राहतं. श्याम पोंक्षे, अशोक कीर्तने,

उल्हास शेवडे, वसंत सोमण, बाबा राणे, भालचंद्र कानडे, श्याम खांडेकर, प्रभाकर सावंत, अरविंद औंधे, मिलिंद कोकजे, चंद्रकांत पवार, अजित कुलकर्णी, उल्हास शेवडे, प्रमोद मोरे, अरविंद धुरंधर, जयश्री सक्रू, श्रुती मुझुमदार, मंगल देऊलकर या सर्वच कलावंतांचा जाणकारीचा सहभागही महत्त्वाचा होता.

या नाटकात साहित्यमूल्यं किती, असा प्रश्न विचारला जाते. मला वाटतं, नाटकाच्या संदर्भात नाट्यमूल्यं किती, हा प्रश्न विचारला गेला पाहिजे. पुरेपूर नाट्यमूल्यं असणारं एक नाटक म्हणून आजही 'लोककथा ७८'चं नाव घेता येतं. या नाटकाचे शेकडो प्रयोग होण्यामागचं एक कारण तेच आहे. 'तुमची नाटकं सरकारवर कितपत परिणाम करतात?' असा प्रश्न बादल सरकारना विचारला गेला होता. त्यावर त्यांनी उत्तर दिलं होतं, 'माझी नाटकं निगरगट्ट सरकारसाठी नसतातच, ती असतात जनतेसाठी. त्यांच्या जागृतीसाठी.' 'लोककथा ७८' गेली कित्येक वर्षे हेच जनजागरणाचं काम करीत आहे.

– *लोकसत्ता*, लोकरंग, रविवार दि. १३ ऑक्टोबर २०१३

प्रयोगावरील परीक्षणे

शंभर व्याख्यानांपेक्षा अधिक प्रभावी नाट्य

रवींद्र आवटी

नेहरू सेंटरच्या राष्ट्रीय नाट्य महोत्सवाच्या निमित्ताने 'सूत्रधार' संस्थेने 'लोककथा'७८' या रत्नाकर मतकरीलिखित व दिग्दर्शित नाटकाचं पुनरुज्जीवन केलं असून या नाटकाला नेहरू सेंटरच्या महोत्सवात व अन्यत्र चांगलाच प्रतिसाद मिळत आहे. कारण 'लोककथा'चा विषय कधीही शिळा होणार नाही. जोपर्यंत सत्ताधारी, राजकारणी मंडळी आणि त्यांची पिल्ले शहरांत, जिल्ह्यांत आणि गावागावांत आहेत. तोपर्यंत लोककथेतील प्रसंग घडतच राहणार.

'लोककथा'७८' हे नाटक १९७८ साली राज्य नाट्यस्पर्धेत रंगमंचावर आले. या नाटकाचे प्रयोग प्रेक्षकांच्या मनाला जाऊन भिडू लागले. केवळ रंगमंचाच्या चौकटीमधील मूठभर जाणकारांसमोर होणाऱ्या कलात्मक प्रयोगावर समाधानी न राहता 'सूत्रधार'ने या नाटकाचे प्रयोग ठिकठिकाणी, गावोगावी असे अडीचशेच्या वर केले. त्या प्रयोगांवर अनेकदा चर्चाही झाल्या. 'शंभर व्याख्यानांपेक्षा अधिक प्रभावी' असे उत्स्फूर्त प्रशस्तिपत्र बाबा आढावसारख्या सामाजिक कार्यकर्त्यांनी या नाटकाला दिले. अतिशय जोराची मागणी असतानाही या नाटकातील कलावंतांच्या सोयीसाठी संस्थेला ८० व्या प्रयोगानंतर नाट्यप्रयोगाचे सातत्य थांबवावे लागले. तरीही सामाजिक संस्थांसाठी मधूनमधून तुरळक प्रयोग होतच राहिले. आता पुन्हा नेहरू सेंटरच्या राष्ट्रीय नाट्य महोत्सवाच्या निमित्ताने ते नव्या दमाच्या कलावंतांच्या संचात होऊ लागले आहेत.

'लोककथा'७८' नाटकात जरी प्रामुख्याने एका गावातील दलितावर झालेल्या अत्याचाराची कहाणी सांगितलेली असली तरी ती प्रातिनिधिक स्वरूपाची आहे. सर्व सत्ता हातात केंद्रित झालेली जमीनदार मंडळी, त्यांच्या मुलांनी आणि पुतण्यांनी गावात केलेली मनमानी, त्यातून झालेले बलात्कार,

२१९

खून, तरीही पुतण्याला वाचविण्यासाठी पाटलाने गावातील प्रमुख विरोधकाचा काढलेला काटा, चार गुंडांनी घरात शिरून त्याचे हातपाय तोडून त्याचा केलेला खून, त्यानंतर त्याच्या विधवेने हितचिंतकांच्या साहाय्याने मागितलेली दाद, निर्माण झालेली अन्याय निवारण समिती, तिने केलेली जनजागृती, पण कशालाही न जुमानता वरपर्यंत सूत्रे हलवून शेवटी जमीनदाराने या प्रकरणाची केलेली दडपादडपी, अशी प्रेक्षकांच्या हृदयाला भिडणारी कहाणी प्रेक्षकाला अंतर्मुख करते. त्यांच्याशी संवाद साधत ही कहाणी उघड्या रंगमंचावर 'हॅपनिंग'च्या पद्धतीने सादर केली आहे.

७८ सालची ही कहाणी दुर्दैवाने कालबाह्य तर झाली नाहीच, उलट अत्याचार, दडपशाही, गुंडशाही, दहशतवाद यांची या कहाणीतील रूपे दिवसेंदिवस अधिक हिडीस होत गेली असल्याचे आपण रोजच्या वृत्तपत्रांतून वाचत आहोत. पूर्वी केवळ खेड्यातील दलितांच्या वाट्याला येत, तसे अनुभव आज वीस वर्षांनंतर मुंबईपुण्यासारख्या मोठ्या शहरांतील मध्यमवर्गीयांच्या वाट्याला येत असून, त्यांचे जीवन असुरक्षित झाले आहे. या नाटकाशी साम्य असलेल्या घटना, सत्तेच्या बळावर नको असलेल्या माणसाचा काटा काढून दहशत निर्माण करणे, राज्यकर्त्यांशी असलेल्या निकटच्या संबंधांच्या जोरावर गुन्हा दडपून टाकून गुन्हेगाराने उजळ माथ्याने समाजात मिरवणे, या प्रकारच्या बातम्या आपण प्रत्यही वृत्तपत्रांत वाचतो. म्हणूनच सामाजिक बांधिलकी मानणाऱ्या 'सूत्रधार' या नाट्यसंस्थेने आजही अर्थपूर्ण ठरणारे हे नाटक पुनरुज्जीवित केले आहे.

या नाटकात वीस ते चोवीस कलाकार असून ते आलटून पालटून वेगवेगळ्या भूमिका करतात. सर्व कलाकार सदैव रंगमंचावरच असतात आणि तेथेच पुरेशी वेशभूषा करून व आवश्यक ते सूचक नेपथ्य उभे करून नाटक करतात. नाटकाला दर्शनी पडदा नाही. प्रेक्षकांना नीट दिसेल अशी, नाटक करण्यासारखी जागा असली म्हणजे झाले. या नाटकाचे प्रयोग, गच्ची, साधा हॉल किंवा कुठल्याही मोकळ्या जागेत करता येतात. उत्तम निर्मितिमूल्ये व नव्या दमाचे कलाकार घेऊन सादर केलेले हे दर्जेदार नाटक. त्यातील निकडीचा सामाजिक आशय लोकांपर्यंत पोहोचण्यासाठी या नाटकाचे प्रयोग होणे आवश्यक आहे. आतापर्यंत नवीन संचातील ८० प्रयोग झालेले हे नाटक एक शतकच नव्हे तर अनेक शतके गाठील, याबद्दल शंका नाही.

मुंबई लोकमत, दि. २२ नोव्हेंबर १९९८

लोककथा'७९ – मुक्काम देवंग्रा

शांताराम पंदेरे

'लोककथा ७८' हे एक नाटक. जातिवर्णाच्या चौकटीतील गावातून दलितांवर होणाऱ्या जुलमांचे चित्रण करणारे. पण नाटक आणि वस्तुस्थिती आजमितीसही किती जवळ असावी याचा प्रत्यय देणारा हा लेख. त्या स्थितीशी 'सामना' देणाऱ्या एका कार्यकर्त्यांने दिलेला हा 'आंखों देखा' अहवालच.

मु. देवंग्रा, ता. अहमदपूर, जि. उस्मानाबाद.

दोन हजार वस्तीचं गाव. गाव नेहमीसारखंच. मराठा, रेड्डी, कुंभार, कळवात, महार, मातंग, लिंगायत, मुस्लिम आदी जातिजमातींचं. मराठ्यांची शंभराच्या आसपास घरं. पाठोपाठ महार, रेड्डी आणि मातंगांची.

महार–मातंगांमध्ये निम्म्याहून अधिक भूमिहीन शेतमजूर. बाकी सगळे अल्पभूधारक.

गावच्या सत्तासंघर्षात नेहमीप्रमाणेच मराठे आणि रेड्डी आघाडीवर. जाती, पोटजातींचा फायदा घेऊन या दोन्ही उच्चवर्णीयांनी महार आणि मातंगांमध्ये फूट पाडलीय आणि बुद्धिबळातील प्याद्यांसारखे दोघांना नाचवताहेत!

सरपंच, पंचायत समितीच्या सदस्यपदी मराठे निवडून येतात — महारांना हाताशी धरून. तर यांना विरोध रेड्डी करतात — मातंगांना जवळ बाळगून.

गावच्या सोसायटीचे चेअरमन, पोलीस पाटील, हेही पारव्यांच्याच बाजूचे. तुकाराम पारवे हे सरपंच. मराठ्यांचे नेते. तर रेड्डीचे नेते भागवत शिंगडे.

या दोघांच्या भांडणात महार मातंगांना पाण्यात पाहू लागले!

"बाबासाहेब आंबेडकर जयंतीला मांग येत नाहीत — त्यांना लय माज आलाय — झेंड्याला चिंदूक म्हणतात — " आदी खोटंनाटं सांगून महार आणि मातंगांतील दरी वाढविण्याचा पद्धतशीर प्रयत्न करीत आहेत.

शरद पवारांचे 'पुलोद' सरकार येते; आणि पारव्यांना आभाळ एक बोटावर उरते. सत्तेचा आशीर्वाद लाभतो. पारवे हे 'पुलोद' सरकारमधील एका घटक पक्षांचे - एका मंत्र्याचे उजवे हात!

परिणामी मांगांची शंभर वर्षे पुरी भरतात!

१९७१ सालापासून महारांच्या विहिरीवर पाणी भरणाऱ्या मांगांना पाणी बंद केले जाते. गावची सार्वजनिक विहीर तर 'मनू'ने कधीच महार, मातंगादी दलित जातींना बंद केली आहे.

पाण्याविना तडफडणारे मातंग जवळच्याच सुगाव येथील युवक क्रांति दल-लोक समितीच्या कार्यकर्त्याकडे येतात. सुगावचा ज्ञानोबा जरीपटके धावतच जाऊन लातूर तालुक्यातील सोनावतीच्या संदीपान बडगिरेला भेटतो. सर्व हकीगत सांगतो.

संदीपान, ज्ञानोबा, तात्या, कमलाकर आदी ८-१० कार्यकर्ते देवंग्र्याला जातात. बड्यांच्या वादात, राजकारणात दलित-गरिबांमध्ये फूट नको म्हणून महारमातंगांची एकत्र बैठक घेण्यात येते. परंतु त्याचा काही परिणाम होत नाही.

शेवटी ३ जुलै ७८ रोजी गावातील सार्वजनिक विहिरीवर पाणी भरायचे ठरते. क्रांतीबा ज्योतिराव फुले, बाबासाहेब आंबेडकर, महात्मा गांधी, जयप्रकाश नारायण यांच्या विजयाच्या गजरातच पाणी शेंदलं जातं.

'तर किंवा मर पण पाणी भर' असा निर्धार केला जातो. ज्ञानोबा खुडे, तुकाराम, राजाराम, शकुंतला सागरबाई, खंडोजी घागरी भरतात.

वर्षानुवर्षे गार ठेवलेल्या पाण्याला आग लागते - मनूच्या जाति - जातींच्या चिरेबंदी वाड्याच्या विटा पडू लागतात — मेंदूच्या प्रत्येक घडीत दडलेल्या जातीच्या जाणिवा वितळू लागतात आणि सरपंचादी सवर्ण - जातीयवादी टग्यांच्या मेंदूतील 'मनू' जागा होतो.

३ जुलै दुपारपासूनच मातंगांवर सामाजिक बहिष्कार सुरू होतो —

- शेतावर काम नाही.
- दुकानातून माल नाही.
- गावातून फिरणं नाही.

टग्यांचे कलम गावात जारी होते!

मातंगांची चोहीकडून नाकेबंदी केली जाते.

कार्यकर्त्यांची सर्वत्र धावपळ होते. पोलीस नेहमीप्रमाणेच बघ्याची, पक्षपाती भूमिका घेतात.

युक्रांद–लोकसमिती जनआंदोलनाला सुरुवात करते. अधिकाधिक कष्टकरी सवर्णांचा पाठिंबा मिळविण्याचा प्रयत्न सुरू होतो. बहिष्कार मागे घ्या, आणि बहिष्कार घालणाऱ्या सरपंचादी सवर्ण जातीयवादी व्यक्तींवर नागरी हक्क संरक्षण कायद्याखाली खटले भरा, त्यांना तात्काळ अटक करा, या मागणीवर जोर दिला जातो. परिणामी —

चाकर येथील पोलिसांनी सरपंचादी चौदा जणांवर केस केली. आणि नंतर समजले की, आठ जणांवरच आरोपपत्र दाखल केले आहे.

सरपंच या प्रकरणातून निसटला. पोलिसांनी त्याला मदत केली. कारण त्याचे हात वर 'सायबां' पर्यंत!

मराठवाडा नामांतरविरोधी दंगलीत होरपळत होता. गावोगाव दलित गरिबांवर अमानुष हल्ले होत होते. त्यावेळी देवंग्रा येथे वातावरण चिघळू नये म्हणून, गावातील सवर्ण गरिबांना सोबत घेऊन, संदीपान आदी कार्यकर्ते गावात बैठका घेत होते.

दरम्यानच्या काळात सार्वजनिक विहिरीवर मातंग (बावीस घरे), महार (सहा घरे), कळवात (आठ घरे), मराठे (दोन घरे) पाणी भरत होते. वातावरण निवळण्यास, एकोपा निर्माण होण्यास सुरुवात झाली होती. पाण्याची मुक्ती करताच मातंग समाजातील माणसांनी डॉ. बाबासाहेब आंबेडकरांचा संदेश अमलात आणण्याचे ठरविले. सामुदायिक निर्णय झाला. 'मनू'ने वाटलेली गावकीची कामेच सोडायची –

- जातीचा टिळाच पुसायचा.
- हलगी वाजवायची नाही.
- मेलेली ढोरं ओढायची नाहीत.
- मेलेल्या माणसांचा निरोप सर्वत्र द्यायचा नाही.
- प्रेतावर गोवऱ्या टाकायच्या नाहीत.
- सणादिनी गाव झाडायचे नाही.

आदी सर्व गावकीची कामे सर्वांनी सोडून दिली.

गावकीची कामे केल्यावर रात्री गावातील प्रत्येक घरासमोर जाऊन 'भाकरी वाढा माय' म्हणून रोटी मागायची, हे येसकराचे कामही सोडले. परिणामी पोटाची व्यवस्था करावीच लागणार होती. तहसीलदार, जिल्हाधिकाऱ्यांच्या गाठीभेटी होतात. अर्ज–विनंत्या केल्या जातात आणि जवळच रोजगार हमी योजनेखाली बंडिग, रस्ते इ. कामे सुरू करून घेण्यात आली. याच साईटवर

बहिष्कृत मातंग मंडळी आणि सवर्ण गरीब मजूर काम करीत होते.

१९७८ सालाचा शेवट अशा रितीने झाला.

आणि नवे वर्ष उजाडले..

१३ जानेवारी १९७९

निवृत्ती संभाजी खडे : 'एक गाव एक पाणवठा' लढ्यातील एक मातंग समाजातील कार्यकर्ता.

भर दुपारी सूर्याच्या साक्षीने निवृत्तीच्या घराला आग लागते. सारा संसार जळून खाक, निवृत्तीची बायको गंगाबाई व अडीच वर्षांचा तिचा मुलगा त्यावेळी घरातच होते. शेजारच्या एका मुलाने आगीची बोंब मारताच गंगाबाई लेकराला घेऊन धावतच बाहेर येते. दोघेही वाचतात.

नव्या वर्षाचे आभार!

जळक्या घराचा पंचनामा केला जातो. बाराशे रुपयांचा. पैकी अडीचशे रुपये मिळतात.

घर जाळणारा काही अजून सापडलेला नाही!

आणि बरोबर आठ दिवसांनी, २० जानेवारी ७९ ला रात्री १२ वा. चंद्राच्या साक्षीने विश्वनाथ पांडुरंग खुडेच्या घराला आग लागते.

पांडुरंग : हा सुद्धा 'एक गाव एक पाणवठा' चळवळीतील कार्यकर्ता. मातंग समाजातील.

पांडूच्या शेजारच्या भागुरामच्या घरात जाग्या असलेल्या बायांनी ती आग विझवली.

घर थोडक्यात बचावले.

अर्थात माणसे सुद्धा.

नव्या वर्षाचे पुन्हा एकदा आभार!!

दोन घरांना आग लागते; पण अजूनही आरोपी सापडलेले नाहीत.

त्याचप्रमाणे ज्या सार्वजनिक विहिरीवर मातंग पाणी शेंदत होते त्या विहिरीत उसाच्या (खाऊन टाकलेल्या) चुया, ज्वारीची चिपाडे, रानकारळाची धाटं, खताच्या थैलीतील कागद, विष्टा काढण्याची झाडू, पपईची पानं इ. रोग होणाऱ्या व माणसं दगावणाऱ्या विषारी वस्तू टाकण्यात आल्या आहेत.

युक्रांद-लोकसमितीने मातंग माणसांना बरोबर घेऊन आरोपींना अटक व्हावी व मातंगादी दलित-गरिबांना संरक्षण मिळावे, म्हणून सर्वत्र निवेदनं पाठविली आहेत.

हालचाल काहीच नाही!

ही झाली मागील सात महिन्यांतील कहाणी.

ही कहाणी अशी सात महिने का लांबली - त्या कहाणीतील प्रमुख सूत्रधार कोण-पुढे काय होणार- याचा आपण शोध घेतला पाहिजे.

मातंगांनी बाबांच्या संदेशानुसार गुलामीविरुद्ध बंड करण्याचा निर्धार केला. ताठ मानेने जगण्याचा संकल्प सोडला. जातिवाचक चिन्हं, कामे न करण्याचा निश्चय केला.

परिणामी त्यांच्यावर सामाजिक बहिष्कार टाकण्यात आला.

परंतु, या प्रकरणी सरपंच आणि त्याचे ५-६ प्रमुख साथीदार मात्र बाहेरच राहिले. प्रत्यक्षात दलितांच्या जिवाला धोका असणारे 'टगे' मोकाटच राहिले. त्यांना वचपा काढायचाय. पायातल्या वहाणेने पायात ऱ्हायचे सोडून आगावपणा करायचा? ही पाटील - देशमुखांची रीत न्हाय. गुमान ऱ्हायाचं. न्हायतर गपगार मरून जायाचं. किडा-मुंगीगत-याला आव्हान दिलं मातंगांनी.

बाहेरगावचे कार्यकर्ते देवंग्र्याला येऊन जात होते. संदीपानच्या सतत फेऱ्या होत होत्या. २० जानेवारी ७९ ला 'मुंबई सकाळ' दैनिकाचे संपादक माधव गडकरी, 'संचार' दैनिकाचे रंगा वैद्य आणि प्रसिद्ध साहित्यिक जयवंत दळवी देवंग्र्याला येणार होते. दलित-कष्टकरी माणसांशी गप्पा मारणार होते. धीर देणार होते. परिणामी महारादी इतर दलित-कष्टकरी माणसं मातंगांच्या बाजूला उभी राहू लागली होती. टग्यांच्या पायाखालची वाळू सरकू लागली होती.

मातंगांनी बहिष्कार प्रकरणातील सर्व खटले बिनशर्त मागे घ्यावेत, असेही सरपंचादी टगे म्हणत होते.

आणि त्याचप्रमाणे ज्या खाजगी विहिरीवर सध्या बहुसंख्य सवर्ण लोक पाणी भरतात, ती विहीर उन्हाळ्यात आटते. आणि सर्वांनाच सार्वजनिक विहिरीवर पाण्यासाठी यावे लागते. परंतु सार्वजनिक विहिरीवर मातंग पाणी भरत असल्यामुळे पंचाईत होत होती. टग्यांची.

महार कसे बिचारे पायरीने वागतात. त्यांच्याच विहिरीवर पाणी भरताहेत!

या उन्हाळ्याच्या आतच या मातंगांचा काटा काढायचा होता.

दलित-कष्टकरी वर्गातील स्वत:च्या पायावर, विचारावर उभे राहणारे स्वाभिमानी नेतृत्व जिथल्या तिथेच खुडून टाकायचे होते. शिवाय या प्रयत्नात पोलिसादी यंत्रणेची उघड साथ.

म्हणूनच कारस्थान अमलात येते. पण कुणाला अटक नाही.

१९७९ साल. नवे वर्ष :

या नव्या वर्षाने या परंपरा जतन केल्याबद्दल सर्व दलित-कष्टकरी माणसांचे लाख लाख प्रणाम!

– मुंबई रविवार सकाळ

MARATHI STAGE
BARING THE HORRORS OF UNTOUCHABILITY

Lalita Bapat

Ratnakar Matkari's "Lok-katha 1978", an imaginative, inspired, event-studded and piercing drama, which was adjudged the best at the recently concluded State Competitions, was professionally produced at Dr. Bhalerao Auditorium of the Mumbai Marathi Sahitya Sangh last week.

Untouchability is a curse to Hindu civiliasation. Human beings used to be treated worse than insects. Thirty years ago, India became a sovereign democratic republic. Two and a half scores of years is a sufficiently long stretch of time to have erased this disgusting social stigma. But even now, atrocities on Harijans continue to be perpetrated. Fire, rape, dacoity, murder and other unthinkable criminal atrocities are being freely committed. Many a time, the defenceless and neglected lot are silent victims. Laws have appeared and remained on statute books without effective implementation. Political leaders have unequivocally been condemning violence against the Harijans, but it has not abated. Day in and day out, we are reading newspaper reports of heinous crimes being committed on Harijans in every nook and corner of the country. In spite of such an ugly rupture in our social system, the dramatic trends which ought to reflect the social scene, appeared to have missed the surrounding realities and depended only on Western thought and literature for inspiration. The Marathi Nav-Natyawallas indeed waited too long and it is only now that one of them, the dramatist Ratnakar Matkari got up with a torch of light to show the woes and miseries of social victims by actually presenting the horrifying events which take place day after day.

The helplessness of the oppressed, the tyranny of the oppressors, the historical apathy of the law- abiding machinery, and the acceptance of injustice by those very sufferers as a God-given bliss in sufferings, have been so artistically projected as to arouse waves of disgust, disappointment and disturbance in the minds of even the cruel advocates of continuing tyranny on the downtrodden.

The drama, which in fact is a photographic stage documentation of the factual happenings, is replete with all hair-raising horrors. The writer has cleverly adopted a path of avoidance of hot melodrama and any preaching of morals. Such treatment is not only conducive to his conceptions, but highly effective in presentation. The actors and actresses reach the stage from amongst the audience and also exist likewise. In spite of all kinds of crimes like rape and loot being depicted on the stage, there is no trace of morbidity and vulgarity. This is a big achievement for director dramatist Matkari, as it is no mean feat to have avoided so many temptations at cheap claptrap, which could have produced catching, theatrically effective melodrama, but would have digressed from the original conception. The music played with makeshift noise-making instruments like empty tins, pebbles, rolling nails and so on, is down to earth, real and rustic. The concluding musical lines in Bhairavi "Sarvatmaka Sarveshwara" proved to be pregnant with poignant connotation, with reference to the dramatic content.

The stage was nothing short of mob-filled arena, in which 30-odd artists did their task with individual as well as collective finesse. The artists' frequent intrusion into the auditorium during the proceedings, was however undesired. Matkari will lose nothing if they are avoided.

Meenal Joshi was "par-excellence". Equally dominating was Shyam Ponkshe.

Yudhishthir Vaidya's effective lighting and the director's symbolic but eloquent horror depiction like throwing of the clothes on the stage symbolising a rape having been committed and the likes were extremely touching.

A long awaited new trend in 'Nav Natya'. Three cheers for Ratnakar Matkari.

- Free Press Bulletin

रत्नाकर मतकरी का अनुठा मंच-प्रयोग

शांता गोखले

सुबह की चाय और आठ बावन की लोकल ट्रेक पकड़ने के पक्के इरादे के साथ तैयार होने की बेतहाशा कोशिशों के बीच ही किसी समय हम अखबार पढ़ते हैं. पढ़ते क्या हैं, सरसरी निगाह की दौड में जितना भर समेट सकते हैं, समेट लेते हैं, क्योंकि दफ्तर से लौटने पर अखबार पढ़ने का समय मिल पायेगा, इसका कोई भरोसा नहीं होता.

पहले पृष्ठ के मुख्य शीर्षक पर नजर दौड़ा कर कुछ-कुछ चोर निगाहों से हम सनसनीखेज खबरों की तरफ देखते हैं. ये होती हैं अंदर, कोने में, चार पांच पंक्तियों में बंद - 'फलां गांव के तीन गुंडों द्वारा तेरह वर्षीया बालिका के साथ बलात्कार तथा उसकी हत्या आदि.' हमारी सुबह की दिनचर्या में ऐसी चटपटी खबर कुछ नयापन ले आती हैं, क्योंकि हम जहां बसते हैं, घूमते-फिरते हैं, वहां हमारी जान-पहचान की तेरह साल की लड़की निडर बन कर रहती है, जीती है. अपने आसपास की गतिविधियों में, क्रियाकलापों में शामिल हो कर खुश रहती है. खबर में वर्णित गाव दूर-दराज का; लडकी का नाम अनपहचाना, अनजाना. दुसरे ही पल हम दुसरी खबर पर नजर दौड़ाते हैं.

कुछ दिनों बाद, फिर उसी पृष्ठ पर, फिर उसी कोने में, फिर एक सनसनीखेज खबर. फलां गांव के फलां नाम के एक अवकाशप्राप्त 'जवान' को दस व्यक्तियों ने जान से मार डाला. हमारे नहाने का वक्त हो चुका होता है. यह सोचने का वक्त ही कहां मिल पाता है कि 'आखिर क्या वजह थी इस हत्या की?'

'हुं :! होगी कोई वजह!' सोच कर हम जल्दी-जल्दी उठ खड़े होते हैं,

उठते-उठते एकाध खबर और पढ़ डालते हैं - 'फलां गांव के कुछ गुंडों ने फलां औरत की झोपडी जला दी.' खबर अधूरी छोड़, नहा-धो कर, तैयार हो कर अपनी मजबूत चारदिवारी के अंदर हम जल्दी-जल्दी नाश्ता करने लग जाते हैं.

दिन भर के कामकाज के बीच उलझ कर फिर कुछ अविश्वसनीय-सी लगनेवाली वह तेरह वर्षीया बालिका, वह जवान, वह औरत भुला दिये जाते हैं.

लोककथा'७८ क्यों?

हां, जब अपनी आंखों के सामने, महानगर के चौड़े, भीड भरे रास्ते में बस और स्कूटर की टकराह देखते हैं, स्कूटर चालक को दूर जा कर गिरते देखते हैं, चीख सुनते हैं, उसके सिर से बहता हुआ खून देखते हैं, तो भौंचक्के रह जाते हैं. दुर्घटना की असलियत को चुपचाप, सहमते हुए स्वीकार कर लेते हैं कि कल हमारे साथ भी ऐसी दुर्घटना हो सकती है. यह दुर्घटना हमारे बीच घटती है, हमारे साथ भी घट सकती है, इसीलिए इसकी त्रासदी को हम समझ सकते हैं. तभी तो संजय और गीता चोपड़ा की हत्या की खबर पढते ही हम हक्का-बक्का रह गये थे. सहम गये थे. अरे बाप रे! ये 'फलां-फलां' गांव के 'फलां-फलां' नाम के बच्चे नहीं! ये तो हमारे ही लाड़ले हैं! इसीलिए पुलिस की भागदौड़, जांचमुआयना, कातिलों की तुरंत गिरफ्तारी. मगर उस तेरह वर्षीया बालिका ही हत्या की जांच और कातिलों की गिरफ्तारी की खबर कभी पढ़ने मे नहीं आती. हम भी कुछ सोचते नहीं इस बारे में. क्योंकि यह लड़की हमारे सोच में कभी हस्ती के रूप में आती ही नहीं.

... और इसीलिए रत्नाकर मतकरी ने नाटक लिखा 'लोककथा'७८'!

इस वर्ष की राज्य नाट्य प्रतियोगिता में प्रथम पुरस्कार प्राप्त इस नाटक की पृष्ठभूमी हैं, यही सारी सनसनीखेज, मगर महत्त्वहीन समझी जानेवाली छोटी खबरें! रत्नाकर मतकरी ने इस नाटक के द्वारा देहात और शहर के बीच को खाई मिटाने का प्रयास किया है.

मतकरी का गांव : प्रकाश तथा ध्वनि का संयोजन

रंगमंच है एक गांव. गांव की राहें, पगडंडियां जाती हैं दर्शकों के बीच में से. तेरह साल की बसंती के साथ किया गया बलात्कार, उसकी हत्या, उस हत्या की जांच की मांग करनेवाला जगन्या. जांच, जो गांव के मुखिया,

जमींदार आदि के लिए बेहद असुविधा की स्थिति पैदा कर सकती थी. लिहाजा जगन्या का मुंह सदा के लिए बंद करने के लिए उसकी हत्या, उसकी बेवा पत्नी की झोपड़ी जलाने का प्रयास, ये सारी घटनाएं हमारे सामने ऐसे घटित होती हैं, जैसे बसस्कूटर की दुर्घटना. बसंती की दर्दनाक चीख, कराहें और उसकी मौत के बाद घटा हुआ नाटक.

गांव की तसवीर खींचने में ध्वनियों का भी खूब प्रयोग किया है. लोगो की शब्दहीन गुर्राहटें, चढ़ी हुई आवाजों में प्रकट हो रहा क्रोध, हत्या के बाद चल रही फुसफुसाहटें; आटा पीसने की, पत्थर तोड़ने की, कुल्हाड़ी चलाने की, खोदने की विभिन्न आवाजें, बसंती की चीख और मानो पूरे नाटक को पार्श्व संगीत देता हुआ-सा संतूबाई का एकसुरा रोदन. उस रोदन में आंसुओं की नमी कतई नहीं है. है महज असहाय, चिलचिलाती धूप का-सा रूखापन, असहनीय आक्रोश!

तटस्थ रिपोर्टिंग की चुभन

इसके अलावा एक और ध्वनि, एक और संगीत है, जो नाटक की विभिन्न घटनाओं पर अपनी प्रतिक्रिया प्रकट करता हुआ, कमेंट करता हुआ, कभी किसी 'मूड' विशेष के साथ घुल जाता हुआ और कभी घटना-चक्र की गति का अहसास दिलाता हुआ गूंजता रहता है. यह संगीत पैदा होता

है डिब्बों, चम्मचों, पत्थरों पर किये जा रहे प्रहारों आदि रोजमर्रा की जरूरी चीजों और गतिविधियों से.

लाड़-प्यार से सजाये-संवारे अब तक के ग्रामीण नाटक देखने की आदी हो चुकी हमारी आलसी आंखों में, हमारे आलसी कानों में इस नाटक की तटस्थ 'रिपोर्टिंग' बरबस एक चुभन पैदा करती है. हम दर्शकों को झकझोर कर रख देती है.

कहीं कहीं नाटक की गति धीमी पड़ जाती है. एक स्थान पर तो लोगों के क्रियाकलाप हास्यास्पद बन जाते हैं. कई बार मूक अभिनय मी असफल रह जाता है. और आखिरी गीत तो समूचे नाटक को एक अलग, निरा मध्यवर्गीय मोड दे डालता है. लेकिन इससे नाटक के प्रभाव में कोई कमी नहीं आती. अंत में सूत्रधार सारे देहातियों को इकट्ठा कर कहता है, ''चलो, चलते हैं. इन लोगों (दर्शकों) के कान पर जूं तक नहीं रेंगती.''

लेकिन बात ऐसी नहीं है. मतकरी के 'गांववालो का यह नाटक' दर्शकों पर असर कर ही जाता है. नाट्यगृह से बाहर निकलते समय 'लोक कथा '७८' ने दर्शकों की संवेदनाओं को झकझोर कर रख दिया हैं. आंखों देखी दुर्घटनाओं ने हैरान, परेशान, बेचैन कर डाला है. बसंती को, जगन्या को, सावित्री को भुला देना अब मुश्किल है.

धर्मयुग, दि. २२ अप्रिल १९७९

मतकरी : नयी दिशा की तलाश

शांता गोखले

पच्चीस वर्षों से रत्नाकर मतकरी नाटक लिख रहे हैं. इस दौरान उन्होंने कई एकांकी, बालनाट्य लिखे. कुछ एक को राज्य नाट्य प्रतियोगिताओं में भी प्रशंसा मिली. और फिर भी समीक्षकों की तरफ से उन्हे उपेक्षा ही मिलती रही.

इसकी वजह है बंबई के नाट्य क्षेत्र की गंदी राजनीतिं, गुटबाजी और सिर्फ चुनिंदा नाटक देखने का समीक्षकों का गलत रवैया. कई बार ऐसा भी होता है कि समीक्षक बिना नाटक देखे, अपने किसी दोस्त की राय लेकर समीक्षा लिख देते हैं.

मतकरी किसी गुट के सदस्य नहीं बने. इसीलिए कभी किसी समीक्षक ने उनके नाटक की तारीफ भी नहीं की. और न ही खुद मतकरी के पास इतना समय है कि स्वयं अपनी तारीफ करते फिरें. उनकी राय में नाटक लिखना ज्यादा महत्त्वपूर्ण है. समीक्षक अपनी जिम्मेदारी से मुकर जाता है, तो इसका मतलब यह तो नहीं कि नाटककार भी गैर-जिम्मेदार बन जाये. इसीलिए मतकरी नाटक लिखते रहते हैं, अच्छे अभिनेताओं को तैयार करते रहते हैं, नाटक करते रहते हैं.

१९६१ में, जब व्यावसायिक रंगमंच पर 'दुरितांचे तिमिर जावो' जैसे निहायत परंपरावादी नाटक सफलता से खेले जा रहे थे, मतकरी ने एक नाटक खेला था, जिसमें काले मुखौटे और प्रतीकात्मक सेट प्रयुक्त किये गये थे. दरअसल मतकरी नयी दिशाओं की खोज में बहुत पहले ही निकल पडे थे.

समीक्षकों के गैर-जिम्मेदाराना रवैये का किस्सा मतकरी सुनाते हैं - शहर के एक जाने-माने समीक्षक को जब खबर मिली कि 'लोककथा'७८' को राज्य नाट्य प्रतियोगिता में प्रथम पुरस्कार मिला है, लोग भी बड़ी तारीफ

कर रहे हैं, तो उन्होंने भी अपने अखबार में तारीफ से भरपूर समीक्षा लिख डाली. कुछ दिन बीते. 'लोककथा' के एक शो के तुरंत बाद यही समीक्षक महोदय मतकरी को बधाई देते हुए आये, बोले, 'यह तो सचमुच बहुत अच्छा नाटक है. लोग झूठ नहीं कह रहे थे.' मतकरी ने पूछा, 'लोग ही क्यों? आपने भी तो लिखा था अपने अखबार में?' इस पर समीक्षक ने जवाब दिया, 'जी हां. लेकिन वह तो मैने नाटक देखने से पहिले लिखा था.'

प्रयोगात्मक नाटकों के बुरे दिन फिर आने लगे हैं. मतकरी कहते हैं, 'खूनपसीना एक कर इधर हम नये अभिनेताओं को बनाते हैं, तराशते हैं, उधर व्यावसायिक रंगमंच उन्हें निगलने को तैयार बैठा है. रिहर्सल के लिए लोगों के पास समय नहीं है. 'लोककथा' की रिहर्सल भी हम मिल की शिफ्टों के अनुसार किया करते थे, क्योंकि इसके कई कलाकार मिलों में काम करते हैं. उनके काम की शिफ्टों का खयाल करना पडता था.'

रुपये-पैसे की समस्या तो हरदम बनी ही रहती है. मतकरी ने नाटक खेलने के लिए अपनी सारी जमापूंजी उसमें लगा दी है.

पत्नी प्रतिभा मतकरी भी नाटक से जुड़ी रही है. पहले मशहूर नाट्य-समीक्षक की पुत्री के रूप में और अब नाटककार की पत्नी, नाट्य विषय की छात्रा के रूप में. दिल्ली के 'नेशनल स्कूल ऑफ ड्रामा' से वे निर्देशन का प्रशिक्षण प्राप्त कर चुकी हैं और अभिनय भी करती रही हैं. मतकरी के नाटक 'आरण्यक' में गांधारी की भूमिका के लिए उन्होंने राज्य नाट्य प्रतियोगिता मे रजत पदक भी प्राप्त किया था.

प्रतिभा से बात हो रही थी कि टेरेस से 'लोककथा' के दो-तीन कलाकार नीचे उतरे. टेरेस पर 'लोककथा' की रिहर्सल जारी थी. आधी रात गये, प्रतिभा को इन कलाकारों के लिए खाना बनाना था. यह भी एक आवश्यक अंग था, नाटक के प्रति समर्पण का!

- धर्मयुग, दि. २२ अप्रैल १९७९

एक विदारक न–नाट्य

महाराष्ट्र सरकारच्या यंदाच्या मराठी नाटकांच्या स्पर्धेत रवीन्द्र नाट्य मंदिर-प्रभादेवी केंद्रामधून 'बालनाट्य' या संस्थेचे 'लोककथा ७८' हे नाटक पहिले आले. सदरहू नाटक अवघे दीड तासांचे असूनही ज्याअर्थी ते सर्वश्रेष्ठ ठरले त्याअर्थी त्याचे निर्मितिमूल्य तसेच प्रभावी असले पाहिजे हे तर निश्चितच. शिवाय प्रत्येक वेळी काहीतरी अभिनव, इतरांपेक्षा वेगळे सादर करण्याची जिद्द बाळगणाऱ्या व ईर्षा असलेल्या रत्नाकर मतकरी यांनी त्याचे लेखन-दिग्दर्शन केले आहे, तेव्हा त्याचा परामर्श घेतलाच पाहिजे या भावनेने मी ते पाहावयास गेलो आणि माझ्या मनाने घेतले, की सदरहू नाटकाचा परिचय 'ब्लिट्झ'च्या वाचकांना अवश्य करून दिला पाहिजे.

ब्लिट्झच्या वाचकांनी ११ नोव्हेंबर, १९७८ च्या अंकातील 'हरिजन, गिरिजन समाजामध्ये साकार होत असलेले नाटक' हा नाट्यदर्दी यांचा नाट्यविषयक लेख वाचला असेलच. त्या लेखामध्ये उत्तर भारतामध्ये भोजपूरच्या खेड्यापाड्यांतून कशी प्रक्षोभक नाटके तेथील हरिजन, गिरिजन करीत असतात याची माहिती आलेली आहे. त्यामध्ये शेवटच्या परिच्छेदात लिहिले होते –

''आज खरे जिवंत नाट्य गिरिजन, हरिजन, शेतमजूर नि इतर पददलित समाजांच्या जीवनात घडत आहे. त्याचा मागोवा घेणारी नाटकेही मराठी रंगभूमीवर आली पाहिजेत.''

रत्नाकर मतकरी यांचे 'लोककथा ७८' हे त्या कोटीतील नाटक आहे.

साहित्य संघ मंदिरात हे नाटक मी प्रथम पाहाण्यास गेलो असता मला त्याचा प्रत्यय त्या ठिकाणी आला. आदिवासी मुलखातील हे अर्धनग्न गिरिजन, या ठिकाणी कसे, असा मला प्रश्न पडला. नाटक कंपनीत ज्याची सारी हयात

गेली असा एक अर्ध आंधळा-पांगळा नट मला आश्चर्याच्या भावनेने म्हणाला – 'काय हो हे?' हे नवनाट्य आहे अथवा न-नाट्य आहे असे मी त्याला म्हणालो नाही!

हरिजन – गिरिजनांच्या व्यथा

आणि त्याच बाहेरच्या आदिवासींना संघ मंदिराच्या रंगमंचावर पददलित जीवनाच्या व्यथा आणि कथा सांगताना पाहिले आणि त्यांच्यावरील भीषण अत्याचारांची दृश्ये पाहिली तेव्हा मी सद्गदित झालो. गिरिजन-हरिजन, शेतमजूर यांच्यावरील अत्याचारांच्या व त्यांच्या स्त्रियांवरील बलात्काराच्या कथा वर्षानुवर्षे मी ऐकत आलो आहे. त्यांना वाचा फोडण्याचा प्रयत्न एक पत्रकार या नात्याने केलेला आहे. पण त्याचा काही उपयोग झालेला नाही.

प्रस्तुत नाटकात नेमके तेच रत्नाकर मतकरींनी सांगितले आहे, दाखविले आहे.

आजच्या राजकारणाची शोकांतिका

या नाटकातून रंगविलेला महादेव कोळी हा गिरिजन असो अथवा त्याचे भाईबंद मल्हार कोळी, ढोर कोळी, वारली, कोकण्या, भिल्ल कोणीही असोत, महाराष्ट्राच्या डोंगरदऱ्यांमधील हे आदि-जन स्वत:च्या मायभूमीत भरडले, चिरडले, नव्हे नव्हे खतम केले जात आहेत. आणि त्यांच्या उद्धाराची वल्गना करणारे शास्ते, आपल्या अत्याचारी व दुराचारी अशा पाटील, तलाठी, सावकार, जमीनदार, पोलीस यांना आपले आसन टिकविण्यासाठी पाठीशी घालीत आहेत, ही तर आहे आजच्या राजकारणाची शोकांतिका! त्याच शोकांतिकेचे विदारक चित्र त्याच्या सर्व अंगाव्यंगांसह ना केवळ परखडपणे तर अगदी निर्भीडपणे रत्नाकर मतकरी यांनी सादर केले आहे.

आपल्या महादेव कोळी आदिवासी बांधवांना माणसाप्रमाणे जीवन जगण्यासाठी व स्वत:च्या हक्कासाठी झगडण्यास शिकविणारा माजी थोटा सैनिक, हा सरपंच, पाटील व त्यांचे यांच्या अत्याचाराला बळी पडतो, त्याच्या बायकोला व मुलाला जाळण्याचा प्रयत्न पाटील, सरपंच गावगुंड करतात. संतूबाई चांभारणीच्या कोवळ्या पोरीवर पाटील-सरपंच यांचे मुलगे-पुतणे बलात्कार करून तिला खतम करतात. सरकारदरबारी धाव घेऊन पत्रकारांपुढे गाऱ्हाणे मांडून देखील या आदिवासींना न्याय मिळत नाही. आणि आपले आसन टिकविण्याच्या प्रयत्नात मुख्य मंत्रीसुद्धा अखेर गप्प बसतात आणि युगानुयुगे चाललेले आदिवासींवरील अत्याचार पुढे चालू राहातात. ही

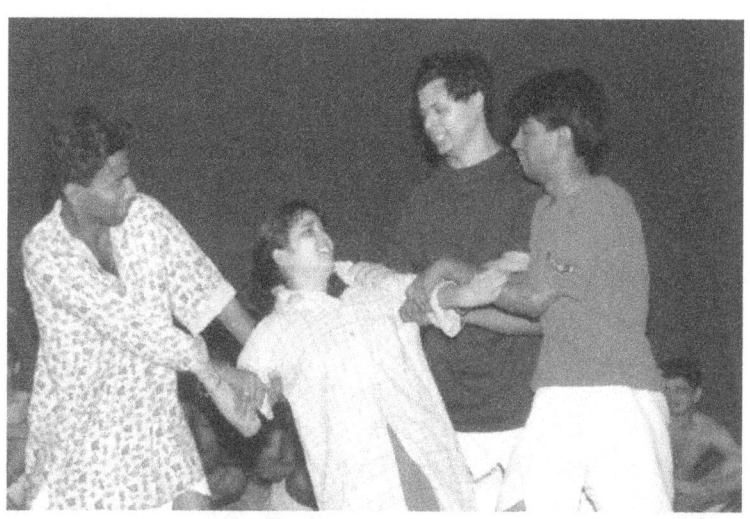

आहे १९७८ सालची लोककथा. सत्य घटनांवरून रत्नाकर मतकरींनी नवतंत्राच्या माध्यमातून सादर केली आहे.

खरे न–नाट्य

हे नाटक पाहून माझी सुविद्य पत्नी मला म्हणाली – हे काही नाटक नाही! मी म्हणालो – अगदी बरोबर, हे नाटक नाहीच मुळी. हे **'न–नाट्य'** आहे. हे सत्यचित्र आहे. विदारक सत्य आहे. या नाटकाला रंगमंच लागत नाही. पडदा लागत नाही. प्रसंग विशेषी नट-नटीही लागत नाहीत. यालाच इंटिमेट थिएटर म्हणतात.

हे 'लोककथा ७८' त्याच कोटीतील नाटक आहे, जे आदिवासी मुलखात नित्य घडते आहे. सुशील राणे (जगन्या), कानडे (लहानू), वसंत सोमण (म्होरक्या), श्याम खांडेकर (फौजदार), पोपळकर (पाटील), मीनल जोशी, श्रुती मुजुमदार, मंगल देऊलकर आदी बालनाट्याच्या कलावंतांनी ते त्याच जोषात सादर केले आहे. या सर्व कलावंतांचे करावे तितके कौतुक थोडेच होईल.

– *ब्लिट्झ*, दि. १३ जानेवारी १९७९

दलितांवर होणाऱ्या अन्याय-अत्याचाराचे चित्रण

शशिकांत नार्वेकर

सामाजिक बांधिलकी मानणारे लेखक-कलावंत आपल्या समाजात किती आहेत, याची मोजदाद करायला गेलो तर हाताच्या बोटांवर मोजण्याइतकी मंडळी सापडेल आणि म्हणून 'जेल स्वगत'सारखा एखादा अभिनव नाट्याविष्कार किंवा 'सूर्यास्त'सारखे आणीबाणीच्या काळ्याकुट्ट कालखंडावरचे नाटक रंगमंचावर येते तेव्हा सामाजिक बांधिलकी कुठे तरी जिवंत आहे हे पाहून बरे वाटते. आपल्याकडील बरीचशी नवनाट्यवाली मंडळी पश्चिमेकडे सतत डोळे लावून बसलेली असतात. जणू काय आपल्या देशात कसलेच प्रश्न नाहीत. अन्याय, अत्याचार, क्रौर्य वगैरे गोष्टींचा मागमूसही आपल्या देशात नाही! धर्मभेद, जातिभेद, वर्गभेद, वर्णभेद, हे रोग तर पुरातन काळापासून समाजशरीरात ठाण मांडून बसलेले आहेत. गरिबी आणि श्रीमंतीचे अंतर तर आकाश नि जमिनी एवढे प्रचंड वाढत चालले आहे आणि यात एका टोकाला एक प्रचंड समाज वर्षानुवर्षे दलित, अस्पृश्य असा शिक्का कपाळावर मारून गुलामगिरीचे असह्य ओझे पाठीवर घेऊन चालला आहे. वाटले होते, स्वातंत्र्य मिळाल्यानंतर या समाजाच्या कपाळावरील अस्पृश्यतेचा कलंक पुसला जाईल, माणूस म्हणून जगण्याचा हक्क त्यांना लाभेल. पण गेल्या तीस वर्षांत तसे काही घडलेच नाही. कायदे झाले पण ते पुस्तकातच राहिले! आणि अन्याय-अत्याचार-क्रौर्याला एक वेगळीच झळाळी चढली! हे प्रश्न 'सामान्य माणसाचे' नाव घेऊन लिहिणाऱ्या लेखकांना कुठे भिडलेच नाही! आणि म्हणून जेव्हा गेल्या बुधवारी (दिनांक २० डिसेंबर १९७८) संघ मंदिरात 'बुधवार योजनेत' रत्नाकर मतकरी लिखित-दिग्दर्शित 'लोककथा ७८' हे नाटक पाहिले तेव्हा सामाजिक जाण जिवंत केल्याबद्दल मतकरींचे अभिनंदन केले!

थिएटरच्या कॉरिडॉरपासून हे नाटक सुरू होते. खरे म्हणजे हे नाटक नव्हेच, शतकानुशतके ज्या दलितांवर अन्याय झाला नि होतो आहे त्याचा हा प्रस्फोट होता! आपणावर जे भीषण अत्याचार होत आहेत ते शहरी माणसासमोर मूळ रूपात वास्तववादी स्वरूपात पेश करून दाद मागणे, हा नाटकातल्या दलित मंडळीचा मुख्य हेतू होता. मी जेव्हा नाटकाला म्हणून थिएटरमध्ये गेलो तेव्हा कॉरिडॉरमध्ये अन्याय निवारण समितीचे फलक घेऊन जी मंडळी बसली होती. त्यांना पाहून रेल्वेच्या फलाटावर एका बाजूला अनेकवेळा दिसणारे दृश्य — रापलेली, काळवंडलेल्या चेहऱ्याची, शरीराची लाज कशीबशी झाकता येईल इतकीच मळकट जीर्ण पटकुरे कमरेभोवती गुंडाळलेली, तान्ह्या मुलांना पटकुरात बांधून ते गाठोडे पुढ्यात ठेवून बसलेली स्त्री-पुरुष मंडळी पाहून गलबलल्यासारखे झाले. ही मंडळी संघ मंदिरात धरणं धरून का बसली आहेत, हा प्रश्नही मनात उभा राहिला. इतक्यात नाटकाची तिसरी घंटा झाली आणि त्या मंडळींतून एक माणूस उठला आणि त्याने हाळी दिली - आम्हांला न्याव हवा! त्याने आपल्या हातातला घासलेटचा डबा तमाशातला सूत्रधार जसा वाजवितो तसा वाजविला आणि त्या साऱ्या मंडळींना घेऊन तो रंगमंचावर आला. रंगमंच उघडाच होता आणि त्याने प्रेक्षकांना सांगितले की, 'आम्ही न्याव मागायला आलो आहोत!'

ध्वनिक्षेपकावरूनच कुणी तरी दलितांवरील अन्यायाच्या वार्ता तारीखवार सांगितल्या. दलितांच्या स्त्रियांवर होणारे बलात्कार, खून, मारामाऱ्या, जाळपोळ - थोडक्यात म्हणजे दलितांच्या जळजळीत व्यथा ध्वनिक्षेपकावरून सांगितल्यानंतर त्या मंडळींचा तो मुख्य किंवा नाटकाचा सूत्रधार डबा वाजवीत प्रेक्षकांसमोर येऊन त्या वार्तांना रंगरूप देण्याचा विचार बोलून दाखवितो आणि ती दलित मंडळी आपल्याकडे असलेल्या पटकुरांच्या सामग्रीवर, मशाली, कंदिलांच्या प्रकाशात, आपल्यावर जे अन्याय - अत्याचार झालेत ते प्रसंग उभे करतात. त्यात मार खाणारे नि मारणारे तेच होतात. असा हा अभिनव खेळ पांढऱ्या पडद्याच्या पार्श्वभूमीवर जेव्हा खेळला जातो तेव्हा अस्वस्थ करणारा अनुभव प्रेक्षकांना येतो...

दलितांच्या रंगरूपात पेश केलेल्या या भीषण खेळात गावच्या पाटलाची-सरपंचाची अरेरावी, पोलिसांचा दुर्बलपणा, बलात्कार, खून नि जाळपोळीचे पेटणारे वासनाकांड चांगलेच धगधगते! त्याचबरोबर शतकानुशतके हाडीमासी

घर करून बसलेली असहायता नि गुलामी वृत्तीही या खेळात प्रकर्षाने जाणवते. नाटककार रत्नाकर मतकरी यांनी हा अभिनव फॉर्म खेळविताना तो प्रेक्षकांच्या अंगावर येईल असे प्रक्षोभक वातावरण निर्माण करणे याकडे म्हणावे तसे (की मुद्दाम हा खेळ 'डॉक्युमेंटरीसारखा व्हावा म्हणून) लक्ष दिलेले नाही. नाटकातील वास्तव त्या क्षणापुरते अस्वस्थ करून सोडते हे मान्य करूनही त्यापेक्षा अधिक परिणाम लेखक-दिग्दर्शकाने करावयाला हवा होता.

दिग्दर्शक मतकरी

रत्नाकर मतकरी यांनीच या नाट्याविष्काराचे दिग्दर्शन केले असून ते जसे कल्पक व रेखीव आहे तसेच एका दलित गावाची कथा नि व्यथा पारदर्शकपणे रंगविण्यात ते यशस्वी झालेले आहेत. मतकरी यांनी रचनाबंध आकारास आणले तेव्हा त्यांतही कल्पकता नि रेखीवता आणली. पण त्या भीषण जीवनाचा 'रफनेस' त्यात प्रभावीपणे येत नाही. कारागाराच्या दृश्यातील वास्तव रचनाबंध दिग्दर्शनातील एक कलात्मक जागा म्हणून सांगता येईल. बलात्काराच्या दृश्यातील सूचकता (आतून त्या स्त्रीचे कपडे रंगमंचावर फेकले जातात.) उल्लेखनीय होती. नाटक करायला आलेली मंडळी प्रेक्षकांमधून रंगमंचावर येतात आणि नाटक संपल्यानंतर प्रेक्षकगृहातून बाहेर जातात हे पटणारे आहे, पण नाटकातील पात्रांनी पुन्हा पुन्हा प्रेक्षकगृहात येणे व फिरणे हे पटत नाही. त्यात कसलाच परिणाम साधला जात नाही. या नाटकाचे

संगीत हे खऱ्या अर्थाने लोकसंगीत आहे. खिळे, दगड, डबे, झांजा, पत्र्याच्या थाळ्या इत्यादी वस्तूंच्या वापरातून हे संगीत आकार घेत जाते. रोजगाराच्या दृश्यात त्याचे खरे वास्तववादी दर्शन घडते. नाटककार - दिग्दर्शकाने नाटकाच्या शेवटी 'जे जे जगी जगते तया माझे म्हणा' या कवी कुसुमाग्रज यांच्या 'सर्वात्मका सर्वेश्वरा' या पदातील ओळीचा आवाहन करण्यासाठी कुशल उपायोग केला आहे. जयवंत देसाई यांची प्रकाशयोजना परिणामकारक आहे.

समूह - अभिनयदर्शन

या नाटकात सुमारे तीस-पस्तीस कलावंत असून प्रत्येकाने आलटून-पालटून अनेक भूमिका केल्या आहेत. त्यामुळे व्यक्तिरेखेचे रंग कायम ठेवण्यात व जिवंत करण्यात यशस्वी ठरले आहेत. एक उत्कृष्ठ अभिनय दर्शनाचा आविष्कार प्रयोगात पाहायला मिळतो. विशेषत: सुशील राणे, बाजीराव पोपळकर, मीनल जोशी, मंगल देऊलकर, वसंत सोमण, प्रभाकर सावंत, अशोक कीर्तने, मिलिंद काकजे, श्याम पोंक्षे ह्यांच्या भूमिका विलक्षण लक्षावेधी झाल्या आहेत. प्रत्ययकारी झाल्या आहेत.

वर उल्लेखिलेले काही दोष सोडले तरी एका जिवंत विषयाला सच्चेपणाने भिडण्याची मतकरींची शैली खासच अभिनंदनीय आहे.

**

પરિશિષ્ટ

परिशिष्ट १

पहिल्या प्रयोगाचे तपशील

या नाटकाचा पहिला प्रयोग 'बालनाट्य', मुंबई या संस्थेतर्फे रवींद्र नाट्य मंदिर, प्रभादेवी, मुंबई, येथे दि. २४ नोव्हेंबर १९७८ रोजी सायंकाळी ७ वाजता झाला. या प्रयोगात पुढील कलावंतांनी भाग घेतला –

लेखक, दिग्दर्शक : रत्नाकर मतकरी
नेपथ्य, प्रकाशयोजना : युधिष्ठिर वैद्य, जयवंत देसाई, शरद कामत
रंगमंच व्यवस्था : जैमिनी मनोहर
संगीत : श्याम पोंक्षे, अशोक कीर्तने, उल्हास शेवडे
भित्तिपत्रके : विनोद भट

भूमिका
मास्तर (पत्रकार, सरपंचाचा मुलगा) : श्याम पोंक्षे
खेडुतांचा म्होरक्या (सरपंच) : वसंत सोमण
खेडूत एक (पाटील) : बाजीराव पोपळकर
खेडूत दोन (जगन्या, पत्रकार) : बाबा राणे
खेडूत तीन (लहानू, गुंड) : भालचंद्र कानडे
खेडूत चार (फौजदार) : शाम खांडेकर
खेडूत पाच (झंप्या, गुंड, हवालदार) : प्रभाकर सावंत
खेडूत सहा (नाम्या, शहरी मित्र, मुकादम दोन, पाटलाची जावई) : अरविंद औंधे
खेडूत सात (पाटलाचा पुतण्या, पत्रकार) : मिलिंद कोकजे
खेडूत आठ (गुंड, मुकादम एक) : चंद्रकांत पवार

खेडूत नऊ (गुंड) : अजित कुळकर्णी
खेडूत दहा (गुंड) : उल्हास शेवडे
खेडूत अकरा : अशोक कीर्तने
खेडूत बारा : प्रमोद मोरे
खेडूत तेरा : अरविंद धुरंधर
खेडूत चौदा : जयश्री सक्रू
खेडूत पंधरा (बसंती) : श्रुती मुजुमदार
खेडूत सोळा (संतूबाई) : मंगल देऊलकर
खेडूत सतरा (सावित्री) : मीनल जोशी

**

परिशिष्ट २

लोककथा'७८ : पुनरुज्जीवन

सोमवार, दि. १६ नोव्हेंबर १९९८, सायं. ६.३० वाजता
नेहरू सेंटर, वरळी.
(राष्ट्रीय नाट्य महोत्सव, १९९८)

लेखन–दिग्दर्शन : रत्नाकर मतकरी
दिग्दर्शन–साहाय्य : प्रभाकर सावंत
नेपथ्य–संगीत–संकल्पना : रत्नाकर मतकरी
प्रकाशयोजना : जयवंत देसाई
निर्मिती साहाय्य : रंजन वेर्णेकर, सुवर्णा मंत्री, संजय दिवेकर
निर्मिती : सूत्रधार, मुंबई

कलाकार : सुप्रिया विनोद, पंकज विष्णू, श्रीपाद सावंत, दीपक भावे, धनंजय कुवर, गणेश मतकरी, नियती राजवाडे, आशिष पवार, नीलेश रानडे, सिद्धिरूपा बाबरेकर, संदीप महाडीक, हृदयनाथ जाधव, सुनील खोबरेकर, अजित घोरपडे, संतोष वेरुळकर, सुषमा धोंडे, गिरीष ढोके, राहुल पिंगळे, सुधीर चित्ते, श्रीराम सोमण, प्रभाकर सावंत

**

परिशिष्ट ३

मुंबई दूरदर्शनने शूटिंग केलेल्या प्रयोगाचे तपशील

राज्य नाट्यस्पर्धेच्या अंतिम फेरीचा निकाल जाहीर होण्यापूर्वीच १९७८ मध्ये मुंबई दूरदर्शनने 'लोककथा'७८'चे शूटिंग करून ठेवले, (निर्माता : विनायक चासकर) जे, लगेच, निकाल जाहीर झाल्यानंतर दोन-तीन दिवसांत प्रक्षेपित करण्यात आले.

त्यानंतर २००३ मध्ये मुंबई दूरदर्शननेच 'कमिशन्ड प्रोग्रॅम' म्हणून मूळ संस्थेला ('सूत्रधार') 'लोककथा'७८' पुन्हा एकदा सादर करण्याची संधी दिली. या, दोन तासांच्या सादरीकरणात नाटकाचा वाढीव भाग (जो या पुस्तकात दिलेला आहे), लेखकाच्या, नाटकाविषयीच्या निवेदनासह समाविष्ट करण्यात आला. मध्यंतरी, नाटकाच्या पुनरुज्जीवनाच्या वेळी जी नटमंडळी होती तीच, थोड्याफार फरकाने यातही होती. इतर तपशील:

दिग्दर्शक : रत्नाकर मतकरी
ऑन लाइन डिरेक्टर : मंगेश कदम
नेपथ्य : अजित दांडेकर
छायाचित्रण : शिरीष देसाई, संजय मेमाणे
संकलन : जयंत धर्माधिकारी यांचा एडिटिंग स्टुडिओ
चित्रणस्थळ : सितारा स्टुडिओ, मुंबई, भाईदास ऑडिटोरियम, मुंबई

भूमिका : पंकज विष्णु, सुप्रिया विनोद, सुनील तावडे, एकनाथ शिंदे, मुक्ता बर्वे, संदीप जंगम, दीपक भावे, हृदयनाथ जाधव, वैभव चिंचाळकर, संदीप महाडिक, राहुल पिंगळे, सिद्धिरूपा बाबरेकर, नीलेश रानडे.

परिशिष्टे ४

नांदेड येथील प्रयोगाच्या वेळी वाटलेले पत्रक

बेटकबिलोलीतील खुनाची चौकशी होईल काय?
एका अनाथ, विधवा बाईला न्याय मिळेल काय?

नांदेड जिल्ह्यातील सर्व जनतेस आपल्या एका विधवा बहिणीचा सवाल: माझ्या नवऱ्याची खुनाची चौकशी कोण करणार? खून करणाऱ्या पाशवी गुंडांना सजा कोण देणार?

मी एक तीन मुलांची आई असून माझा नवरा गणपती शाहूजी कोळी हा गावात स्वतंत्र विचाराने नांदत होता. परवाच्या निवडणुकीत गावच्या माली पाटलाचे न ऐकता बळवंतराव चव्हाण यांच्या विरोधात प्रचार केला. त्याची शिक्षा म्हणूनच की काय, माली पाटील व त्यांच्या साथीदारांनी मंगळवार दि. १८ एप्रिल १९७८ रोजी अर्ध्या रात्री माझ्या नवऱ्याचा क्रूरपणे खून केला.

त्या रात्री गावातील मारुती भाऊराव पाटील व त्याच्या गुंड साथीदारांनी रात्री मिटींग घेतली व खुद्द माली पाटीलाने हातात पिस्तोल घेऊन, त्याचे साथीदार व्यंकट कोंडीबा, शेषराव शिवराम, ग्यानोबा किसन, नारायण बाळू, व इतरबरोबर आमच्या घरी रात्री ११ वाजता आले. ते दार काढ, बाहेर ओढा असे ओरडू लागले. कवाड न काढल्यामुळे, ते छत काढून घरात घुसले व माझ्या नवऱ्याला बाहेर काढून मारू लागले. तेव्हा मी माली पाटलाच्या पाया पडत होते तेव्हा पाटलाने लाथ झुडकारून 'हिची इज्जत लुटा' असे ओरडला. माझ्या नवऱ्याला काठ्याकुऱ्हाडी व दगडांनी बेहोश होईपर्यंत मारले. हातात पिस्तोल घेऊन माली पाटील सांगत होता. माझा नवरा बेहोष झाल्यावर त्याच्या पायाला दोरी बांधून मारोतीपर्यंत ओढत नेले व त्याचे हातपाय

कुऱ्हाडीने तोडले. पाटलाच्या सांगण्यावरून माझ्या नवऱ्याच्या शरीरात जीव असताना तळ्यापर्यंत ओढत नेऊन, माझ्या डोळ्यादेखत सरण रचून जिवंत जाळले.

या प्रकरणी मी नायगाव पोलिस स्टेशन, डी. एस. पी. व मुख्यमंत्री यांच्याकडे तक्रार नोंदवून देखील त्या क्रूर व अत्याचारी माली पाटलाला अजून अटक झाली नाही.

तो पिस्तोल घेऊन हिंडत आहे व आम्हांला जिवे मारण्याच्या धमक्या मिळत आहेत.

मी विधवा अनाथ बाई आता कोणाकडे दाद मागायला जाऊ? ह्या अत्याचाऱ्याला केव्हा सजा मिळणार? माझा वाली कोण आहे?

तरी आपल्या एका विधवा बहिणीच्या न्यायासाठी जनतेने मदत करावी अशी प्रार्थना मी करते.

दि. १० मे १९७८ – मयताची पत्नी

आपली अभागी विधवा बहीण

चंद्रकलाबाई गणपती कोळी

रा. बेटकबिलोली, ता. बिलोली, जि. नांदेड.

परिशिष्ट ५

मराठवाडा दौऱ्यासाठी 'सूत्रधार'ने काढलेले पत्रक

एक जिवंत जळजळीत अनुभव

'लोककथा'७८' तुमचीआमची; आपणा सर्वांची गोष्ट आहे. कष्ट करणाऱ्या प्रत्येक माणसाची ही कथा आहे. आपल्याच एका गावात घडलेली.

गावचा पाटील बडा बागाईतदार. तोच गावचा मालक. कष्टकऱ्यांनी, दलितांनी अन्याय, अत्याचार मुकाट्याने सहन करायचे. बोलायचं नाही, ओरडायचं नाही. कोणी ओरडलाच तर त्याचा खून. असा पाटलाचा चिरेबंदी कारभार.

या चिरेबंदी कारभाराविरुद्ध एक जवान (माजी सैनिक) आवाज काढतो. गावातील कष्टकऱ्यांना, दलितांना संघटित करण्याचा प्रयत्न करतो. परंतु जवान दलित जातीतला. एक म्हारडा पाटलाविरुद्ध बोलतो म्हणजे काय?

पाटलाच्या मोकाट पोरांच्या वासनेला बळी पडलेली एक अल्पवयीन मुलगी, तिच्या हत्येची चौकशी झाली पाहिजे यासाठी गाव उठवणारा जवान– त्याचा भर गावात सर्वांसमक्ष क्रूर खून होतो.

संघटित होऊ पाहणाऱ्या कष्टकऱ्यांचा, दलितांचा आवाज बंद होतो. परंतु जवानाची लेकुरवाळी बायको चिडते आणि आपल्या नवऱ्याच्या आणि कोवळ्या मुलीच्या खुनाचा जाब विचारायला निघते. पण पोलीस, मंत्री सर्वजण पाटलाच्या खिशात असतात.

विधवेवर कोसळलेल्या आपत्ती आणि या संकटामधून अन्यायाविरुद्ध झगडणाऱ्या अल्पसंख्याकांची झुंज या खेडोपाडी आढळणाऱ्या घटनाच आज नाटकात पाहायच्या आहेत.

हे नाटक मुंबईच्या तरुण-तरुणींनी बसविलेले आहे. हे नाटक अलीकडे

सगळीकडे गाजतंय. नाटक बघा आणि आपल्याला काय वाटलं ते आम्हांला सांगा. शेजाऱ्यांना सांगा. यापुढे आपल्याला बरंच काही करायचंय. त्यात आपली मदत हवीय.

या नाटकाचे लेखक निग्दर्शक आहेत मराठीतील एक प्रथितयश नाटककार, रत्नाकर मतकरी.

आणि याचबरोबर आपल्या पोराबाळांना देखील एक नाटक दाखवायचं आहे. ते म्हणजे अलीबाबाचं खेचर आणि ३९ वा चोर.

तेव्हा आपल्या पोराबाळांना या नाटकाला जरूर जरूर पाठवा.

❋❋

परिशिष्ट ६

सोलापूर येथील प्रयोगासाठी काढलेले पत्रक

राज्य नाट्यस्पर्धेत संपूर्ण महाराष्ट्रात प्रथम क्रमांक मिळविलेले
सत्य घटनांवर आधारित जळजळीत नाट्य

'सूत्रधार' निर्मित

लोककथा ७८

लेखक □ दिग्दर्शक
रत्नाकर मतकरी

स्थळ : दमाणी नाट्यगृह, सोलापूर

बुधवार दि. १८ एप्रिल ७९ रात्रौ ९-३० वाजतां

तिकीट दर : रु. ७॥, रु. ५॥ व रु. ३॥

तिकीट विक्री : रविवार दि. १५ एप्रिल ७९ पासून

■ प्रगति मुद्रणालय, सोलापूर

परिशिष्ट ७

राज्य नाट्यस्पर्धा, १९७८, प्रभादेवी केंद्र येथे प्रेक्षकांसाठी प्रत्येक आसनावर ठेवलेली (पाठपोट) पट्टी

शुक्रवार, दिनांक २४ नोव्हेंबर ७८ ला सायं. ७ वाजता रवींद्र नाट्यमंदिर, प्रभादेवी इथं 'लोककथा'७८'चा पहिला खेळ झाला. मीनल जोशी, सुशील राणे, बाजीराव पोपळकर, युधिष्ठिर वैद्य, जयश्री सक्रू, अरविंद औंधे, जैमिनी मनोहर, मंगल देऊलकर, रत्नाकर मतकरी, श्रुती मुजुमदार, वसंत सोमण, श्याम पोंक्षे, भालचंद्र कानडे, श्याम खांडेकर, प्रमोद मोरे, उल्हास शेवडे, अजित कुलकर्णी, जयवंत देसाई, चंद्रकांत पवार, प्रदीप भिडे, अशोक कीर्तने, अरविंद धुरंधर, विनोद भट, प्रभाकर सावंत, मिलिंद कोकजे, सुजाता भिडे इत्यादी मंडळींनी हा खेळ मांडला.

ब्रेख्त कोण होता? जनतेचा नाटककार! लोकांसाठी-लोकांची नाटकं लिहिणारा! गांजलेली माणसं, धूर्त माणसं, उद्ध्वस्त माणसं, झगडणारी माणसं, नाना कळांची पण स्वतःच्या मातीतली माणसं रंगवणारा होता, त्याच्यापासून स्फूर्ती घ्यायची तर आपण आपल्या माणसांचं वेगळं नाटक उभं करायला हवं. तुडवणाऱ्यांचं, तुडवलं जाणाऱ्यांचं. मग रंगभूमीकडे केवळ एक फॅशन म्हणून पाहावंसं वाटणार नाही. कधी ना कधीतरी आपण रंगभूमीवरची यंत्रं, उपकरणं, नेपथ्य, साहित्य यांचा बडेजाव कमी करायला हवा. कसलीही झूल न पांघरलेला उघडावाघडा पण प्रामाणिक विचार सरळपणे रंगमंचावर मांडायला हवा. रंगभूमीला आपल्या भूमीचा नैसर्गिक रंग चढवायला हवा.

परिशिष्ट ८

कष्टकरी संघटनेच्या पुस्तिकेची प्रस्तावना

कष्टकरी संघटनेच्या कॉ. ज्योत्स्ना मराठे मुंबईला गेल्या असताना 'लोककथा'७८' नाटक पाहण्याचा योग आला. आमच्या संघटनेने बेटकबिलोली खून प्रकरणात केलेल्या प्रयत्नांच्या संदर्भात हे नाटक आहे हे पाहून आश्चर्याचा धक्का बसला. रत्नाकर मतकरी व आमचा आधी परिचय नव्हता. इतकेच नव्हे तर, नाटक लिहण्याआधी त्यांनी बेटकबिलोलीस भेट दिली नव्हती किंवा आमच्याशी पत्रव्यवहार सुद्धा केला नव्हता. नांदेडचे पत्रकार मिलिंद आठवले यांनी 'माणूस' साप्ताहिकात लिहलेला या घटनांचा रिपोर्ट वाचून, मतकरींनी आपल्या कल्पनाशक्तीने संपूर्ण नाटक उभे केले व ते वास्तवाशी इतके मिळतेजुळते आहे ही आश्चर्य वाटण्यासारखी घटना आहे.

नाटक पाहणाऱ्या व अस्वस्थ होणाऱ्या अनेक रसिकांची प्रतिक्रिया अशी आहे की, यात अतिशयोक्ती आहे, अशा घटना घडू शकत नाहीत. पण भारतातील ग्रामीण भागात असे प्रसंग नित्यनियमाने घडत असतात. नांदेड

जिल्ह्यातील दोन वर्षांच्या वास्तव्यात असे दहा खून आमच्या पाहण्यात आहेत. मराठी वाचकांना ग्रामीण भागातील कटू सत्याचे आकलन व्हावे या दृष्टीने ही पुस्तिका लिहली आहे.

'लोककथा'७८' प्रायोगिक रंगमंचावर आणून मतकरींनी मराठी रंगभूमीवर एक नवे व आवश्यक पाऊल टाकले आहे. मराठी साहित्यातील निराशावाद, दैववाद, पलायनवाद, तडजोडवाद व संधिसाधूपणाच्या विरोधी लढ्यात भर टाकली आहे. खऱ्या अर्थाने या नाटकाची गणना क्रांतिकारी व 'दलित' साहित्यात केली पाहिजे. ग्रामीण जीवनाचा अनुभव नसताना शहरी कलाकारानी वठवलेला अभिनय वाखाणणीय आहे.

आपले साहित्यिक कलेच्या प्रेरणा पुराणात किंवा परकीय लेखकांच्या अनुकरणात शोधण्याऐवजी, या नाटकाचा वारसा घेऊन भारतीय ग्रामीण व शहरी समाजातील भीषण वास्तवात शोधतील व भारतीय समाजरचनेचे मूलभूत परिवर्तन करण्याच्या लढ्यात सहभागी होतील, ही आशा आहे.

त्याचप्रमाणे, या नाटकातून स्फूर्ती घेऊन शहरी कामगार व मध्यमवर्गीय ग्रामीण भागात चळवळी उभारण्याकडे वळतील अशी अपेक्षा करूया.

दि. २४ मार्च १९७९ — राजा मराठे

परिशिष्ट ९

कष्टकरी संघटनेने काढलेले नाटकाविषयीचे पत्रक

"लोककथा ७८" ते सत्यकथा ७९

सूत्रधार : ग्रामीण समाजव्यवस्था

महाराष्ट्र टाईम्स, १८ जानेवारी १९७९

मुंबई, गुरुवार : महाराष्ट्र राज्य रौप्यनाट्य महोत्सवाच्या नागरी अंतिम स्पर्धेत "बालनाट्य" संस्थेच्या श्री रत्नाकर मतकरी लिखीत व दिग्दर्शित, "लोककथा–७८" या नाटकाला रु. ३००० चे प्रथम पारितोषक मिळाले आहे. कु. मीनल जोशीं व श्री बाजीराव पोफळकर यांना रोप्यपदक व १०१ रु. चे अभिनयाचे पारितोषक मिळाले आहे.

दैनिक प्रजावाणी, नांदेड, प्रजासत्ताक दिन

नांदेड, सोमवार : बिलोली तालूक्यातील बेटकबिलोली येथील नणपत शाहूजी कोळी याच्या खून प्रकरणातील मारोती पाटील, शेषराव व व्यंकटी या तिन्ही आरोपींची सेशन जज्ज यांनी २२ जानेवारी १९७९ रोजी निर्दोष मुक्तता केली.

लेखिका

दि. २४ मार्च १९७९ — कॉम्रेड जोत्स्ना मराठे

नाट्य महोत्सव पारितोषक वितरण समारंभ दिन

– प्रकाशक –

कष्टकरी संघटना, मु. पो. सुजलेगांव, ता. बिलोली, जि. नांदेड

परिशिष्ट १०

'माणूस' साप्ताहिकाचे मुखपृष्ठ

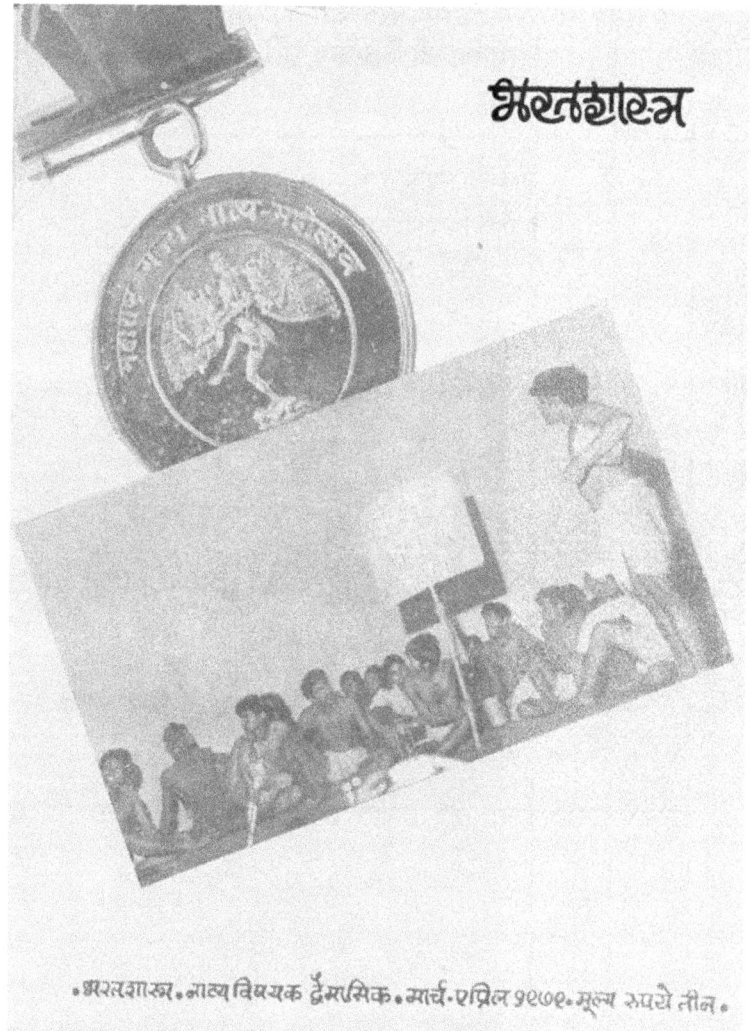

परिशिष्ट ११

‘भरतशास्त्र’ ह्या द्वैमासिकाचे मुखपृष्ठ

परिशिष्ट १२

महाराष्ट्र राज्य नाट्यमहोत्सवाच्या पारितोषिक वितरण समारंभाची निमंत्रण पत्रिका

अठराव्या महाराष्ट्र राज्य नाटच महोत्सवाच्या

पारितोषिक वितरण समारंभास व प्रथम पारितोषिक
विजेत्या नाटकांच्या प्रयोगांस उपस्थित राहण्यासाठी

महाराष्ट्र शासनाचे सांस्कृतिक कार्य संचालनालय

श्री./श्रीमती ....सौ. प्रतिभा मतकरी..............................

यांना आमंत्रण देत आहे

सांस्कृतिक कार्य मंत्री श्री. सदानंद वर्दे यांच्या अध्यक्षतेखाली अ. भा. मराठी नाटच परिषदेचे अध्यक्ष श्री. मालबा केळकर यांच्या हस्ते विजेत्या संस्थांना आणि कलाकारांना पारितोषिके देण्यात येतील

स्थळ : रंगभवन, धोबीतलाव, मुंबई

वेळ : शनिवार, २४ मार्च १९७९ सायंकाळी ७ वाजता

समारंभानंतर बालनाटय, दादर ही संस्था

श्री. रत्नाकर मतकरी लिखित व दिग्दर्शित

‘ लोककथा-७८ ’

हे प्रथम पारितोषिक विजेते नाटक सादर करील

संचालक, सांस्कृतिक कार्य
जुने सचिवालय विस्तार भवन
पहिला मजला, म. गांधी रोड, मुंबई ४०० ०३२

(फक्त एक/दोन व्यक्तींसाठी)

(फक्त निमंत्रण ज्यांच्या नावाने दिले आहे त्यांच्याचकरिता)

[कार्यक्रम मागे पहा

परिशिष्ट १३

'लोकथा'७८'च्या प्रयोगासंदर्भातील दोन पत्रे

'मंतरलेली चैत्रवेल'च्या दौऱ्यात झालेल्या शांताबाई जोग व जयराम हर्डीकर यांच्या अपघाती मृत्यूनंतर बोरिवली येथे झालेल्या 'लोककथा'७८'च्या प्रयोगासंबंधी घेतलेल्या आक्षेपाला प्रतिभा मतकरी यांनी लिहिलेले उत्तर.

संपादक 'रसरंग' यांस,

आपल्या १९ एप्रिलच्या अंकात आलेले बोरिवली येथील एका नाट्यप्रेमी व्यक्तीचे पत्र वाचले. तत्संबंधी खुलासा करण्यासाठी हे पत्र.

अपघातामुळे गोवा हिंदूची जी हानी झाली तिच्यामुळे अर्थातच आम्हांला अतिशय दु:ख झाले. श्री. मतकरी यांच्या दोन नाटकांमुळे आमचा गोवा हिंदूशी असलेला संबंध दृढ झालेला आहे. अपघातात सापडलेल्यांत जयराम हर्डीकर आदी आमची मित्रमंडळी तर होतीच. परंतु संस्थेशी वा व्यक्तिश: सौ. शांताबाईंचे व आमचे एखाद्या आप्ताइतके जवळचे संबंध होते. मीनल जोशी तर 'लोककथा ७८'ची नायिकाच होती. त्यामुळे ही बातमी आम्हांलाही बधिर करणारी होती. परंतु केवळ स्वत:च्या दु:खात बुडून कर्तव्य विसरू नये ही जाणीव लगेच झाली. संध्याकाळी आमचा बोरिवली येथे 'लोककथा ७८'चा प्रयोग होता. हे नाटक म्हणजे केवळ करमणूक नव्हे. समाजप्रबोधनाचे साधन म्हणून याचे प्रयोग गावोगाव व्हावेत म्हणून आम्ही प्रयत्नशील असतो. बोरिवलीचा प्रयोग तेथील स्थानिक कार्यकर्त्यांनी घेतलेला होता. त्यासाठी तुटपुंज्या सामग्रीनिशी जमवाजमव केली होती. तेव्हा येथे प्रश्न आमच्या दु:खाचा नव्हता तर त्यांचे नुकसान होऊ नये हा होता. केवळ पैसे

मिळवण्यासाठी आम्ही नाट्यगृहात हा प्रयोग असता तर रद्द केला असता. म्हणून आमची कलाकार मंडळी आपले दु:ख बाजूला ठेवून बोरिवलीला गेली. 'प्रयोग करण्याची आमची मन:स्थिती वा इच्छा नाही. परंतु आपली गैरसोय होऊ नये म्हणून आम्ही प्रयोग करायला तयार आहो'' असे सांगून सुरुवातीला श्रद्धांजली वाहून मग प्रयोग सुरू करण्यात आला. ही पार्श्वभूमी लक्षात न घेता या व्यक्तीने औद्धत्याचा आरोप केलेला वाचून खेद वाटला. (१८६५ साली आम्ही पुण्याला गेलो होतो. श्री. मतकरींचे मुलांसाठी एकपात्री कार्यक्रम होते. वडील मृत्युशय्येवर असल्याची तार मतकरींच्या हातात पडली तेव्हा दोन प्रयोग बाकी होते. तेव्हाही प्रयोग रद्द करून मुलांचा विरस करण्यापेक्षा मन घट्ट करून ते निभावून नेणं, हेच मतकरींनी पसंत केलं.)

यातून आणखीही एक महत्त्वाचा मुद्दा निघतो. नाट्यप्रयोग व्हावेत यासाठी या कलावंतांनी जिवाचं रान केलं. त्यांचा मृत्यूही यातच ओढवला. अशा या कलावंतांना श्रद्धांजली देण्यासाठी नाट्यप्रयोग बंद ठेवणे हे त्यांच्या मूळ हेतूशी विसंगत नाही का? नाट्यप्रयोग करणे हीच त्यांच्याविषयी जास्तीत जास्त प्रेमाची व आदराची गोष्ट आहे हे कुणीही सुबुद्ध प्रेक्षक मान्य करील.

अपघातातून सुदैवाने वाचलेल्या मीनल जोशी हिने नंतर दोनच दिवसांनी झालेल्या 'लोककथा ७८' च्या प्रयोगात आवर्जून काम केले ते अपघाताच्या भयाण विचारापासून थोडे दूर जाता यावे म्हणूनच. रोजच्या व्यवहाराशी पुन्हा जमवून घेता यावं म्हणून. नटाला जीवनाशी जोडणारा धागा नाटक हाच असतो हे यातून कळलं. तेव्हा नाटकाचे प्रयोग बंद ठेवणं ही नटांना श्रद्धांजली कशी होईल?

या संदर्भात खुलासा करणारे एक पत्र नुकतंच आमच्याकडे आलं आहे. ज्या मंडळींसाठी आम्ही प्रयोग केला त्यांच्याकडून. कृपया ते पत्र प्रसिद्ध करावं, कळावे.

– प्रतिभा मतकरी,
मुंबई १४

रत्नाकर मतकरी,

साप्ताहिक 'रसरंग'च्या ताज्या अंकात (१९ एप्रिल) एका 'नाट्यप्रेमी'चे पत्र वाचण्यात आले. ५ एप्रिलला सौ. शांता जोग, श्री. जयराम हर्डीकर व इतर काही रंगभूमीचे आधारस्तंभ अपघातात मृत्युमुखी पडले असताना व महाराष्ट्रातील इतर सर्व नाट्यप्रयोग रद्द केले असतानासुद्धा 'लोककथा ७८'चा प्रयोग केवळ नाट्यवृंद सर्व तयारीनिशी आला असल्याने संयोजकांना नाइलाजास्तव सादर करावा लागल्याचा उल्लेख आहे.

अर्थात 'रसरंग'मधील या पात्राचा मजकूर सत्यावर आधारित नाही याची आम्हांला जाण आहे. 'लोककथा ७८'चा प्रयोग पुढच्या एखाद्या दिवशी सादर करावयाचा झाल्यास सर्वं सहकार्य देण्याचे आपल्या कलाकारांनी आम्हांस स्पष्ट केले होते. परंतु प्रयोग केवळ आमच्या संस्थेच्या काही अडचणींमुळे पुढे ढकलणे आम्हांस फार कठीण गेले असते. तसेच आम्ही काही प्रेक्षकांनाही विश्वासात घेऊन परिस्थितीची कल्पना दिली होती. 'लोककथे'चा विषय केवळ मनोरंजनात्मक नसल्याने सर्व मृत कलाकारांना श्रद्धांजली अर्पण करून प्रयोग चालू करावा असे त्यांचेही मत पडले.

नाट्यप्रेमीच्या 'रसरंग'मधील त्या पत्राने आपल्या मनात कुठलाही गैरसमज होऊ नये म्हणून हा खुलासा करीत आहोत.

– नंदकुमार नेवलेकर, कार्यवाह,
साकेत सांस्कृतिक मंडळ, बोरिवली

प्रसिद्धी : *'रसरंग'*, दि. १० मे १९८०

परिशिष्ट १४

शतकोत्तर अमृतमहोत्सवी प्रयोगाची जाहिरात

शतकोत्तर अमृतमहोत्सवी प्रयोग

तिकीट विक्री आजपासून

जिवंत जळजळीत अनुभव

खास उपनगरांतील प्रेक्षकांसाठी

शनि.दि.१५ सायं.५ गडकरी रंगायतन, ठाणे

'सूत्रधार' निर्मित

लोककथा '७८

लेखक • दिग्दर्शक
रत्नाकर मतकरी

संपर्क : राधा निवास, टिळक रोड, दादर, मुम्बई १४.

रत्नाकर मतकरी यांचे नाट्यवाङ्मय

प्रौढांसाठी नाटके (एकूण ७१)

पुस्तकरूपाने प्रकाशित : ४२

- वाऱ्यावरचा मुशाफिर • वर्तुळाचे दुसरे टोक • ब्रह्महत्या
- बिऱ्हाडबाजलं • प्रेमकहाणी • आरण्यक • समोरच्या घरात
- लोककथा'७८ • अजून यौवनात मी • अश्वमेध • दुभंग
- चि.सौ.कां. चंपा गोवेकर • माझं काय चुकलं? • जोडीदार • निखारे
- स्पर्श अमृताचा • कर्ता करविता • खोल... खोल पाणी • अग्निदिव्य
- वटवट सावित्री • सत्तांध • कार्टी प्रेमात पडली • विठो रखुमाय
- तुमचे आमचे गाणे • घर तिघांचं हवं • जावई माझा भला
- बकासूर! • प्रियतमा • साटंलोटं • शूऽऽ कुठं बोलायचं नाही!
- एकदा पाहावं करून! • चार दिवस प्रेमाचे • तन-मन • जादू तेरी
नजर • दादाची गर्लफ्रेंड • आम्हांला वेगळं व्हायचंय! • ज्याचा शेवट
गोड... • महाराष्ट्राचं चांगभलं • इंदिरा • सुखान्त • व्यक्ती आणि वल्ली
- असा मी असा मी

**रंगभूमीवर आलेली; परंतु अद्यापि पुस्तकरूपाने प्रकाशित न झालेली
नाटके : राज्य नाट्य स्पर्धेतील व समांतर रंगभूमीवरील : १३**
- खेळ दोन जिवांचा • मागे वळून पाहू नकोस • म्हणे खून मी केला!
- खरं म्हणा, वा खोटं • साता समुद्रापार • शापित • विनाशाकडून
विनाशाकडे • चुटकीचं नाटक • गणेश गिरणीचा धैकाला • भंकस

२६५

• नगरी अंधेरा • उद्‍गार • मेजवानीचा फार्स

व्यावसायिक रंगभूमीवरील अप्रकाशित नाटके : १०

• माझ्या बायकोचा मुलगा • अंधार माझा सोबती • राजा, इश्काची रात्र आहे! (लोकनाट्य) • नरू आणि जान्हवी • ती... तीच ती! • सुपरहिट नं. १ • पाच पांडवांचा बाप • साहेबजी, डार्लिंग! • इथं हवंय कुणाला प्रेम? • लेक लाडकी

अजून रंगभूमीवर यावयाची नाटके : ५

• संभ्रम • काळी राणी • जगाला नाही रे मंजूर • तुळसा • गांधी : अंतिम पर्व

नाट्यरूपांतर : १

• अशी बायको हवी!

बालनाटके (एकूण २२)

(पुस्तकरूपाने प्रकाशित)

• मधुमंजिरी • कळलाव्या कांद्याची कहाणी • निम्माशिम्मा राक्षस
• गाणारी मैना • अचाटगावची अफाट मावशी • अदृश्य माणूस
• राक्षसराज झिंदाबाद! • इंद्राचे आसन, नारदाची शेंडी
• अलबत्या गलबत्या • धी ग्रेट गोल्डन गँग • सावळ्या तांडेल
• धडपडे, बडबडे, मारकुटे आणि मंडळी • शाबास लाकड्या!
• चमत्कार झालाच पाहिजे! • सरदार फाकडोजी वाकडे • यक्षनंदन
• अलिबाबाचे खेचर आणि एकोणचाळिसावा चोर • अलल् घुर्रर घुर्रर!!
• ढग ढगोजीचा पाणी प्रताप • माकडा माकडा हुप्! • दोन बच्चे दोन लुच्चे

रंगभूमीवर आलेले; परंतु अद्यापी पुस्तकरूपाने अप्रकाशित

• आटपाट नगरची राजकन्या

एकांकिकासंग्रह (एकूण १८)

प्रौढांसाठी

● रत्नाकर मतकरी यांच्या सात एकांकिका ● एकाच मातीची खेळणी
● लाल गुलाबांची भेट ● शय्या ● अंधारवाडा ● पोर्ट्रेट आणि दोन
एकांकिका ● यक्षिणी आणि चार एकांकिका ● आठ खुर्च्या आणि
काळोख ● अस्वस्थ रात्र ● मी एक अभिमन्यू ● चूकभूल द्यावी घ्यावी
● जस्ट अ पेग! ● चोर आणि चांदणं

मुलांसाठी

● राजकन्येची सावली हरवली आणि दोन नाटिका ● कहाणी कोरड्या
गाभाऱ्याची/नवी मैत्रीण ● वेडपट नाटक/मुले राज्यकारभार पाहतात/
धाकूचं नशीब ● चटकदार ५+१ ● रंगतदार ६+१

पुस्तकरूपाने अप्रकाशित नाटिका

● झोपाळू राजपुत्र